ബംഗാൾ ഡയറി കുറിപ്പുകൾ

INSIGHT PUBLICA

Nadakkavu, Kozhikode, Kerala, 673011
www.insightpublica.com
e-mail: insightpublica@gmail.com
Title: **Bengal Diary Kurippukal**
Author: **Muneer Hussain**
(Malayalam Travelogue-Malayalam)
First Edition: December 2020
Second Edition: February 2023
Printed and Published by
InsightinPublica Printers & Publishers Pvt. Ltd.
ISBN 978-93-5517-280-8
₹ 200

ബംഗാൾ ഡയറി കുറിപ്പുകൾ

മുനീർ ഹുസൈൻ

INSIGHT PUBLICA

കോഴിക്കോട് ജില്ലയിലെ ഓമശ്ശേരിയിൽ ജനനം. കോയമ്പത്തൂരിലും ബാംഗ്ലൂരിലുമായി ഉപരിപഠനം. ഇൻഫോസിസിൽ സോഫ്റ്റ് വെയർ എഞ്ചിനീയറായി പ്രവർത്തിച്ചിട്ടുണ്ട്. ഇപ്പോൾ അരീക്കോട് സയൻസ് കോളേജിലെ അധ്യാപകനും കാലിക്കറ്റ് സർവ്വകലാശാലയിൽ ഗവേഷണ വിദ്യാർത്ഥിയുമാണ്. സഞ്ചാരവും എഴുത്തും ഇഷ്ട മേഖല. ഒപ്പം ഗ്രാമീണ യാത്രകളിലും സോഷ്യൽ വർക്കുകളിലും താൽപര്യം.

മുനീർ ഹുസൈൻ

ഉള്ളടക്കം

ഒപ്പം ഒരു യാത്രയിൽ

സന്തോഷ് ഏച്ചിക്കാനം

യാത്രകൾ സാർത്ഥകമായിത്തീരുന്നത് സഞ്ചാരി അനുഭവങ്ങളെത്തേടിപ്പോകുമ്പോഴല്ല. മറിച്ച് അനുഭവങ്ങൾ സഞ്ചാരിയെത്തേടി വരുമ്പോഴാണ്. മുനീർ ഹുസൈന്റെ 'ബംഗാൾ ഡയറിക്കുറിപ്പുകൾ' എന്ന പുസ്തകത്തിലൂടെ കടന്നു പോകുമ്പോൾ അത് അക്ഷരം പ്രതി ശരിയാണെന്ന് വായനക്കാർക്ക് തോന്നും. എസ്.കെ.യുടെ സഞ്ചാര സാഹിത്യത്തിനും ഇത്തരമൊരു പ്രത്യേകതയുണ്ട്. ആഫ്രിക്കൻ യാത്രകളിലൊക്കെ ഉണ്ടായ അനുഭവങ്ങൾ പലതും എഴുത്തുകാരൻ തേടിപ്പോയവയല്ല. കഥാകാരനിലേക്ക് കഥ സ്വന്തം ചിലവിൽ ടിക്കറ്റെടുത്ത് എത്തിച്ചേരുന്നതുപോലെ അനസ്യൂതമായ യാദൃശ്ചികതകളുടെ സമ്പന്നതയായിരുന്നു ആ കുറിപ്പുകളെ ഇതര സഞ്ചാര സാഹിത്യങ്ങളിൽ നിന്ന് വ്യത്യസ്തമാക്കുന്നത്. ഇന്റർനെറ്റിന്റെ കാലത്ത് യാത്രാ വിവരണങ്ങൾ പഴയതുപോലെ വായനക്കാരനിൽ വലിയ അത്ഭുതങ്ങളൊന്നും ഉണ്ടാക്കാൻ പോകുന്നില്ല എന്നു വിശ്വസിക്കുന്നവർ ഉണ്ടാകാം. പക്ഷേ വിവര സാങ്കേതികതയുടെ വിനിമയതലങ്ങൾക്കില്ലാത്ത ജൈവികതയുടെ വർണ്ണവൈവിധ്യംകൊണ്ടാണ് ഒരു സഞ്ചാരി തന്റെ യാത്രയെ വരച്ചെടുക്കുന്നത് എന്ന കാര്യം വിസ്മരിച്ചുകൂടാ. ഇതുകൊണ്ടാണ് ഓരോ യാത്രകളും ഒന്നിനൊന്ന് വ്യത്യസ്തമാകുന്നത്. ഇങ്ങനെ തികച്ചും വ്യത്യസ്തമായ ഒരു യാത്ര കൊണ്ട് ബംഗാളിന്റെ സമകാലിക ജീവിതത്തെ എഴുതിയെടുക്കുവാനുള്ള ശ്രമമാണ് ഈ പുസ്തകത്തിലൂടെ മുനീർ ഹുസൈൻ നടത്തുന്നത്.

പാവപ്പെട്ടവരെ സഹായിക്കാനായി പശ്ചിമബംഗാൾ കേന്ദ്രീകരിച്ച് നാസർ ബന്ധു എന്ന മലയാളി ചെറുപ്പക്കാരൻ നടത്തുന്ന സംഘടന യാണ് സീറോ ഫൗണ്ടേഷൻ. ഓരോ വർഷവും ബംഗാളിലെ സാധാരണ മനുഷ്യർക്കിടയിലൂടെ അവരിലൊരാളായി അവരുടെ ജീവിതത്തിന്റെ കയ്പും മധുരവും അനുഭവിച്ചു കൊണ്ടുള്ള വളരെ ഗൗരവപൂർണ്ണമായ ഒരു പഠന യാത്ര കൂടിയാണിത്. വളരെ പരിമിതമായ താമസ സൗകര്യ ങ്ങളും ലോക്കൽ ബസ്സിലും അതു പോലുള്ള വാഹനങ്ങളിലും മറ്റുമായി ബംഗാളിന്റെ ആത്മാവിലേക്കുള്ള ഈ 'അന്വേഷണത്തിൽ' മുനീറി നോടൊപ്പം ഞാനും കൂടിയുണ്ടായിരുന്നു. പൗരത്വ പ്രശ്നമുണ്ടാക്കിയ കോളിളക്കത്തിൽ പെട്ട് ഇന്ത്യ ഒട്ടാകെ കലാപ കലുഷിതമായി മാറി ക്കൊണ്ടിരിക്കുന്നതിനിടയിലാണ് ഈ യാത്ര നടക്കുന്നത്. ഹൗറക്ക് അടുത്തുള്ള സാന്ദ്രാഗച്ചി റെയിൽവേ സ്റ്റേഷനിൽ വന്നിറങ്ങുമ്പോൾ തന്നെ അതിന്റെ പ്രകമ്പനങ്ങൾ മുനീർ അനുഭവിക്കുന്നു. യാത്രാമധ്യേ ദാസ് നഗറിൽ വണ്ടി പിടിച്ചിടുന്നു. അന്നു രാത്രി കൊൽക്കത്തയിൽ നിന്നും അമ്പത്തഞ്ച് കിലോമീറ്റർ ദൂരെയുള്ള ചക്ള ഗ്രാമത്തിൽ താമസിച്ച് പിറ്റേന്ന് കൊൽക്കത്ത സിറ്റിയിൽ എത്തുന്നതോടെ യു.പി യിൽ പ്രതിഷേധ പ്രകടനം നടത്തിയ മുസ്ലീംങ്ങൾക്കു നേരെ ഉണ്ടായ വെടിവെയ്പിന്റെ അനുരണനങ്ങൾ കൊൽക്കത്തയിൽ വൻ പ്രക്ഷോഭ മായി കത്തി പടരുന്നു. ധർമ്മത്തല ബസ് സ്റ്റാന്റ് പരിസരത്തു നടന്ന പ്രതിഷേധ സമരത്തിന്റെ അനുഭവങ്ങൾ ഭീതിയോടെയല്ലാതെ നമുക്ക് വായിച്ച് പോകാൻ സാധിക്കില്ല. വിക്ടോറിയ രാജ്ഞിയുടെ ഓർമ്മയ്ക്കായി കേഴ്സൺ പ്രഭു നിർമ്മിച്ച സ്മാരകവും ഈഡൻ ഗാർഡനും മെട്രോയും ട്രാമുകളും ടാഗോർ സാഹിത്യവും മദർ തെരേസയും റായ് സിനിമയും ബുദ്ധിജീവികളും കമ്മ്യൂണിസവുമൊക്കെയുണ്ടെങ്കിലും ഇന്ത്യാവിഭജനം ഉണ്ടാക്കിയ മുറിവ് ഇന്നും ബംഗാളിന്റെ മനസ്സിൽ നിന്ന് മാഞ്ഞു പോയിട്ടില്ലെന്ന് മുർഷിദാബാദിലെ അനുഭവങ്ങളിലൂടെ ലേഖകൻ വരച്ചു കാണിക്കുന്നു.

'എവിടെ ടാറിട്ട റോഡ് അവസാനിക്കുന്നുവോ അവിടെ മുസ്ലീം ഗ്രാമങ്ങൾ ആരംഭിക്കുന്നു. എവിടെ ഇലക്ട്രിക്ക് പോസ്റ്റ് തീരുന്നുവോ അവിടെ മുസ്ലിം ഗ്രാമങ്ങൾ തുടങ്ങുകയായി' എന്ന ഒരു ചൊല്ല് തന്നെ ബംഗാളിലുണ്ടെന്ന് ലേഖകൻ പറയുന്നുണ്ട്. ഇവിടുത്തെ സവർണ്ണ ഹിന്ദുക്കളിൽ നിന്നും കമ്മ്യൂണിസ്റ്റുകാരിൽ നിന്നും ദളിതുകളും മുസ്ലീംകളും കാലാകാലങ്ങളിലായി അനുഭവിച്ചു കൊണ്ടിരിക്കുന്ന ജാതീയവും മതപ രവുമായ വിവേചനത്തിന്റെ ഭയാനകതയിലേക്കാണ് ഈ വരികൾ വിരൽ ചൂണ്ടുന്നത്. കുനിൽമേൽ കുരു എന്നതു പോലെ പൗരത്വ

ഭേദഗതി ബിൽ കൂടി വന്നതോടെ ഇരകളാക്കപ്പെട്ടവരുടെ ആശങ്ക ഇരട്ടിയായി. വിഭജനകാലത്തെ വർഗീയ സംഘർഷങ്ങളിലേക്ക് ഇന്ത്യയുടെ ജനാധിപത്യം ഒരിക്കൽ കൂടി വലിച്ചെറിയപ്പെട്ടുമെന്ന അവസ്ഥ വന്നു. ഇതിന്റെ തെളിവിലേക്കായി മുഹബത്ത്പൂരിൽ വെച്ച് നേരിടേണ്ടി വന്ന അനുഭവങ്ങൾ ലേഖകൻ പങ്കുവെയ്ക്കുന്നുണ്ട്. ഹിന്ദു ദളിത് ഗ്രാമങ്ങൾ പിന്നിട്ട് യാത്രാ സംഘം മുസ്ലീം ഭൂരിപക്ഷ പ്രദേശത്ത് എത്തുന്നതോടെ ആൾക്കൂട്ടം മുനീർ അടക്കമുള്ളവരെ വളയുന്നു. ചോദ്യം ചെയ്യുന്നു. തങ്ങളെ ബംഗ്ലാദേശിലേക്ക് കെട്ടുകെട്ടിക്കാൻ എത്തിയ മോദി സർക്കാരിന്റെ ചാരന്മാരായിട്ടാണ് സീറോ ഫൗണ്ടേഷൻ അംഗങ്ങളെ നാട്ടുകാർ തെറ്റിദ്ധരിച്ചത്. ഒരു വേള ജീവൻ തന്നെ അപകടത്തിലാണെന്ന സന്നിഗ്ധ ഘട്ടത്തിൽ സഹയാത്രികനായ മുഹമ്മദ് അലിയുടെ സന്ദർഭോചിതമായ ഇടപെടലാണ് രക്ഷക്ക് എത്തുന്നത്. അദ്ദേഹം ഗ്രാമമുഖ്യനെ ആലിംഗനം ചെയ്ത് കവിളിൽ ഒരു ഉമ്മ കൊടുക്കുന്നു. അതോടെ സംഘർഷത്തിന് അയവു വരുന്നു. സ്നേഹത്തേക്കാൾ വലിയൊരു ആയുധമില്ലെന്ന് ഈ അനുഭവത്തിലൂടെ മുനീർ വ്യക്തമാക്കിത്തരുന്നു. ഇന്ദിരാഗാന്ധി ഭൂട്ടോയ്ക്ക് ഒരു ഉമ്മ കൊടുത്താൽ തീരാവുന്ന പ്രശ്നമേ ഇന്ത്യയും പാക്കിസ്ഥാനും തമ്മിൽ ഉള്ളൂ എന്ന് മലയാളത്തിന്റെ എഴുത്തുകാരി മാധവിക്കുട്ടി ഒരിക്കൽ പറഞ്ഞത് ഈ അവസരത്തിൽ ഞാൻ ഓർത്തു പോവുകയാണ്

വിദ്യാഭ്യാസത്തിലും ആരോഗ്യത്തിലും ഭക്ഷ്യധാന്യങ്ങളുടെ ലഭ്യതയിലുമാണ് ഒരു നാടിന്റെ പുരോഗതി നിലകൊള്ളുന്നത്. എന്നാൽ ഇതൊന്നും സാധാരണക്കാരന്റെ കൈകളിലേക്ക് എത്തിക്കാൻ ജ്യോതി ബസുവിനോ ഇപ്പോൾ ഭരിച്ചു കൊണ്ടിരിക്കുന്ന മമതാ ബാനർജിക്കോ സാധിച്ചിട്ടില്ല. കണ്ണെത്താ ദൂരത്തോളം കടുകപാടങ്ങളും വഴുതിനിങ്ങ തോട്ടങ്ങളും ചോളവും കരിമ്പും ബീറ്റ്റൂട്ടും ഉരുളക്കിഴങ്ങും വിളഞ്ഞു നിൽക്കുമ്പോൾ എന്തുകൊണ്ടാണ് മാൾഡയിലേയും മോഹൻപൂരിലേയും ബിൽബൂമിലേയും കുട്ടികൾക്ക് ഒട്ടിയ വയറുമായി നടക്കേണ്ടിവരുന്നത്? ഉത്തരം മുനീർ ഹുസൈൻ തന്നെ കണ്ടെത്തുന്നുണ്ട്. ബ്യൂറോക്രസിയുടെ നഗ്നമായ നിയമലംഘനവും അഴിമതിയും. ബംഗാളിന്റെ ചരിത്രം, രാഷ്ട്രീയം, കല, സംഗീതം, ഭക്ഷണം, ആചാരം, അനുഷ്ഠാനങ്ങൾ, വൈദ്യം, മന്ത്രവാദം, അന്ധവിശ്വാസങ്ങൾ, പരിസ്ഥിതി ഇങ്ങനെ സമസ്ത മേഖലകളിലേക്കുമുള്ള സൂക്ഷ്മവും സമഗ്രവുമായ ഒരു അന്വേഷണമാണ് ഈ യാത്രാ പുസ്തകം.

തീവണ്ടിക്കാഴ്ചകൾ..

18-12-2019 ബുധൻ.
കോഴിക്കോട് റെയിൽവേ സ്റ്റേഷൻ.

"യാത്രിയോം കൃപയാ ധ്യാൻ ദീജിയേ..
മംഗലൂർ സേ ചെന്നൈ തക് ജാനേവാലി മംഗലാപുരം ചെന്നൈ എക്സ്പ്രസ്..."

സമയം വൈകുന്നേരം അഞ്ചര കഴിഞ്ഞതേയുള്ളൂ. പ്ലാറ്റ്ഫോമിൽ തീവണ്ടിയുടെ വരവറിയിച്ച് കൊണ്ടുള്ള നിർദ്ദേശങ്ങൾ മുഴങ്ങിത്തുടങ്ങി. മംഗലാപുരത്ത് നിന്നും യാത്രയാരംഭിച്ച ചെന്നൈ മെയിൽ എക്സ്പ്രസ് കൃത്യസമയത്ത് തന്നെ ചൂളം വിളിച്ചുകൊണ്ട് ഒന്നാമത്തെ പ്ലാറ്റ്ഫോമിലേക്ക് എത്തിച്ചേർന്നു. സ്റ്റേഷനിൽ പതിവിലധികം തിരക്കുണ്ട്. വെക്കേഷൻ ആസ്വദിക്കാൻ രാജ്യത്തിന്റെ പല ദിക്കിലേക്കും യാത്ര തുടങ്ങുന്നവരാവും. അല്ലെങ്കിൽ കച്ചവടാവശ്യങ്ങൾക്കോ അടുത്തവരെ സന്ദർശിക്കാനോ പോകുന്നവരുമാവാം. ഇരിപ്പിടത്തിനു പുറകിലായി കണ്ട പെട്ടിക്കടയിൽ നിന്നും ഒരു പാക്കറ്റ് വറുത്തകായയും അരക്കിലോ കോഴിക്കോടൻ ഹൽവയും ഒരു ഹവായ് ചെരിപ്പും വാങ്ങി ബാഗിലേക്ക് തിരുകി തീവണ്ടിയിലെ എസ് ത്രീ എന്ന കമ്പാർട്ട്മെന്റിലേക്ക് കയറി.

പതിനാലു ദിവസത്തേക്കുള്ള യാത്രയാണ്. എങ്കിലും ഒരൊറ്റ ബാക്ക്പാക്കിലേക്ക് കുത്തിത്തിരുകിയ ലഗേജ് മാത്രമേ എടുത്തിട്ടുള്ളൂ. അത്കൊണ്ട് തന്നെ ബാഗ് വീർത്തിരിക്കുന്നു. നല്ല കനവും ഉണ്ട്. അൽപ്പം കഷ്ടപ്പെട്ടിട്ടാണെങ്കിലും ഇരിക്കുന്ന സീറ്റിനടിയിലേക്ക് തിരുകിക്കയറ്റി. ചുവന്ന ടീഷർട്ടും നീല ട്രാക്ക് സ്യൂട്ടും മിലിട്ടറി ഗ്രീൻ

തൊപ്പിയുമാണ് വേഷം. വയർലെസ്സ് ഹെഡ്ഫോൺ ഇരുചെവിക ൾക്കും മുകളിൽ സംഗീതം പൊഴിക്കാൻ സജ്ജമായി നിന്നു. താഴെ സീറ്റിൽ നിറയെ ആളുകൾ ഉണ്ടായിരുന്നു. വണ്ടി നീങ്ങിത്തുടങ്ങുന്ന തിനു മുമ്പ് തന്നെ അപ്പർ ബർത്തിലേക്ക് വലിഞ്ഞുകയറി. അവിടെ ഇരിക്കാനും കിടക്കാനും ഒക്കെ പാകത്തിൽ തുണി വിരിച്ചു. കാറ്റ് ഊതി നിറക്കുന്ന തലയണ കഴുത്തിന് പുറകിൽ വെച്ച് പെട്ടെന്ന് തന്നെ ഒരു തമിഴ് സിനിമയിലേക്ക് മുഴുകി.

ക്രിസ്മസ് വെക്കേഷനാണ്. ഇക്കൊല്ലത്തെ അവധിക്കാലം ബംഗാ ളിലേക്കുള്ള യാത്രയാണ്. ഒട്ടുമിക്ക അവധിക്കാലത്തും ഏതെങ്കിലും ഒരു സംസ്ഥാനത്ത് പത്തു പതിനഞ്ചു ദിവസം തങ്ങുക എന്ന സ്ഥിരം പരിപാ ടിയുടെ ഭാഗമായി ഇത്തവണത്തെ യാത്ര ഇവിടെ ആരംഭിക്കുകയാണ്.

പതിവ് കാഴ്ച്ചകൾക്കപ്പുറം നറുങ്ങു വിസ്മയങ്ങൾ ഒളിപ്പിച്ചു വെക്കുന്ന കൽക്കട്ട തെരുവുകളും, നിഗൂഢതകൾ നിറഞ്ഞ സുന്ദര കാഴ്ചകൾ കാത്തു വെക്കുന്ന ഗ്രാമീണജീവിതങ്ങളും നേരിട്ട് കാണാനും, ബംഗാളിന്റെ ഉൾത്തുടിപ്പുകൾ തൊട്ടറിയാനും അവയെ അനുഭവിക്കാനും ആസ്വദിക്കാ നുമായി ഒരു പക്കാ ലോക്കൽ യാത്ര!.

യാത്രയിൽ ആരെയും പരിചയപ്പെടാൻ നിന്നില്ല. സിനിമ ഇടക്കെ പ്പോഴോ ഉറക്കത്തിന്റെ ആലസ്യത്തിൽ മുറിഞ്ഞു പോയിരുന്നു. പാലക്കാട് കഴിഞ്ഞപ്പോഴേക്കും പുറത്ത് ചാറ്റൽ മഴ തുടങ്ങിയിരുന്നു. ബോഗിക്കുള്ളിലേക്ക് കുളിരുമായെത്തിയ തണുത്ത കാറ്റ് സുന്ദരമാ യൊരു തീവണ്ടിയാത്ര കൂടി സമ്മാനിച്ചു. രാത്രിമഴയുടെ സംഗീതവും തീവണ്ടിയുടെ താളാത്മകമായ ഇളക്കവും കണ്ണുകളെ ഉറക്കിലേക്ക് കൊണ്ടുപോയി.

രാത്രിയാത്ര കഴിഞ്ഞു തീവണ്ടി ചെന്നൈ സെൻട്രൽ സ്റ്റേഷനിൽ എത്തുമ്പോൾ സമയം പുലർച്ചെ അഞ്ചു മണിയായിരുന്നു. ദക്ഷിണേന്ത്യ യിലെ ഏറ്റവും വലിയ സ്റ്റേഷനുകളിൽ ഒന്നാണിത്. ചായയും വടയും ഇഡ്ഡലിയും പൊങ്കലും വിൽക്കുന്ന കച്ചവടക്കാരുടെ കലപിലയും ഓട്ടപ്പാച്ചിലും കാരണം സർവത്ര ബഹളമയമായിരുന്നു. നല്ല തിരക്കു മുണ്ട്. പൂക്കച്ചവടക്കാരും തല മുണ്ഡനം ചെയ്ത് പീത വസ്ത്രധാരികളായി പളനിയിലേക്ക് ധ്യാനത്തിനു പോകുന്നവരും ധാരാളമുണ്ട്. ഗ്രാനൈറ്റ് വിരിച്ച തറയിൽ സുഖമായി കിടന്നുറങ്ങുന്നവർ ഒരു ഭാഗത്ത് ഇതൊന്നു മറിയുന്നേയില്ല. ഇവർക്കെല്ലാം ഇടയിലൂടെ ലഗേജും തലയിൽ വെച്ച് നല്ലൊരു ചായക്കടയും തേടി നടന്നു. തീവണ്ടികൾ വന്നും പോയും കൊണ്ടേയിരിക്കുന്നു. പുറത്ത് കണ്ടൊരു മിൽക്ക് ബൂത്തിൽ നിന്നും ചൂടുള്ള ഒരു കോഫി വാങ്ങി ശരീരവും മനസ്സും ഒന്ന് ചൂടാക്കി.

ചെന്നൈ സ്റ്റേഷനിൽ നിന്നും എട്ടു മണിക്കാണ് കൽക്കട്ടയിലേക്കുള്ള ട്രെയിൻ. വെള്ള യൂണിഫോമിട്ട ഉദ്യോഗസ്ഥർ വരിവരിയായി പുറത്തേക്കു നടക്കുന്നു. വേറെ കുറെയാളുകൾ റെയിൽവേ ട്രാക്കുകൾ വൃത്തിയാക്കിക്കൊണ്ടിരിക്കുന്നു. തമിഴിലും ഹിന്ദിയിലും അറിയിപ്പുകൾ വന്നുകൊണ്ടിരിക്കുന്നു. ചെറിയൊരു ചാറ്റൽ മഴ വരാനിരിക്കുന്ന ഓർമ്മകളിലേക്ക് നനവ് പടർത്തി കടന്നു പോയി.

കൃത്യം 8.10 നു ചെന്നൈ - സാന്ദ്രഗച്ചി എന്ന സൂപ്പർഫാസ്റ്റ് എസി എക്സ്പ്രസ് ബംഗാളിലേക്കുള്ള യാത്രയാരംഭിച്ചു.

ഇന്ത്യയുടെ തെക്ക് കിഴക്ക് തീരത്ത് കൂടിയാണ് സഞ്ചാരം. ഈ ബോഗിയിൽ ഹിന്ദിക്കാരായ ഒരു ഫാമിലിയാണ് കൂടെയുള്ളത്. അമ്മയും അച്ഛനും രണ്ടു കുട്ടികളും. മൂത്ത ആൺകുട്ടിക്ക് പത്ത് വയസ്സ് പ്രായം വരും. രണ്ടാമത്തെയാൾക്ക് അഞ്ചു വയസ്സും. മൊട്ടയടിച്ച് കറുത്ത കൂളിംഗ് ഗ്ലാസ് വെച്ച് സ്വർണ്ണ മാല ധരിച്ച് ഗമയോടെ സ്റ്റൈലനായി ഇരിക്കുകയാണ് മൂത്തവൻ. ഇളം നീലയിൽ മഞ്ഞ നിറത്തിൽ കള്ളിഷർട്ടും ജീൻസുമാണ് രണ്ടാമത്തെയാൾക്ക്. അമ്മാവനാനെന്നു തോന്നുന്ന ഒരാൾ കൂടിയുണ്ട് ഇവർക്കൊപ്പം. അവരുടെ ടിക്കറ്റ് കൺഫോം ആയിട്ടില്ല. അതിന്റെ ആധിയിൽ അങ്ങോട്ടുമിങ്ങോട്ടും ഓടിനടക്കുന്നു. സീറ്റിനായി ടിക്കറ്റ് എക്സാമിനറുടെ കനിവും കാത്ത് ഇരിക്കുകയാണ്. തൽക്കാലം ഇരിക്കാൻ ഞങ്ങൾ നീങ്ങിയിരുന്നു കൊടുത്തു.

തീവണ്ടി ചെന്നൈയിൽ നിന്നും ആന്ധ്രാപ്രദേശിലൂടെ വിജയവാഡ പിന്നിട്ടു.

ട്രെയിനിന് പുറത്ത് പതിവു കാഴ്ചകൾ തന്നെ. ഉച്ചയോടെ കൂടുതൽ ഗ്രാമക്കാഴ്ചകൾ കാണാൻ തുടങ്ങി.

നോക്കെത്താ ദൂരത്തോളം വിശാലമായ പച്ചപ്പ്. കൊയ്ത്ത് കഴിഞ്ഞ പാടങ്ങളും പച്ച വിരിച്ച് വിളവെടുപ്പിനു ഒരുങ്ങി നിൽക്കുന്ന കൃഷിപ്പാടങ്ങളുമൊക്കെ ഇടകലർന്ന സ്ഥലങ്ങൾ. അങ്ങിങ്ങായി കാണുന്ന ആട്ടിൻ കൂട്ടങ്ങൾ. ഇടക്ക് മിന്നി മറയുന്ന ചെറുതും വലുതുമായ പുഴകൾ. വെള്ളക്കെട്ടുകൾ.

പാടങ്ങൾക്ക് അതിർത്തി നിർണ്ണയിച്ചു കൊണ്ട് ദൂരെ സമാന്തരമായി ഓടിക്കൊണ്ടിരിക്കുന്ന പശ്ചിമഘട്ട മലനിരകൾ.

അസ്തമയ സൂര്യന്റെ സുവർണ്ണകിരണങ്ങൾ ഇളം ചൂടോടെ ഏറ്റുവാങ്ങി സായാഹ്നത്തോടു വിടപറയാൻ ഒരുങ്ങുന്ന പ്രകൃതി.

കുറെ സമയം ഇത് തന്നെയായിരുന്നു കാഴ്ചകൾ.

രാത്രി ഒമ്പത് മണിയോട് കൂടി ഇന്ത്യയിലെ തന്നെ ഏറ്റവും പ്രധാനപ്പെട്ട റെയിൽവേ സ്റ്റേഷനുകളിൽ ഒന്നായ വിശാഖപട്ടണത്തെത്തി. അപ്പോഴേക്കും ഈ തീവണ്ടിക്ക് തൊട്ടു പിന്നാലെ മദ്രാസിൽ നിന്നും തന്നെ യാത്രയാരംഭിച്ച കൊറോമാണ്ടൽ എക്സ്പ്രസ് കിതച്ചു കൊണ്ട് അഞ്ചാമത്തെ പ്ലാറ്റ്ഫോമിലേക്ക് പാഞ്ഞു കയറി. ഒരു മത്സരം പോലെയായിരുന്നു കൊറോമാണ്ടലും സാന്ദ്രാഗച്ചി എക്സ്പ്രസ്സും തമ്മിലുള്ള യാത്ര. ഒരേ റൂട്ടിൽ ഏതാണ്ട് ഒരേ സമയത്ത് ഓടുന്ന രണ്ടു വണ്ടികൾ. പല സ്ഥലങ്ങളിൽ വെച്ചും പരസ്പരം പിന്തുടർന്നും മുന്നിൽ കയറിയും പിന്നിലാക്കിയും ഒക്കെയുള്ള മത്സരയാത്ര. ട്രെയിൻ യാത്രികരുടെ മൊബൈൽ ആപ്ലിക്കേഷനായ “വേർ ഈസ് മൈ ട്രെയിനി”ൽ ഞാനീ ചെയ്സിംഗ് നോക്കിക്കൊണ്ടേയിരുന്നു. പ്രിയപ്പെട്ട രണ്ടു ക്ലബുകൾ തമ്മിലുള്ള ഫുട്ബോൾ മത്സരം പോലെ.!!

രണ്ടര ദിവസത്തെ യാത്രക്കൊടുവിൽ രാവിലെ എട്ടരയോടെ ഏഷ്യയിലെ തന്നെ ഏറ്റവും നീളം കൂടിയ റെയിൽവെ സ്റ്റേഷനുകളിൽ ഒന്നായ ഖരഗ്പൂർ സ്റ്റേഷനിൽ എത്തി.

വളരെ തിരക്ക് പിടിച്ച സ്റ്റേഷനാണിത്. യാത്രക്കാരും ചുമട്ടുതൊഴിലാളികളും തലങ്ങും വിലങ്ങും ഓടിക്കൊണ്ടിരിക്കുന്നു.

“ചായ്.. ഗരമാ ഗരം ചായ്.. “

“ബിരിയാണീ.. വെജ് ബിരിയാണീ.. “ സ്റ്റേഷനിലെ പതിവു പല്ലവികൾ കാതുകളിൽ മുഴങ്ങി..

പുറത്തിറങ്ങി ചായയും വലിപ്പമേറിയ ഉത്തരേന്ത്യൻ സമൂസയും അതിന്റെ ചട്നിയും വാങ്ങി. ഗ്രീൻ സിഗ്നൽ കിട്ടാതെ ഇവിടെ കുറച്ചു സമയം ട്രെയിൻ നിർത്തിയിട്ടിരിക്കുകയാണ്. ചൂടുള്ള ചായക്കപ്പും പിടിച്ച് അപ്പോഴേക്കും സ്റ്റേഷനിലൂടെ ചെറിയൊരു നടത്തം പൂർത്തിയാക്കിയിരുന്നു. തീവണ്ടി യാത്രയുടെ ഏറ്റവും മനോഹരമായ നിമിഷങ്ങളിൽ ഒന്ന് ഇടക്കിടക്ക് കിട്ടുന്ന തന്നെ ഇത്തരം ഇടവേളകളാണ്.

വ്യത്യസ്തമായ ദേശങ്ങൾ, വ്യത്യസ്തമായ ആളുകൾ, വിവിധ വസ്ത്രധാരണങ്ങൾ, കാലാവസ്ഥകൾ, ജീവിത രീതികൾ, വ്യത്യസ്തമായ ഭക്ഷണങ്ങൾ, കാണാനും അറിയാനും ഇതുപോലെ എന്തൊക്കെ കിടക്കുന്നു..!!

പിറ്റേന്ന് രാവിലെ പതിനൊന്ന് മണിയോടെ പശ്ചിമ ബംഗാളിന്റെ ഹൃദയഭാഗമായ സാന്ദ്രാഗച്ചി റെയിൽവേ സ്റ്റേഷനിൽ വണ്ടിയിറങ്ങി.

നന്നായി വിശക്കുന്നുണ്ടായിരുന്നു. തൽക്കാലം കുപ്പിവെള്ളം കുടിച്ചു സമാധാനിച്ചു.

സാന്ദ്രാഗച്ചി ജംഗ്ഷൻ - തീവണ്ടി തടയൽ

ഈ തീവണ്ടിയുടെ അവസാനത്തെ സ്റ്റോപ്പാണിത്. കൽക്കട്ട നഗരത്തിന്റെ തൊട്ടു മുമ്പുള്ള ഏറ്റവും പ്രധാനപ്പെട്ട റെയിൽവേ സ്റ്റേഷൻ.

ഇവിടെ നിന്നും ഇനി ഹൗറസ്റ്റേഷനിലേക്ക് പോവണം. ലോക്കൽ ട്രെയിൻ കയറി വേണം പോവാൻ. ഒരു ഇടത്തരം സ്റ്റേഷനാണിത്. പല സ്ഥലങ്ങളിലും അറ്റകുറ്റപ്പണികൾ നടന്നുകൊണ്ടിരിക്കുന്നു. കെട്ടിടങ്ങളൊക്കെ പൊടി പിടിച്ച് കിടക്കുകയാണ്. വരാൻ പോകുന്ന സിറ്റിയുടെ ഒരു മുന്നോടിയാണ് ഈ കാഴ്ച്കൾ എന്ന് എനിക്ക് അപ്പോൾ മനസ്സിലായില്ല. ട്രെയിനിൽ വന്ന ഒട്ടുമിക്ക ആളുകളും ഇവിടെത്തന്നെ ഉണ്ട്. എല്ലാവരും ഹൗറയിലേക്കുള്ള വണ്ടിക്ക് കാത്ത് നിൽക്കുകയാണ്.

പൊളിഞ്ഞ സ്പീക്കറിൽ നിന്നും ചിലമ്പിയ ശബ്ദത്തിൽ അനൗൺസ്മെന്റ് മുഴങ്ങിത്തുടങ്ങി. ആദ്യം ബംഗാളിയിൽ, പിന്നെ ഹിന്ദിയിൽ, അവസാനം ഇംഗ്ലീഷിൽ. വരാനുള്ള ഒരു വണ്ടി ക്യാൻസൽ ചെയ്തു എന്നാണ പറഞ്ഞത്. വലിയ ബാഗും ചുമലിൽ തൂക്കി ഒരു തൂണിൽ ചാരി നിൽക്കുകയാണ് ഞാൻ. ഇരിക്കാനൊന്നും ഇരിപ്പിടങ്ങളില്ല. അങ്ങിങ്ങായി പൊട്ടിയതും പൊടിപിടിച്ചതുമൊക്കെയുണ്ട്. അതിലൊക്കെ പക്ഷേ ആളുകൾ ഇരിക്കുകയും കിടക്കുകയും ചെയ്യുന്നുമുണ്ട്.

ഭിക്ഷക്കാരും പ്രാവുകളും നായ്ക്കൂട്ടങ്ങളും ധാരാളമുണ്ട് ഈ സ്റ്റേഷനിൽ.

പുറകിലെ ട്രാക്കിലൂടെ ഒരു സബർബൻ ട്രെയിൻ കൂകി വിളിച്ചുകൊണ്ട് എതിർദിശയിലേക്ക് കടന്നു പോയി.

അഞ്ചു രൂപയാണ് ഇവിടെനിന്നും ഹൗറയിലേക്ക് ലോക്കൽ ടിക്കറ്റ് ചാർജ്. ടിക്കറ്റ് അക്കരെയാണ്. പഴകി പൊളിഞ്ഞ ഒരു സ്റ്റീൽ ഓവർബ്രിഡ്ജിനു മുകളിലൂടെ അവിടേക്ക് നടന്നു. ഒട്ടും തിരക്കില്ലാത്ത കൌണ്ടറിൽ കയറുന്നതിനു മുമ്പ് തന്നെ വെണ്ടിംഗ് മെഷീനിൽ നിന്നും ടിക്കറ്റ് കിട്ടി.

റെയിൽവേ ട്രാക്കിന് സമീപത്തായി നാടോടി കുടുംബങ്ങൾ ചെറിയ കുടിലുകൾ കെട്ടി താമസമാക്കിയിട്ടുണ്ട്. ഒരു നൂൽബന്ധം പോലുമില്ലാതെ ചെറിയ കുട്ടികൾ പൊടിമണ്ണിൽ ഉരുണ്ടു കളിക്കുകയാണ്. തലയിൽ നിന്നും തെന്നിനീങ്ങുന്ന സാരിത്തലപ്പ് കൊണ്ട് വെയിലിനെ മറച്ചു ചെറിയ അടുപ്പുകളിൽ പാചകം ചെയ്യുകയാണ് നാടോടി പെണ്ണുങ്ങൾ. വലിയ കുട്ടകളിൽ പേരക്കയും മസാലകളുമായി അടുത്ത വണ്ടിക്ക് കാത്തുനിൽക്കുന്നു കുറേ തീവണ്ടിക്കച്ചവടക്കാർ.

പതിനഞ്ചു മിനിറ്റുകൾക്ക് ശേഷം ഒരു വണ്ടി വന്നു.

ഇര വിഴുങ്ങിയ പെരുമ്പാമ്പിനെ പോലെ വീർത്തിരിക്കുന്നു. കൊള്ളാവുന്നതിന്റെ ഇരട്ടിയിലധികം ആളുകളുണ്ട് ഇതിൽ. യാത്രക്കാർ തുറന്ന വാതിലിനു പുറത്തേക്ക് തള്ളി നിൽക്കുന്നു. ഉത്തരേന്ത്യയിലെ ഒരു പതിവ് കാഴ്ചയാണിത്. രാവിലെയും വൈകുന്നേരങ്ങളിലും തലങ്ങും വിലങ്ങും കുതിച്ചു പായുന്ന സബർബൻ ട്രെയിനുകൾ. ഓരോ സെക്കന്റിലെയും ചെറിയ സ്പന്ദനങ്ങൾ പോലും തൊട്ടറിഞ്ഞുകൊണ്ട് നഗരത്തിന്റെ സിരകളിലൂടെ തലങ്ങും വിലങ്ങും ഓടിക്കൊണ്ടേയിരിക്കുകയാണ്. ഇറങ്ങാനും കയറാനും കൂടി ഏതാനും സെക്കന്റുകൾ മാത്രമേ ഉണ്ടാവൂ.

“നോക്കി നിന്നിട്ട് കാര്യമില്ല. തിരക്കില്ലാത്ത ഒരു വണ്ടിയും വരാൻ പോകുന്നില്ല. തിക്കിത്തിരക്കി കേറിക്കോ.” ഞാനെന്നോട് തന്നെ പറഞ്ഞു.

ഭാരമേറിയ ലഗേജും മുതുകിൽ കയറ്റികൊണ്ട് അതിനുള്ളിലേക്ക് വലിഞ്ഞു കയറി ആ തിരക്കിൽ ഒരാളായി.

കാലുകുത്താൻ പോലും ഇടമില്ല ഇതിനകത്ത്. ഞെരുങ്ങി നിൽക്കാനേ തരമുള്ളൂ. വിയർപ്പിന്റെയും പഴകിയ വസ്ത്രത്തിന്റെയും പാൻമസാലയുടെയും സമ്മിശ്രമായ ഗന്ധം മൂക്കിലേക്ക് അടിച്ചു കയറി. വലിയ ശബ്ദത്തിലെ സംസാരവും പൊട്ടിച്ചിരികളും ഗുഡ്ഖയുടെ നാറ്റവും തനി ബംഗാളി യാത്രയുടെ അനുഭവത്തിലേക്ക് പെട്ടെന്ന് എത്തിച്ചു. ലഗേജ് ബാഗ് കാലിനിടയിൽ ഇറുക്കിപ്പിടിച്ച് ഒരു കമ്പിയിൽ ചാരി നിൽപ്പുറപ്പിച്ചു. ബോഗി ചെറുതായൊന്നു കുലുങ്ങി.

വണ്ടി പക്ഷേ വളരെ പതുക്കെയാണ് പോകുന്നത്. ഇടക്ക് നിർത്തിയും പിന്നെയൊന്ന് ആടിയും സുഖമില്ലാത്ത യാത്ര. രണ്ടു മൂന്ന ചെറിയ സ്റ്റേഷനുകൾ പിന്നിട്ടതേയുള്ളൂ.

ദാസ് നഗർ.!

അതാണ് അടുത്ത സ്റ്റോപ്പ്. ട്രെയിനിലെ സ്ക്രീനിൽ ചുവന്ന എൽ ഇ ഡി ലൈറ്റിൽ കാണാം. പക്ഷേ അതിനു മുമ്പ് തന്നെ വണ്ടി നിർത്തിയിട്ട് പത്ത് മിനിറ്റ് കഴിഞ്ഞു. ഇത് പതിവുള്ളതാണ്. ഇന്ത്യയിലെ തന്നെ ഏറ്റവും വലിയൊരു റെയിൽവേ സ്റ്റേഷനിലേക്കാണ് പ്രവേശിക്കുന്നത്. സെക്കന്റുകളുടെ വ്യത്യാസത്തിൽ ഒരുപാട് ട്രെയിനുകൾ വന്നു പൊയ്ക്കൊണ്ടിരിക്കുന്ന ഹൗറസ്റ്റേഷൻ.!

ഇത് പക്ഷേ അങ്ങനെയായിരുന്നില്ല.

അരമണിക്കൂറോളം ആയി ഈ കാത്തിരിപ്പ് തുടങ്ങിയിട്ട്. അപ്പോഴേക്കും ആളുകൾ അസ്വസ്ഥരായിത്തുടങ്ങി. എന്തൊക്കെയോ സ്വകാര്യം പറയുന്നു. ചിലർ ആക്രോശിക്കുന്നു. വേറെ കുറെ ആളുകൾ അങ്ങോട്ടും ഇങ്ങോട്ടും മൊബൈൽ ഫോണിൽ വിളിച്ച് സംസാരിച്ചു കൊണ്ടേയിരിക്കുന്നു. വിവിധ ഭാവങ്ങൾ മിന്നി മറയുന്നു. എനിക്കൊന്നും മനസ്സിലായില്ല. കുറെയാളുകൾ വാതിലിലൂടെയും ജനലിലൂടെയും തല പുറത്തേക്ക് നീട്ടി നോക്കുന്നുണ്ട്. അതിനിടയിലൂടെയും മസാല പേരക്കയും കടലക്കച്ചവടക്കാരും പാൻ മസാലകളും വരുന്നുണ്ട്. അണ്ടിപ്പരിപ്പും ബദാമും ചീർപ്പും സേഫ്റ്റി പിന്നുകളും കുട്ടയിലാക്കി ഈ തിരക്കിടയിലും കൂളായി കച്ചവടക്കാർ വരികയും പോവുകയും ചെയ്യുന്നു. അപ്പോഴേക്കും കുറെ ആളുകൾ ഇറങ്ങി നടക്കാൻ തുടങ്ങിയിട്ടുണ്ട്. ഇറങ്ങിയവർ ഇറങ്ങാത്തവരോട് എന്തോ പറയുന്നു. അത് കേട്ടിട്ടും ചിലർക്ക് ഒരു കുലുക്കവുമില്ല. എന്നാൽ ചിലർ പിന്നെയും ഇറങ്ങി. മുന്നോട്ട് നടന്നു തുടങ്ങി. ഒന്നും മനസ്സിലാവാതെ ഞാൻ അങ്ങോട്ടുമിങ്ങോട്ടും വെറുതെ നോക്കി.

"ക്യോം ഗാഡീ സ്റ്റോപ്പ് ഹൈ..?"

തൊട്ടടുത്ത് മസാല തിന്നു കൊണ്ടിരുന്ന ഒരാളോട് ഹിന്ദിയിൽ ചോദിച്ചു. അയാളൊരു നോട്ടം. ഞാൻ ദഹിച്ചു പോയി. ഒന്നും അറിയാത്ത പോലെ പതുക്കെ അവിടെ തന്നെ നിന്നു. ആളുകൾ പിന്നെയും ഇറങ്ങുകയാണ്. പെട്ടെന്ന് ഇയാളും ഇറങ്ങി. ഈ ബോഗിയിൽ ഇപ്പോ ആളുകൾ കുറവാണ്. ഉദ്യോഗസ്ഥൻ എന്ന് തോന്നിക്കുന്ന ഒരാൾ തൊട്ടപ്പുറത്തെ സീറ്റിലിരിക്കുന്നു.

"വാട്ടീസ് ദ പ്രോബ്ലം..?"

ഞാൻ ഇംഗ്ലീഷിൽ ചോദിച്ചു. ഇനി ഹിന്ദി മനസ്സിലാവാത്ത പ്രശ്നം വേണ്ട. അയാൾക്ക് പക്ഷേ ഒരു ചുക്കും മനസ്സിലായില്ല.

ഇത് കേട്ട് കൊണ്ടിരുന്ന മറ്റൊരാൾ പറഞ്ഞു. ട്രെയിൻ തടഞ്ഞു വെച്ചിരിക്കുകയാണ്. പ്രക്ഷോഭകാരികൾ മുമ്പിലുണ്ട്. കുറെ സമയമായി തുടങ്ങിയിട്ട് എന്ന്.

ട്രെയിൻ തടയുകയോ..?? എനിക്കത് അമ്പരപ്പ് ഉണ്ടാക്കിയെങ്കിലും വേറെയാർക്കും ഒരു കൂസലും കണ്ടില്ല.

"കിതനേ ദേർ ലഗേഗാ.. ബഹുത് മുഷ്കിൽ ഹേ..??" ആശങ്കയോടെ ഞാൻ ചോദിച്ചു.

"പതാ നഹീ ബാബൂ.." അത് പറയാൻ പറ്റില്ല. ചിലപ്പോ പെട്ടെന്ന് കഴിയും, അല്ലെങ്കിൽ കുറേ സമയമെടുക്കും. ചിലപ്പോൾ ഇന്ന് പോവാൻ തന്നെ പറ്റിയില്ല എന്നും വരും. ഇതൊക്കെയാണ് ഇവിടുത്തെ അവസ്ഥ. മുറി ഇംഗ്ലീഷും കുറച്ചു ഹിന്ദിയും ബാക്കി ബംഗാളിയും കൂട്ടി സങ്കര ഭാഷയിലാണയാൾ പറഞ്ഞത്.

ഒരു കാളൽ പെരുവിരലിൽ നിന്നും മൂർദ്ധാവിലേക്ക് അരിച്ചു കയറി. കാരണമുണ്ട്. പറയാം.

നാട്ടിൽ നിന്ന് ഇറങ്ങുന്ന സമയത്ത്, മിനിഞ്ഞാന്ന് രാവിലെ പത്രത്തിൽ വായിച്ച വാർത്ത ഞെട്ടിക്കുന്നതായിരുന്നു. പൗരത്വ പ്രശ്നവുമായി നോർത്ത് ഈസ്റ്റ് സംസ്ഥാനങ്ങളും പശ്ചിമ ബംഗാളും കത്തുകയാണ്. ഹൗറ സ്റ്റേഷനിൽ ട്രെയിനിനു തീയിട്ടു, പ്രതിഷേധ പ്രവർത്തകർ ട്രെയിൻ തടയുന്നു എന്നൊക്കെയാണ് വാർത്ത. പലരും പല വഴിക്കും ഈ യാത്ര വിലക്കിയതുമാണ്.

"ഇപ്പോ നീ ഈ യാത്ര പോവണ്ട. എന്തിനാ വെറുതെ റിസ്ക് എടുക്കുന്നേ. നിനക്ക് പ്രാന്ത് ആണോ ഇപ്പോ അങ്ങോട്ട് കെട്ടി എടുക്കാൻ" എന്നൊക്കെപ്പറഞ്ഞു നിരുത്സാഹപ്പെടുത്തിയതുമാണ്.

"ഇപ്പോഴാണ് അവിടേക്ക് പോവേണ്ടത്. ഇതാണ് കാണേണ്ടത്. അങ്ങനെ കുടുങ്ങുകയാണെങ്കിൽ അങ്ങ് കുടുങ്ങട്ടെ" എന്ന് പറഞ്ഞിറങ്ങിയാണ് യാത്ര തുടങ്ങിയത്.

ഒരു നിമിഷം കണ്ണടച്ചു. കഴിഞ്ഞ സംഭവങ്ങളിലേക്ക് തിരിഞ്ഞു നോക്കി.

ഈ യാത്ര ആരംഭിക്കുന്നത് ഞാൻ ഒറ്റക്കാണ്. ഇത് വരെ പോയിട്ടില്ലാത്ത സ്ഥലം. ബംഗാളി ഭാഷ പേരിനു പോലും അറിയില്ല. പരിചയമുള്ള ഒരാളും കൂടെയില്ല. ഇവിടെ നിന്നു എങ്ങോട്ടാണ് പോവേണ്ടതെന്നോ എങ്ങനെയാണ് പോവേണ്ടതെന്നോ വഴി ഏതെന്നോ അറിയില്ല.

കാലുകൾ കുഴയുന്ന പോലെ തോന്നി. കണ്ണിൽ ഇരുട്ട് വീണെങ്കിലും അറിയാത്ത പോലെ ഭാവിച്ചു.

പ്രക്ഷുബ്ധമായ സാഹചര്യത്തിലേക്കുള്ള ചുവടുവെപ്പുകൾ. ഏതു സമയവും പ്രശ്നങ്ങൾ പൊട്ടിപ്പുറപ്പെടാമെന്ന സാഹചര്യങ്ങൾ.

തീവണ്ടി നിർത്തിയിട്ട് അപ്പോഴേക്കും സമയം ഒരുപാടായി.

റാലികൾ അക്രമത്തിലേക്ക് തിരിയാൻ ഒരൊറ്റ നിമിഷം മതി. അക്രമം തുടങ്ങിയാൽ ഇവർ ആദ്യം തീയിടുന്നത് തീവണ്ടിക്കാണ്. അല്ലെങ്കിൽ ബസ് കത്തിക്കും. അങ്ങനെ ഒക്കെയാണ് കേട്ടിട്ടുള്ളത്.

പടച്ചോനെ... ഇതെങ്ങാനും കത്തിക്കുമോ...??

പ്രശ്നങ്ങൾ നേരിട്ട് കാണുകയാണ്. അല്ല അനുഭവിക്കുകയാണ്.

പൗരത്വ പ്രശ്നം കാരണം രാജ്യം ഒന്നാകെ പ്രതിഷേധമിരമ്പി കൊണ്ടിരിക്കുകയാണ്. തീവണ്ടിയിൽ നിന്നും ഒരുപാട് ആളുകൾ ഇറങ്ങിപ്പോയി. ബോഗികൾ കാലിയാവാൻ തുടങ്ങി. പത്തു മിനിറ്റ് കൊണ്ട് എല്ലാവരും ഇറങ്ങിക്കഴിഞ്ഞു. പുറകിലെ ബോഗികളിൽ നിന്നും ഒരു തീവണ്ടി മൊത്തം ആളുകൾ നടക്കുകയാണ്. ട്രാക്കിനു പുറത്ത് പാകിയ കരിങ്കൽ ചീളുകൾ ഞെരിഞ്ഞമരുന്ന ശബ്ദം കേൾക്കാം. ഞാൻ പുറത്തേക്കും വണ്ടിയിലേക്കും മാറിമാറി നോക്കി. ആളുകൾ ഇറങ്ങുന്നത് വല്ലാത്തൊരു അരക്ഷിതാവസ്ഥയോടെയാണ് നോക്കിക്കണ്ടത്.

ഇപ്പോ വണ്ടിയിൽ വയസ്സായ ഒരു അമ്മൂമയും ഞാനും എന്റെ ബാഗും മാത്രം. കാലിയായ ട്രെയിനിൽ ഞാൻ ഇരുന്നു. ഒരു മണിക്കൂറോളം ആയി ഈ അവസ്ഥ തുടങ്ങിയിട്ട്. പുറത്തെ സാഹചര്യം എങ്ങനെ എന്നറിയില്ല. സത്യം പറഞ്ഞാ ഭയമായിരുന്നു. അത് കൊണ്ടാണ് പുറത്തിറങ്ങാതെ ട്രെയിനിൽ തന്നെ ഇരിക്കുന്നത്. ഞാൻ നാസർക്കാനെ വിളിച്ചു. എന്താണ് ചെയ്യേണ്ടത് എന്ന് ചോദിച്ചു. കുറച്ച് സമയം കൂടി കാത്തിരുന്നു നോക്കാനാണ് പറഞ്ഞത്. വണ്ടി പോവുന്നില്ലെങ്കിൽ വേറെ വഴി നോക്കാം എന്നും പറഞ്ഞു.

നാസർക്കാ എന്ന് അധികമാരും വിളിക്കാറില്ല. നാസർ ബന്ധു, ഒന്നു കൂടി ചുരുക്കി "ബന്ധൂ.." എന്നു എല്ലാവരും നീട്ടി വിളിക്കുന്ന മൂവാറ്റുപുഴക്കാരനായ നാസർ. കുറെ വർഷങ്ങൾക്ക് മുമ്പ് ചില പദ്ധതികൾ നടപ്പിലാക്കാൻ ഇവിടെ എത്തിയതാണ്. പിന്നെ ഇവിടെയങ്ങ് കൂടി. അങ്ങനെയാണ് നാസർ, ബംഗാളികളുടെ 'ബന്ധു' ആകുന്നത്. അദ്ദേഹമാണ് ഈ യാത്രയുടെ കോർഡിനേറ്റർ. ചക്ല എന്ന വില്ലേജ് ആസ്ഥാനമായി പ്രവർത്തിക്കുന്ന സീറോ ഫൌണ്ടേഷന്റെ സ്ഥാപകനും സാമൂഹ്യ പ്രവർത്തകനുമാണ് അദ്ദേഹം. അതിനെക്കുറിച്ച് പിന്നീട് പറയാം.

അര മണിക്കൂർ കൂടി അതേ ഇരുത്തം തുടർന്നു. മൊബൈലിൽ ന്യൂസുകൾ കാണുകയായിരുന്നു. ദൽഹിയിലും ചെന്നൈയിലും ഒക്കെ പ്രശ്നങ്ങൾ നടന്നു കൊണ്ടിരിക്കുകയാണ്. മംഗലാപുരത്ത് പ്രതിഷേധ പ്രകടനം അക്രമാസക്തമായി. പ്രതിഷേധ പ്രകടനങ്ങളിലേക്ക് പോലീസ് വെടിയുതിർത്തു. ഒരുപാടാളുകൾക്ക് പരിക്കേറ്റിട്ടുണ്ട്. അപ്രതീക്ഷിതമായത് സംഭവിച്ചുകൊണ്ടിരിക്കുന്നു.

കൈ വിരലുകളിൽ വിയർപ്പ് പൊടിയുന്നുണ്ടായിരുന്നു. തീവണ്ടി ഒന്ന് കുലുങ്ങി.

ഇനി അവരെങ്ങാനും ഇങ്ങോട്ട് വരുമോ.. അത് പേടിച്ചിട്ടാണോ എല്ലാരും ഇറങ്ങി രക്ഷപെട്ടത്..?. ഇറങ്ങി നടക്കണോ വേണ്ടേ..?

എങ്ങോട്ട് നടക്കാൻ.. എവിടേക്ക് പോവാൻ..?

മനസ്സിൽ ഓരോരോ ചിന്തകൾ ആധിയുയർത്തി.

എങ്ങനെയെങ്കിലും ഈ സാഹചര്യം ഒന്ന് കഴിഞ്ഞു കിട്ടിയിരുന്നെങ്കിൽ എന്ന് ആത്മാർത്ഥമായി പ്രാർഥിക്കുകയായിരുന്നു ഞാൻ. സുരക്ഷിതമായി ബന്ധുവിന്റെ അടുത്തെത്തിയിരുന്നെങ്കിൽ...!!

നേരിയ ചൂളം വിളിയോടെ എതിർ വശത്ത് നിന്നും ഒരു ട്രെയിൻ കടന്നു പോയി. സമരം കഴിഞ്ഞോ ആവോ? ചെറിയ പ്രതീക്ഷ മൊട്ടിട്ടു. തൊട്ടു പിന്നാലെ നീലക്കളറിൽ ഒരു തീവണ്ടി കൂടി കടന്നു പോയി. ഒരു പതിനഞ്ചു മിനിട്ടുകൾക്ക് ശേഷം ഈ ട്രെയിനും പതുക്കെ ഇഴഞ്ഞു നീങ്ങാൻ തുടങ്ങി. ബോഗികളിൽ ആളില്ലാതെ.

അൽഹംദുലില്ലാഹ്!

അടുത്ത പതിനഞ്ചു മിനിറ്റ് കൊണ്ട് വണ്ടി കൽക്കട്ടയിലേക്ക് എത്തി.

ഹൗറസ്റ്റേഷൻ!

ഒരു കാലത്ത് രാജ്യത്തെ ഏറ്റവും പ്രധാനപ്പെട്ട വാണിജ്യകേന്ദ്രമായിരുന്ന സ്ഥലം. ഇന്നും പതിനായിരക്കണക്കിനു ആളുകളാണ് സദാസമയവും ഈ സ്റ്റേഷനിലൂടെ വന്നു പോകുന്നത്. ഇരുപതാമത്തെ പ്ലാറ്റ്ഫോമിലാണ് ഈ ട്രെയിൻ നിർത്തിയത്. പെട്ടെന്ന് തന്നെ പുറത്തിറങ്ങി. വളരെ പുരാതനമായ കെട്ടിടങ്ങൾ. സൂചി കുത്താനിടയില്ലാത്ത വിധം ജനങ്ങൾ തിങ്ങിനിറഞ്ഞിരിക്കുന്നു. അങ്ങോട്ടും ഇങ്ങോട്ടും ആളുകൾ തിരക്കിട്ട് നടക്കുകയാണ്. ഇവിടെ നമ്മൾ നടക്കേണ്ടതില്ല. വെറുതെ നിന്നു കൊടുത്താൽ മതി. മുമ്പോട്ട് പൊയ്ക്കോളും. പ്ലാസ്റ്റിക് ചാക്കുകൾ കൊണ്ട് തുന്നിയ വലിയ വലിയ ചതുരപ്പെട്ടികൾ ഇങ്ങനെ നീങ്ങിക്കൊണ്ടിരിക്കുന്നു. അതിനടിയിൽ അത് ചുമക്കുന്ന മനുഷ്യനെ

കാണാനില്ല. നൂറുകണക്കിന് പെട്ടികൾ മാത്രം. പല നിറത്തിലുള്ള വലിയ പെട്ടികൾ ഒറ്റക്ക് നീങ്ങുന്ന പോലെ തോന്നി.

വരിവരിയായി ഇരുപത്തി മൂന്ന പ്ലാറ്റ്ഫോമുകൾ.!!

രാജ്യത്തിന്റെ അഷ്ടദിക്കുകളിൽ നിന്നും ദീർഘ യാത്ര കഴിഞ്ഞെത്തിയ തീവണ്ടികൾ കിതപ്പ് മാറ്റുകയാണ്. പുതിയ യാത്രക്ക് തയാറെടുക്കുന്ന വേറെ കുറെ തീവണ്ടികൾ. അതേ പോലെ തന്നെ നിറഞ്ഞു നിൽക്കുന്ന ജനസഞ്ചയം. ആയിരക്കണക്കിന് ആളുകൾ ഓരോ സെക്കന്റിലും അവിടെയുണ്ടാവും. എൽ.ഇ.ഡി. ഡിസ് പ്ലേ സ്ക്രീനിനു മുമ്പിൽ തന്റെ ഊഴവും കാത്തിരിക്കുകയാണ് ഓരോരുത്തരും.

ഇത്രേം വലിയ സ്റ്റേഷൻ ആദ്യമായിട്ട് കാണുകയാണ് ഞാൻ. ഒന്ന് നടന്ന കാണുവാൻ തന്നെ തീരുമാനിച്ചു. വലിയ ലഗേജും താങ്ങിക്കൊണ്ട് ഒന്ന് മുതൽ ഇരുപത്തി മൂന്ന പ്ലാട്ഫോം വരെ നടന്നു. ചില ട്രാക്കുകൾ ഒക്കെ കാലിയാണ്. ഈ റെയിൽ പാലങ്ങൾക്കിടയിൽ കൂടി പബ്ലിക് റോഡ് വരെയുണ്ട്. അതിലൂടെ കാറുകളും ബൈക്കുകളും പോകുന്നുണ്ട്.

വിശപ്പിന്റെ വിളി വന്നു തുടങ്ങി. രാവിലെ മുതൽ പട്ടിണിയാണ്. കെ ഇഫ് സിയുടെയും ഹോട്ട് ബണ്ണിന്റെഉം ഷോപ്പുകൾ ഡിജിറ്റൽ ലൈറ്റ് ബോർഡ് ഒക്കെ കത്തിച്ച ആളുകളെ ആകർഷിക്കുന്നു. ഹൽവയും ബംഗാളി സ്വീറ്റ്സും ചില്ലുഭരണികളിൽ നിറഞ്ഞിരിക്കുന്നു. ബ്രെഡും കൂൾ ഡ്രിങ്ക്സും ഒരുക്കി വെച്ച് യാത്രക്കാരെ മാടിവിളിക്കുകയാണ് കച്ചവടക്കാർ.

ഒരു പാക്കറ്റ് സ്വീറ്റ് ബ്രെഡും മാംഗോ ജ്യൂസും വാങ്ങി. ഇരിക്കാനൊരിടം തേടി ചുറ്റും നോക്കി. നിറയെ ആളുകൾ. ഒരു സീറ്റ് പോലും ഇല്ല ഇരിക്കാൻ. സകല സ്ഥലങ്ങളും ആളുകളെക്കൊണ്ട് തിങ്ങിനിറഞ്ഞിരിക്കുന്നു. ഇരിപ്പിടത്തിനു പുറമേ തറയിൽ പേപ്പറും തുണികളും ഒക്കെ വിരിച്ച് കിടന്നുറങ്ങുകയാണ് വേറെ ചിലർ. ബാഗ് നിലത്ത് വെച്ച് അതിന്മേൽ ഇരുന്ന് ഞാൻ ബ്രെഡും ജ്യൂസും കഴിച്ചു.

ഇനി പോകേണ്ടത് ബർസാത് എന്ന സ്ഥലത്തേക്കാണ്. ലോക്കൽ ബസ്സിലാണ് പോകേണ്ടത്. റെയിൽ വേ സ്റ്റേഷനിൽ നിന്നും പുറത്ത് കടന്നു.

കൽക്കട്ടയുടെ ആദ്യചിത്രം മനസ്സിൽ തെളിഞ്ഞു. വളരെ തിരക്ക് പിടിച്ച ഒരങ്ങാടി. വരിവരിയായി നിർത്തിയിട്ടിരിക്കുന്ന ടാക്സികൾ. പ്രാചീനത വിളിച്ചോതുന്ന കടും മഞ്ഞ നിറത്തിൽ അംബാസഡർ കാറുകൾ. ധാരാളം ഉന്തു വണ്ടിക്കാർ. പേരക്കയും ആപ്പിളും ഓറഞ്ചും

ഉന്തു വണ്ടികളിൽ വൃത്തിയായി അടുക്കി വെച്ചിരിക്കുന്നു. പതിവിലധികം തിളക്കമുണ്ടോ എന്ന് ഞാൻ സംശയിച്ചു.

റിക്ഷവലിക്കുന്നവർ, ഓട്ടോക്കാർ, ട്രാവൽ ഏജന്റുമാർ, ലോഡിംഗ് തൊഴിലാളികൾ, ഉദ്യോഗസ്ഥർ, ഭിക്ഷക്കാർ, അങ്ങനെ പലതരത്തിലുള്ള ആളുകൾ. പല ജാതി ജീവിതങ്ങൾ. റെയിൽവേ സ്റ്റേഷനിലേക്ക് അകത്തേക്കും പുറത്തേക്കും നെട്ടോട്ടമോടുന്ന യാത്രക്കാർ. ഇവക്കെല്ലാം ഇടയിലൂടെ യാതൊരു സങ്കോചവുമില്ലാതെ അങ്ങോട്ടുമിങ്ങോട്ടും നടക്കുന്ന നാൽക്കാലികൾ.

തൊട്ടുമുമ്പിലായി ശാന്തമായി ഒഴുകുന്ന ഹൂഗ്ലി നദി. അതിനു കുറുകെ അക്കരേക്ക് നീട്ടി വലിച്ച തൂണുകളില്ലാത്ത പ്രസിദ്ധമായ ഹൗറപാലം. ചിലന്തി വലകെട്ടിയ പോലെ ഉരുക്കിൽ തീർത്ത എഞ്ചിനീയറിംഗ് വിസ്മയം.

പാലത്തിനു ചാരത്ത് കൂടി നടന്നാൽ ഹൗറ ബസ് സ്റ്റാന്റിൽ എത്താം. ഇവിടെയാണ് ബർസാത്തിലേക്കുള്ള ബസ് കിടക്കുന്നത്. സമീപകാലത്തൊന്നും ഒരു നിർമ്മാണപ്രവർത്തനമോ അറ്റകുറ്റപ്പണികളോ നടന്നിട്ടില്ലാത്ത പൊട്ടിപ്പൊളിഞ്ഞ ഒരു ബസ് സ്റ്റേഷനാണിത്.

ബസ്സ്റ്റാന്റിലൂടെയാണ് ഇപ്പോൾ നടക്കുന്നത്. വിചിത്രമായ കാഴ്ചകളായിരുന്നു നിറയെ.

നൂറുകണക്കിന് ബസ്സുകൾ ഉണ്ട് ഇവിടെ. ബസ്സാണോ അതോ പൊളിഞ്ഞ തകരപ്പെട്ടിയോ എന്ന് തോന്നിക്കുന്ന രൂപം. നാട്ടിലെ ബസ്സിനെക്കാൾ വലിപ്പം കുറവാണ്. ഭൂരിഭാഗവും പഴയ ടാറ്റ ബസ്സുകൾ. മഞ്ഞയും നീലയും നിറമാണ് ബസ്സുകൾക്ക്. നാട്ടുകാരെല്ലാം പൊതുവേ ഇത്തരം സാദാരണ ബസ്സുകളെയാണ് ആശ്രയിക്കുന്നത്. ഞങ്ങൾക്ക് പോകേണ്ടത് ബസ് L 238 എന്ന റൂട്ടിലോടുന്ന ബസ്സാണ്. അതും അന്വേഷിച്ച് നടക്കുകയാണ് കഴിഞ്ഞ കുറെ സമയമായിട്ട്. അഴുക്ക് വെള്ളം നിറഞ്ഞ കുണ്ടും കുഴികളും ചാടി പശുക്കളെയും പട്ടികളെയും തൊടാതെ ചാണകത്തിൽ ചവിട്ടാതെ നടക്കുക എന്നത് തന്നെ അത്യാവശ്യം സാഹസമായ പണിയാണ്. അതും ഈ വലിയ ബാഗും തൂക്കിപ്പിടിച്ച്.

ഒരു വിധം ബസ്സിൽ കയറി. ഇറുകി ഇരുന്നു. വീതി കുറഞ്ഞ ചെറിയ സീറ്റുകൾ. ഉയരവും കുറവ്. പക്ഷേ നല്ല ശബ്ദത്തിൽ ബംഗാളി പാട്ടുകൾ കേൾക്കാം. സീറ്റുകൾക്കിടയിൽ കാലുകൾ കൊള്ളാത്തത് കൊണ്ട് പുറത്തേക്ക് തള്ളിയാണ് ഇരിക്കുന്നത്.

കണ്ടക്ടർ വന്നു. ഇരുപത്തഞ്ചു രൂപയാണ് ടിക്കറ്റ്. വെള്ള നിറത്തിൽ മെലിഞ്ഞ ടിക്കറ്റ്. കൽക്കട്ടയിലെ ആദ്യത്തെ ബസ് യാത്ര. പട്ടണത്തിൽ

നിന്നും മുപ്പത് കിലോമീറ്റർ ഉള്ളിലായിട്ടാണ് ബർസാത്ത് അങ്ങാടി. അവിടെ നിന്നും വീണ്ടും യാത്രയാണ്. വീണ്ടുമൊരു മുപ്പത് കിലോമീറ്റർ ഉൾഗ്രാമത്തിലേക്ക്. 24 നോർത്ത് പർഗാനാസ് ജില്ലയിലെ ചക്ല എന്ന ഒരു തനി ഗ്രാമം. അങ്ങോട്ട് പക്ഷേ ബസ്സൊന്നും ഇല്ല.

കൊൽക്കത്ത സിറ്റിയിൽ എവിടെ നോക്കിയാലും വെള്ളയും നീലയും ചേർന്ന നിറക്കൂട്ടാണ്. റോഡിന്റെ ഡിവൈഡറുകളും പാലത്തിന്റെ കൈവരികളും കാൽനടക്കായി കെട്ടിയ അതിർത്തികളും ചില കെട്ടിടങ്ങളുടെ ഷട്ടറുകളും വരെ. മമത ബാനർജിയുടെ പരിഷ്കരമാണത്രേ അത്. പുള്ളികാരിയുടെ സാരിയുടെ നിറമാണെന്ന് പറയപ്പെടുന്നു. അതോ മദർ തെരെസയോടുള്ള ആദരവോ.?

അറിയില്ല.!!

ഏകദേശം ഒന്നര മണിക്കൂർ യാത്രയാണ് ബസ്സിൽ. പാതിയടഞ്ഞ കണ്ണുകൾ തുറക്കുമ്പോൾ വണ്ടി പതുക്കെ ബർസാത് ബസ് സ്റ്റേഷനിലേക്ക് കയറുകയാണ്. കണ്ണുകൾതിരുമ്മി ഞാൻ പുറത്തേക്ക് നോക്കി.

അത്യാവശ്യം വലിയൊരു അങ്ങാടിയാണ് ബർസാത്. കടകളും ആളുകളും ധാരളമുണ്ട്. ഇവിടെയും റോഡിൽ കന്നുകാലികൾക്ക് ഒരു കുറവുമില്ല. റോഡിന്റെ വലതു വശത്ത് താർപായ വിരിച്ച് വിവിധ പച്ചക്കറികൾ കച്ചവടം പൊടി പൊടിക്കുകയാണ്. ചീരയും മല്ലിചെപ്പും പോലെ വിവിധ ഇലക്കറികൾ. ഉന്തു വണ്ടിയിൽ കുന്നു കൂട്ടിയിരിക്കുന്ന പുതിയ പഴവർഗങ്ങൾ. ഇളം പച്ച നിറത്തിൽ വലിയ പഴുത്ത പേരക്കയാണ് പ്രധാനം. ആപ്പിളും ഓറഞ്ചും ലിചിയും റുമാനും പിന്നെ പേരറിയാത്ത പലതും ഇവിടെ സുലഭമായി കിട്ടും.

ബസ് സ്റ്റേഷനു മുന്നിലായി വലിയൊരു മീൻ മാർക്കറ്റ് ഉണ്ട്. രാവിലെ സജീവമാകുന്ന പേരു കേട്ട മീൻ അങ്ങാടി. നാടിന്റെ പല ഭാഗത്ത് നിന്നും നല്ല പിടക്കുന്ന മീനുകൾ ഇവിടെയെത്തും. രുചികരമായ മീൻ വിഭവങ്ങൾ ബംഗാളികളുടെ ഭക്ഷണത്തളികയിലെ ഒഴിവാക്കാനാത്ത വിഭവമാണ്.

ഫിഷ് മാർക്കറ്റിനു മുമ്പിലായി ചക്ലയിലെക്ക് പോകുന്ന ടാറ്റ മാജിക് വാൻ എന്ന ഷെയർ ടാക്സി ഉണ്ടാവും. ചക്ലയിലേക്കുള്ള പ്രധാന യാത്രാ മാർഗം ഇതാണ്. എട്ട് ആളുകൾ കയറാവുന്ന ഒരു ചെറിയ വണ്ടിയാണ് മാജിക് വാൻ.

വൈകുന്നേരം മൂന്നരയായപ്പോൾ തന്നെ തണുക്കാൻ തുടങ്ങി. മാജിക് വാനിലെ യാത്ര കാർ യാത്രക്ക് സമാനമായിരുന്നു. ശബ്ദമില്ല. കുലുക്കവുമില്ല. പുതിയ പുതിയ കാഴ്ചകൾ കണ്ണുകൾക്ക് വിരുന്നേകി. തനി

ഗ്രാമത്തിലൂടെ ഉള്ള യാത്രയാണ് ഇപ്പോൾ. നഗരത്തിലെ തിരക്കുകൾ കഴിഞ്ഞു. ഗ്രാമക്കാഴ്ചകൾ ധാരാളമായി തെളിയാൻ തുടങ്ങി.

നഗരവും ഗ്രാമവും രണ്ടും രണ്ടാണ്.

എല്ലാ അർത്ഥത്തിലും.

രണ്ടു തരത്തിലുള്ള ജീവിതങ്ങൾ.

രണ്ടു നിലവാരങ്ങൾ.

വ്യത്യസ്ഥ ജീവിത ശൈലികൾ.

വലിയ വലിയ കെട്ടിടങ്ങൾ ഇപ്പോൾ കാണാനില്ല. വണ്ടികളും ആളുകളും കുറവാണ്. വഴിയരികിൽ കുഞ്ഞു കുഞ്ഞു വീടുകൾ മാത്രം. മിക്കതും പൊളിഞ്ഞതാണ്. ആടുകളും പശുക്കളും ധാരാളമായി കാണാം. ഇവയൊക്കെ ജാക്കറ്റ് അണിഞ്ഞിട്ടുണ്ട്. നമ്മുടെ ഷർട്ടുകളും ടീഷർട്ടുകളും കൊണ്ടുള്ള ജാക്കറ്റുകൾ ആടുകൾക്ക്. വലിയ ചാക്കുകൾ തുന്നിക്കെട്ടിയുണ്ടാക്കിയ ജാക്കറ്റുകൾ പശുക്കൾക്ക്. നമ്മൾ തണുപ്പിൽ നിന്നും രക്ഷപ്പെടാൻ ജാക്കറ്റ് ഇടുന്ന പോലെ മിണ്ടാപ്രാണികൾക്കും നല്ല നല്ല ഓവർ കോട്ട് ഒക്കെയുള്ള ലക്ഷ്വറി ജീവിതം. ഈ കാഴ്ച എനിക്ക് വളരെ കൗതുകമുളവാക്കി.

യാത്ര തുടർന്ന് കൊണ്ടിരിക്കുകയാണ്. അഞ്ചുമണിയോടുകൂടി പൂർണ്ണമായും ഇരുട്ട് പടർന്നു. കേരളത്തിലെ രാത്രി 9 മണി ഒക്കെ ആയതു പോലുള്ള പ്രതീതി. തണുപ്പ് കാലത്ത് പകൽ പെട്ടെന്നു അവസാനിക്കുന്നു. നാലു വർഷങ്ങൾക്ക് മുമ്പ് ഇതേ പോലൊരു ഡിസംബറിൽ ഉത്തർപ്രദേശിലെ അലഹാബാദിൽ ഒരു അക്കാദമിക്ക് സമ്മേളനത്തിന് പോയ സമയത്താണ് അഞ്ചു മണിക്ക് ഇരുട്ടാവുന്ന ഈ പ്രതിഭാസം ആദ്യമായി അനുഭവിച്ചത്. അന്നതൊരു അത്ഭുതം തന്നെയായിരുന്നു.

എവിടെനിന്നോ ഒരു ബാങ്ക് കേട്ടു.

അസർ ബാങ്ക് ആയിരിക്കുമെന്നാണ് ആദ്യം കരുതിയത്. എന്നാൽ അത് മഗ്‌രിബ് ബാങ്ക് ആയിരുന്നു. ഇരുട്ടും തണുപ്പും കൂടിവന്നു. കാഴ്ചകൾ മങ്ങി. ഞാൻ ജാക്കറ്റിന്റെ സിബ്ബ് ഉയർത്തി. മങ്കി ക്യാപ്പ് താഴേക്കു വലിച്ചു. ഇരുകൈകളും ജാക്കറ്റിന്റെ പോക്കറ്റുകളിലേക്ക് തിരുകി.

30 കിലോമീറ്റർ അകലെ ചക്ലയിൽ വന്നിറങ്ങുമ്പോൾ സമയം ഏഴു മണിയോട് അടുത്തിരുന്നു. ഞങ്ങളുടെ യാത്രയുടെ കോഡിനേറ്റർ നാസർ ബന്ധു അവിടെ കാത്തിരിപ്പുണ്ടായിരുന്നു.

അൽഹംദുലില്ലാഹ്!!.

സുരക്ഷിതമായി ലക്ഷ്യസ്ഥാനം എത്തിയല്ലോ.

ഒട്ടും വൈകാതെ തൊട്ടടുത്ത കടയിലേക്ക് കയറി. ഒറ്റയടിക്ക് രണ്ടു ചായ അകത്താക്കി.

പാർത്തോ.! അതായിരുന്നു അയാളുടെ പേര്. നമ്മുടെ ചായക്കട ക്കാരൻ.

ചായയെ കുറിച്ച് പിന്നീട് പറയാം.

ചക്ലയിലെ പകലന്തി കാഴ്ചകൾ

21/12/2019

മേൽക്കൂരയില്ലാത്ത കുളിമുറി. വിണ്ടു കീറിയതും കുമ്മായക്കൂട്ടുകൾ അടർന്നു വീണ് ദുർബലമായതുമായ ചുമരുകൾ. കുളിമുറിക്ക് പുറകിലായി വലിയൊരു മൊബൈൽ ടവർ. ഇരുമ്പു കമ്പികൾ കാണാത്ത വിധം പച്ച പൊതിഞ്ഞുകൊണ്ട് മുകളറ്റം വരെ പടർന്നു കയറിപ്പോയ വള്ളിപ്പടർപ്പുകൾ.

ജലസേചനത്തിനായി വാട്ടർ ടാപ്പ് ഒന്നുമില്ല. പുരാതനമായ ഒരു കുഴൽ കിണർ മാത്രം. തുരുമ്പിന്റെ ബലത്തിൽ ഉറച്ചു നിൽക്കുന്ന പുരാതനമായ ഇരുമ്പിന്റെ ഒരു ഹാന്റ് പമ്പ്. പുറത്തേക്കു നീണ്ടിരിക്കുന്ന ഇരുമ്പു ഹാൻഡിൽ ആഞ്ഞു താഴ്ത്തിയാൽ കര കര ശബ്ദം കേൾക്കാം. അലസമായി പുറത്തേക്കു ചാടി വരുന്ന ജലധാര പെട്ടെന്നവസാനിക്കും. മൂന്നു ചെറിയ പ്ലാസ്റ്റിക്ക് ബക്കറ്റുകളിൽ വെള്ളം നിറക്കണമെങ്കിൽ കുഴൽക്കിണറുമായി കുറച്ചു നേരം മല്ലിട്ടേ പറ്റൂ. വിയർപ്പ് പൊടിയുമെന്ന കാര്യത്തിൽ ഗ്യാരണ്ടി.

തൊട്ടടുത്തായി മൂന്നു ടോയ്‌ലറ്റുകൾ ഉണ്ട്. നല്ല നാടൻ കക്കൂസ് എന്ന് പറയാം. വെള്ളത്തിനു ടാപ്പുകൾ ഇല്ല. അപ്പുറത്തെ കുളിമുറിയിലെ ഹാൻഡ് പമ്പിൽ നിന്നും വെള്ളം എടുത്ത് കൊണ്ട് വരണം. വീതിയും വിസ്താരവും നന്നേ കുറവ്. എന്തിന് വാതിലിനു കുറ്റി പോലുമില്ല. പൊട്ടാറായ ഒരു കയറിന്റെ കഷ്ണം ചുവരിൽ അടിച്ച ആണിയിലേക്ക് വലിച്ച് കൊളുത്തി ഇടണം. ഇറുകി ഇരുന്നു കാര്യം കഴിക്കണം.

യൂറോപ്യൻ ടോയലറ്റും ഹാൻഡ് വാഷും ഫെയ്സ്ക്രീമും സാനിട്ടൈ സറും ആഫ്റ്റർ ശവറും ഒക്കെ ഇവിടെ ഇതാണ്. നമ്മൾ കേരളത്തിൽ നിന്നും ബംഗാളിൽ എത്തിയിരിക്കുന്നു.

ചക്ലയിലെ താമസസ്ഥലത്തിന്റെ സാമ്പിൾ ഇതൊക്കെയാണ്.

പരിചയപ്പെടലും സംവാദങ്ങളും ഒക്കെ കഴിഞ്ഞ് ഇന്നലെ രാത്രി ഏറെ വൈകിയാണ് ഉറങ്ങാൻ കിടന്നത്. നേരം വൈകിയത് മൊത്ത ത്തിൽ നഷ്ടക്കച്ചവടമാണ്.

കേരളത്തിലെ വിവിധ ഭാഗങ്ങളിൽ നിന്നും തെരഞ്ഞെടുക്കപ്പെട്ട മുപ്പത് ആളുകളാണ് ഈ യാത്രയിലുള്ളത്. വ്യതസ്ഥ മേഖലകളിൽ കഴിവ് തെളിയിച്ചവർ. ചിത്രകാരന്മാരും ഡോക്ടർമാരും എഞ്ചിനീയ ർമാരും അധ്യാപകരും കർഷകരും കച്ചവടക്കാരും ഒക്കെ അടങ്ങുന്ന സംഘത്തിലെ പല ആളുകളും ഇന്നലെ തന്നെ ഇവിടെ എത്തിയിരുന്നു. ഏതാനും ചിലർ ഇനിയും എത്തിച്ചേരാനും ഉണ്ട്. കണ്ണൂരിൽ നിന്നും ആറു ആളുകൾ കുടുംബസമേതമാണ് ഈ യാത്രയിലേക്ക് എത്തിയി രിക്കുന്നത്.

ഇതൊരു സാധാരണ വിനോദസഞ്ചാരമല്ല. ധാരാളം പണം മുടക്കി സർവ്വ സൌകര്യങ്ങളും ആസ്വദിച്ചൊരു പ്ലഷർ ട്രിപ്പുമല്ല. പ്രതികൂലത കളോടിണങ്ങി, ഉള്ള സൗകര്യങ്ങളിൽ തൃപ്തരായി ജീവിക്കുന്ന നാട്ടും നാട്ടുകാരെയും കാണാനും അറിയാനുമുള്ള പക്കാ ലോക്കൽ യാത്ര. അതാണ് ബംഗാൾ യാത്ര. സീറോ ഫൌണ്ടേഷൻ എന്ന എൻ. ജി. ഓ യുടെ ബാനറിൽ സംഘടിപ്പിക്കുന്ന പത്ത് ദിവസത്തെ ബംഗാൾ യാത്ര.

ഞാൻ റൂമിലേക്ക് കയറുമ്പോൾ എത്തിയ ആളുകൾ തമ്മിൽ സങ്കീ ർണ്ണമായ ഒരു വാഗ്വാദം നടന്നു കൊണ്ടിരിക്കുകയായിരുന്നു.

"വന്ന് കേറാൻ നേരമില്ല, അതിനു മുമ്പ് വാദപ്രതിവാദമോ??".

എന്റെ മനസ്സിൽ വന്ന ആദ്യ ചോദ്യമിതായിരുന്നു. ഇവരൊന്നും പരസ്പരം പരിചയപ്പെട്ടിട്ട് പോലുമുണ്ടായിരുന്നില്ല. സ്ത്രീ വിമോചനവും ജനിതകവും സ്ത്രീ പുരുഷ സമത്വവുമാണ് വിഷയം. ഞാൻ പേടിച്ചു പോയി. ആളുകൾ ഇരു ചേരികളായി തിരിഞ്ഞിരിക്കുന്നു. നബീൽ ഡോക്ടറും ശിഹാബും ഷംസു ഡോക്ടറും ശബ്നവും എൽദോയും മുഹമ്മദാലിക്കയും ഒക്കെയാണ് ഇതിൽ ചില പേരുകൾ. ചില്ലറക്കാരല്ല എന്ന് ആദ്യ സംഗമത്തിൽ തന്നെ മനസ്സിലായി. അതിതീവ്ര വാദങ്ങളാണ് ഓരോ ടീമിനും. എന്തിനാണിങ്ങനെ ചർച്ച ചെയ്യുന്നതെന്നോ എന്താണിവരുടെ പ്രശ്നമെന്നോ എനിക്ക് മനസ്സിലായില്ല. സമൂഹത്തിലെ ഇത്തരം പ്രശ്ന ങ്ങൾ ഈ രാത്രി തന്നെ പരിഹരിക്കേണ്ടിയിരിക്കുന്നു എന്ന മട്ടിലാണ്

സംസാരം. കുറച്ച് നേരം അവിടെ അന്തം വിട്ടു നിന്ന ശേഷം പതുക്കെ അവിടെ നിന്നും മുങ്ങി. പറഞ്ഞു വെച്ച റൂമിലേക്ക് കയറി.

ചെറിയൊരു മുറി. ബേക്കറി ട്രേയിൽ അടുക്കായി മുറിച്ചു വെച്ച കേക്ക് പോലെ നിരനിരയായി കിടക്കുന്ന സഹയാത്രികർ. രണ്ടു മൂന്നാളുകൾ കിടക്കേണ്ട മുറിയിൽ പത്തും പന്ത്രണ്ടും ആളുകളാണ് കിടക്കുന്നത്. അതും വെറും തറയിൽ. കട്ടിലും കിടക്കയുമൊന്നുമില്ല. നിലത്ത് പായ വിരിച് അതിനു മുകളിൽ ബ്ലാങ്കറ്റ് നീട്ടിയിട്ടിട്ടുണ്ട്. താപനിലയാണെങ്കിൽ വളരെ താഴെ. അതായത് രാത്രിയാവുമ്പോഴേക്കും മരം കോച്ചുന്ന തണുപ്പാണ്. ജാക്കറ്റും മഫ്ലറും ഒക്കെ ഉള്ളതാണ് ഏക ആശ്വാസം. ചില അതി ബുദ്ധിമാന്മാർ നാട്ടിൽ നിന്നും സ്ലീപിംഗ് ബാഗ് ഒക്കെ ആയിട്ടാണ് എഴുന്നള്ളിയിട്ടുള്ളത്. നേരം ഇച്ചിരി വൈകിയത് കൊണ്ട് എനിക്ക് ബ്ലാങ്കറ്റ് പോലും കിട്ടിയില്ല. തറയിൽ കട്ടിയില്ലാത്ത പുതപ്പ് പുതച്ചാണ് ഞാൻ കിടന്നത്. കിടന്നു എന്നേ പറയുന്നുള്ളൂ. ഉറങ്ങി എന്ന് പറയുന്നില്ല. കാരണം ഉറങ്ങിയിട്ടില്ല.

പരിമിതമായ സൗകര്യങ്ങൾ പോലും ഉണ്ടായിരുന്നില്ല. ഒരു കാര്യത്തിലും. ലോക്കൽ ജീവിതം കാണാൻ വന്ന ഞങ്ങൾക്ക് ഇത് ശരിക്കും ഒരു ലോക്കൽ യാത്രയായിരിക്കും എന്ന് ആ രാത്രി തന്നെ മനസ്സിലായി. അസാധ്യമായ കൂർക്കം വലിയാണ് ഈ മുറിയെ ശബ്ദമുഖരിതമാക്കുന്നത്. നേരത്തെ കണ്ട വാഗ്വാദങ്ങൾ പോലെ ഇരു ഭാഗത്ത് നിന്നും ശക്തിയിൽ വലിച്ചു കൊണ്ടിരിക്കുന്നു. നേരിയതും കട്ടപ്പത്തിലുള്ളതും ഒക്കെ കേൾക്കാം. ചിലതിനു ഒരു പ്രത്യേക താളമുണ്ട്. നീളം കൂടിയതും പെട്ടെന്ന് അവസാനിക്കുന്നതുമായ വ്യത്യസ്തമായ കൂർക്കം വലികൾ. ആണുങ്ങളുടെ ഇത്തരം കൂടിച്ചേരലുകളിൽ വന്നു ചേരുന്ന സുന്ദരമായ ഒരു അനുഭവമാണിത്.

പെണ്ണുങ്ങൾ ഇങ്ങനെ ശബ്ദത്തിൽ കൂർക്കം വലിക്കുമോ.. അറിയില്ല..!!

റൂമിലെ തണുപ്പിനു പുറമേ നിലത്ത് നിന്നും തണുപ്പ് അരിച്ചു കയറുകയായിരുന്നു. എല്ല് തുളക്കുന്ന തണുപ്പെന്നൊക്കെ കേട്ടിട്ടേയുള്ളൂ. ഭാരം കൂടുമെന്ന കാരണത്താൽ ബ്ലാങ്കറ്റ് എടുക്കാൻ തോന്നാത്ത നിമിഷത്തെ പഴിച്ചു കൊണ്ട് തിരിഞ്ഞും മറിഞ്ഞും കിടന്നു. ഓരോ നിമിഷങ്ങളും തള്ളി നീക്കുകയാണ്. വല്ല വിധേനയും രാവിലെയായിക്കിട്ടിയാൽ മതിയെന്നായി ചിന്ത.

സമയം രണ്ടു മണി കഴിഞ്ഞപ്പോൾ റൂമിലേക്ക് രണ്ടു സഹയാത്രികൾ കൂടി എത്തിച്ചേർന്നു. രണ്ടാൾക്കും പുതപ്പ് ഇല്ല എന്ന് പറയുന്നത് കേട്ടു. സന്തോഷമായി. എന്നെപ്പോലെ അവരും അനുഭവിക്കാൻ പോകുന്ന തണുപ്പാലോചിച്ച് ഉള്ളിൽ ഊറിച്ചിരിച്ചു.

തുടർച്ചയായ യാത്രാക്ഷീണം കൊണ്ടാവാം ഇടക്കെപ്പോഴോ മയക്കത്തിലേക്ക് വീണു. മലയാള സാഹിത്യത്തിലെ എഴുത്തുകാരായ സന്തോഷ് ഏച്ചിക്കാനവും നിഷാദ് ഇക്കയും ആയിരുന്നു ഇവർ എന്ന് രാവിലെയാണ് മനസ്സിലായത്. കൊമാലയും ബിരിയാണിയും എഴുതിയ ഏച്ചിക്കാനം.

രാവിലെത്തന്നെ അടുത്ത യാത്രക്കൊരുങ്ങാനാണ് ബന്ധു പറഞ്ഞത്. പരിചയപ്പെടലും സംസാരങ്ങളുമൊക്കെ വഴിയേ ആവാം. പിങ്കിയാണ് രാവിലെ ചായ പകർന്നു തന്നത്. ചെറിയ മൺകപ്പിൽ. യാത്ര വീണ്ടും കൽക്കട്ട നഗരത്തിലേക്ക് തന്നെയാണ്. അവിടെ നിന്നും ബംഗാളിന്റെ പല ഭാഗങ്ങളിലേക്കും സഞ്ചാരം വ്യാപിക്കും. ഇന്ന് പുറപ്പെട്ടാൽ നാലഞ്ചു ദിവസം കഴിഞ്ഞേ ഇവിടേക്ക് മടങ്ങി വരൂ എന്നാണു നിർദ്ദേശം. അതിനൊരുങ്ങിയാണ് റൂമിൽ നിന്നും യാത്ര പുറപ്പെടുന്നത് തന്നെ.

പിങ്കിയോട് ഒരു ചായ കൂടി ചോദിച്ചു വാങ്ങി.

രാവിലെ നല്ല തണുപ്പാണ്. നല്ല കോടമഞ്ഞും ഉണ്ട്. പ്രതീക്ഷിച്ച പോലെ ഒരു ലോക്കട ബസ് തന്നെ. ചക്ലയിൽ നിന്നും സിറ്റിയിലേക്ക് ആകെ ഒന്നോ രണ്ടോ ബസ്സുകൾ മാത്രമേയുള്ളൂ. ഡോറിന്റെ തൊട്ടു പുറകിലായി വിൻഡോ സീറ്റിലാണ് ഞാൻ ഇരുന്നത്. വഴിയോര കാഴ്ചകൾ കാണുക എന്നത് തന്നെയായിരുന്നു ഉദ്ദേശം.

യാത്ര തുടർന്ന് കൊണ്ടേയിരുന്നു. ഗ്രാമത്തിൽ നിന്നും പട്ടണത്തിലേക്ക് പ്രവേശിച്ചു. കാഴ്ചകൾ മാറി മറിയാൻ തുടങ്ങി.

ബർസാത് ഒക്കെ കഴിഞ്ഞ് ബസ്സ് കൽക്കട്ട നഗരത്തിലേക്ക് പ്രവേശിച്ചു കൊണ്ടിരിക്കുകയാണ്. പഴമ നിറഞ്ഞ പുതിയ പുതിയ കാഴ്ചകൾ. ഉന്തുവണ്ടിക്കാരുടെയും തെരുവ് കച്ചവടക്കാരുടെയും കാതടപ്പിക്കുന്ന ശബ്ദകോലാഹലം. അതിലേറെ ഭീകരമായിരുന്നു വണ്ടിക്കാരുടെ ഹോണടിക്കുന്ന ശബ്ദം. ഹോൺ അടിക്കുക എന്നൊക്കെ പറഞ്ഞാൽ അതി ഭീകരമായ ബഹളം. മുമ്പിലെ വണ്ടിക്കാരനെ എത്രമേൽ ശല്യപ്പെടുത്താൻ പറ്റുമോ അത്രമേൽ ശല്യപ്പെടുത്തുന്ന പോലെ തോന്നി.

പ്രത്യേകിച്ച് മലയാളികൾക്ക് ഇത് അസഹനീയമായിരുന്നു. ഇങ്ങനെ ഹോണടിച്ചു വെറുപ്പിക്കുന്ന ഒരു സിറ്റി വേറെ എവിടെയും ഞാൻ കണ്ടിട്ടില്ല.

കൽക്കട്ടയും ഹൗറയും

ബംഗാളിന്റെ ഏറ്റവും പ്രധാനപ്പെട്ട രണ്ടു കേന്ദ്രങ്ങളാണ് കൽക്കട്ടയും ഹൗറയും. ഈ രണ്ടു നഗരങ്ങളെയും വേർതിരിക്കുന്നത് ഹൂഗ്ലി നദിയാണ്. ഗംഗയുടെ കൈവഴിയായ ഈ നദിക്ക് കുറുകെയാണ് ഹൗറപാലം കെട്ടിയുണ്ടാക്കിയത്. 1943 ൽ പണി പൂർത്തിയായ പാലത്തിന് 1965 ലാണ് രബീന്ദ്ര സേതുവെന്ന് നാമകരണം ചെയ്തത്.

ഞങ്ങൾ നഗരത്തിലേക്ക് അടുത്തു കൊണ്ടിരിക്കുകയാണ്. പാലത്തിനു ഇക്കരെ കൽക്കട്ട. അക്കരെ ഹൗറ.

നഗരത്തിന്റെ മിക്ക വാണിജ്യ വ്യവസായങ്ങളും കേന്ദ്രീകരിച്ചിരിക്കുന്നത് ഹൗറയിലാണ്. കൊൽക്കത്ത ജില്ലയ്ക്ക് പുറത്താണെങ്കിലും ഹൗറ കൂടി ഉൾപെടുന്നതാണ് കൊൽക്കത്ത മഹാനഗരം.

ബസ് കൽക്കട്ടയുടെ ഹൃദയഭാഗങ്ങളിലൂടെ സിറ്റിയിലേക്ക് കടന്നു. ഏതോ ഒരു സിഗ്നലിൽ ഞങ്ങളിറങ്ങി. വഴിയോരത്ത് ഉന്തു വണ്ടിയിൽ നല്ല മുഴുത്ത പേരക്ക അടുക്കായി വെച്ചിരിക്കുന്നു. കുറച്ചപ്പുറത്തായി വൃദ്ധനായ ഒരാൾ ചെരുപ്പ് തുന്നുന്നുണ്ട്. കട്ടിയുള്ള കറുത്ത നൈലോൺ നൂല് ചെരുപ്പിനുള്ളിലേക്ക് കുത്തിയിറക്കുമ്പോൾ ആ പാവത്തിന്റെ കൈകൾ വിറക്കുന്നുണ്ടായിരുന്നു. സിഗ്നലിൽ പച്ച വെളിച്ചം തെളിഞ്ഞു.

കൊൽക്കത്തയിലെ ഏറ്റവും തിരക്ക് പിടിച്ച വീഥികളിലൊന്നിൽ തന്നെയാണ് ഞങ്ങളുടെ താമസസ്ഥലം. ലെനിൻ സരണിയിൽ രണ്ടാമത്തെ എക്സിറ്റിൽ ചാന്ദ്നി ചൌക്ക് റോഡ്.

സ്പെയർ പാർട്സ് കച്ചവടത്തിന് പേരുകേട്ട കൽക്കട്ടയിലെ ഒരു ഗല്ലി. സിറ്റിയുടെ ഭാഗത്തേക്കും പെട്ടെന്ന് നീങ്ങാൻ വേണ്ടിയായാണ് ഇവിടെത്തന്നെ റൂം എടുത്തത്.

ധാരാളം വഴിയോരക്കച്ചവടക്കാരുള്ള ഒരു തനി കൊൽക്കത്ത ഗലി. ഇവിടെ കിട്ടാത്തതായി ഒന്നുമില്ല.

രാവിലെ ശാന്തമാണ് ഈ റോഡ്.

സിറ്റി സെൻട്രൽ. അതാണ് ഞങ്ങൾ താമസിക്കുന്ന ലോഡ്ജിന്റെ പേര്.

ഇവിടെയും വലിയ സൗകര്യങ്ങൾ ഒന്നുമില്ല. റൂമും ചെറുത്, കട്ടിലുകളും കിടക്കകളും ചെറുത്. അതിനു കാരണമുണ്ട്. ബംഗാളികൾ പൊതുവേ കുറിയ മനുഷ്യരാണ്. അഞ്ചടിയിൽ കൂടുതൽ ഉയരമുള്ളവർ നന്നേ കുറവാണ്. അത്കൊണ്ട് തന്നെ നമ്മൾക്കൊന്നും ഈ കട്ടിലിന്റെ നീളവും പോരാ വീതിയും പോര. തല കൊള്ളിക്കുമ്പോൾ കാലു പുറത്താവും. കാലു കൊള്ളിക്കുമ്പോൾ തല പുറത്താവും. ഗ്രീക്ക് കഥകളിൽ കേട്ടിട്ടുള്ള പ്രോക്രസ്റ്റസ് എന്ന രാക്ഷസന്റെ കട്ടിലു പോലെ. കട്ടിലിനു പാകമാകാത്ത ആളുകളുടെ കയ്യും തലയും ഇയാൾ മുറിച്ച് കളയുമത്രേ.

ഇത്തരം നീളം കുറഞ്ഞ കട്ടിലിൽ ഉറങ്ങുക എന്ന് പറയുന്നത് അത്യാവശ്യം നീളവും വീതിയുമുള കേരളീയർക്ക് പ്രയാസമുള്ള കാര്യമാണ്. പക്ഷേ ചക്ലയിലെ മുറി നോക്കുമ്പോ ഇതെത്രയോ മെച്ചം തന്നെ.

ബംഗാൾ ജീവിതം അനുഭവിച്ചു തുടങ്ങിയിരിക്കുന്നു.

ഞാനും ഡോക്ടർ അഭിലാഷും ശിമിലും നാഫിസും ഒരു റൂമിലേക്ക് ചേക്കേറി. അഭിലാഷ് തിരുവനന്തപുരത്തെ പ്രശസ്തനായ ദന്തഡോക്ടർ ആണ്. സദാ സമയവും പുഞ്ചിരിച്ചു കൊണ്ടിരിക്കുന്ന സൗമ്യനായ പീഡോഡോണ്ടിസ്റ്റ്. നാഫിസാണെങ്കിൽ ഹൈദരാബാദിൽ എഞ്ചിനീയർ ആണ്. രണ്ടു പേരെയും ഒരുമിച്ച് കണ്ടാൽ ചേട്ടനും അനിയനും ആണെന്നേ തോന്നൂ. തടിയും താടിയുടെ കനവും പുഞ്ചിരിയും എല്ലാത്തിലും സമാനതകളില്ലാത്ത സാമ്യതയുണ്ട്.

റൂമിന്റെ സൈഡിലായി മെലിഞ്ഞ ഒരു ബെഡ് ഉണ്ട്. എന്നെപ്പോലെ തന്നെ. ലഗേജുകൾ ചുവരിലേക്ക് ചാരിവെച്ചു. റൂമിലേക്ക് കയറിയപ്പോൾ തന്നെ അത് ഞാൻ സ്വന്തമാക്കി. പ്രോക്രസ്റ്റസ് രാക്ഷസന്റെ കഥയിലെ അവസ്ഥ വരാതിരിക്കാൻ അതല്ലാതെ മാർഗമുണ്ടായിരുന്നില്ല.

ഇനി കൽക്കട്ട നഗര കാഴ്ചകളാണ് രണ്ടു ദിവസം. ഇവിടെ യാത്രക്ക് പ്രത്യേകിച്ച് പ്ലാനുകൾ ഒന്നുമില്ല. ഇഷ്ടമുള്ള ആളുകൾക്ക് ഇഷ്ടമുള്ള സ്ഥലങ്ങളിലേക്ക് പോകാം. ഇഷ്ടമുള്ള കാഴ്ചകൾ കാണാം. ഇഷ്ടമുള്ള ഭക്ഷണം കഴിക്കാം. ഈ സ്വാതന്ത്ര്യമാണ് ബംഗാൾ യാത്രയെ ഇത്രമേൽ മനോഹരമാക്കുന്നത്.

ഒരുപാടു കാലമായി ഞാൻ മനസ്സിലിട്ടു താലോലിക്കുന്ന ഒരു സ്വപ്നമായിരുന്നു അത്. സിനിമകളിലും ചിത്രങ്ങളിലും കണ്ട കൽക്കട്ട നഗരം. പത്രങ്ങളിലും നോവലുകളിലും വായിച്ച പഴമനിറഞ്ഞ, പ്രതാപം നഷ്ടപ്പെട്ടു കൊണ്ടിരിക്കുന്ന മഹാനഗരം.

അതിവേഗം ചലിച്ചുകൊണ്ടിരിക്കുന്ന ഈ നഗരത്തിലൂടെ അലസമായി, കാഴ്ചകളൊക്കെ കണ്ട്, മതിയാവുമ്പോ ഫുട്പാത്തിൽ ഇരുന്ന് വിശ്രമിച്ച്, സ്ട്രീറ്റ് ഫുഡ് ഒക്കെ ആസ്വദിച്ച്, മറ്റൊരു ചിന്തകളുമില്ലാതെ, ഒരപ്പൂപ്പൻ താടി കണക്കെ ഒറ്റക്ക് നിർവികാരനായി തിരക്കിലൂടെ നടന്നു നീങ്ങുക എന്നത് എത്ര രസമുള്ള കാര്യമാണ്.

പതിവുകാഴ്ച്ചകളുടെ അകത്ത് ചില നുറുങ്ങുവിസ്മയങ്ങൾ കരുതിവയ്ക്കാറുള്ള സായം കാല നഗരത്തിലൂടെ നിങ്ങൾ ഒറ്റക്ക് നടക്കുകയാണെന്ന് വിചാരിക്കുക. മുന്നോട്ട് പോയ്ക്കൊണ്ടിരിക്കെ ദൂരെ എവിടെയോ നിന്ന് ഒരാൾ നിങ്ങളറിയാതെ നിങ്ങളെ വരച്ചെടുക്കുവാൻ ആരംഭിക്കുന്നു. വളരെ വേഗം നിങ്ങൾ അജ്ഞാതനായ ആ ചിത്രകാരന്റെ കടലാസിലെ ഒരു കഥാപാത്രമായി മാറുന്നു. അയാളുടെ മഷിപ്പേനയുടെ മുന ചലിക്കുന്നതിനനുസരിച്ചല്ലാതെ നിങ്ങൾക്ക് ഒരു വഴിയും മുന്നോട്ട് അനുവദിക്കപ്പെടുന്നില്ല. നിങ്ങളുടെ ഓരോ ചുവടുവെപ്പുകളിലും നിങ്ങളുടെ നിയന്ത്രണം ക്രമേണ ഇല്ലാതാവുന്നു. സ്വന്തം തീരുമാനം പോലെയല്ല, കാണാമറയത്ത് ഇരുന്ന് വേറൊരാൾ നിയന്ത്രിക്കുന്നതിനനുസരിച്ചാണ് നിങ്ങളുടെ ചലനങ്ങൾ. മുമ്പെവിടെയോ വായിച്ചത് മനസ്സിലേക്കോടി വന്നു. അജ്ഞാതനായ ആ ചിത്രകാരന്റെ കടലാസിൽ തെളിയുന്ന യാത്രക്കാരനാവാൻ മനസ്സ് വെമ്പി.

ഇന്നത്തെ യാത്രയിൽ ആദ്യത്തെ ലക്ഷ്യം ചരിത്രമുറങ്ങുന്ന വിക്ടോറിയ സ്മാരകം സന്ദർശിക്കുക എന്നതാണ്. മെട്രോ ട്രെയിനിലാണ് യാത്ര. കൽക്കട്ടയിലെ മെട്രോ വളരെ പ്രസിദ്ധമാണ്. ഇന്ത്യയിലെ ആദ്യത്തെ മെട്രോ ട്രെയിൻ ഓടിയ സിറ്റിയാണ് കൽക്കട്ട. 1984 ൽ, അതായത് ഞാനൊക്കെ ജനിക്കുന്നതിനു മുമ്പ് തന്നെ ഭൂഗർഭ ട്രാക്കിലൂടെ ഈ യന്ത്ര വാഹനം മൂളിക്കൊണ്ട് കുതിച്ചു പായാൻ തുടങ്ങിയിരുന്നു എന്ന് സാരം.

കൽക്കട്ട മെട്രോയുടെ ഭൂരിഭാഗം യാത്രയും മണ്ണിനടിയിൽ കൂടിയാണ്. പാരമ്പര്യം ഏറെ പറയാനുണ്ടെങ്കിലും ദൽഹി മെട്രോയെ പോലെയോ മുംബൈ മെട്രോ പോലെയോ സങ്കീർണ്ണമല്ല ഇത്. വെള്ളയിൽ വയലറ്റ് കളർ കൊണ്ട് ഡിസൈൻ ചെയ്തതാണ് ഇവിടുത്തെ മെട്രോ ട്രെയിൻ. കറുത്ത പ്ലാസ്റ്റിക് കോയിൻ ആണ് എനിക്ക് കിട്ടിയ മെട്രോ ടിക്കറ്റ്. അതിന്റെ ഒരു വശത്ത് മെട്രോ കൽക്കട്ട എന്നും മറു വശത്ത് ഹൗറപാലത്തിന്റെ ചിത്രവും പ്രിന്റ് ചെയ്തിരുന്നു.

'എസ്പ്ലനെട്' എന്ന സ്റ്റോപ്പിൽ നിന്നും മൈതാൻ എന്ന സ്റ്റോപ്പിലേക്കാണ് ആദ്യ യാത്ര. കൽക്കട്ടയിലെ മൈതാൻ എന്ന സ്ഥലം വളരെ പ്രസിദ്ധമാണ്. വലിയ വലിയ പ്രതിഷേധങ്ങളും സമ്മേളനങ്ങളും ഇവിടെയാണ് നടക്കാറുള്ളത്. ക്രിക്കറ്റ് പ്രേമികളുടെ സ്വപനമായ ഈഡൻ ഗാർഡൻ സ്റ്റേഡിയം ഇവിടെയാണ് സ്ഥിതി ചെയ്യുന്നത്. അതിനടുത്താണ് ഈ വിക്ടോറിയ മെമ്മോറിയൽ.

വിശാലമായ പ്രദേശത്ത് ഒരു കൂറ്റൻ കെട്ടിടം. ഗേറ്റ് കടന്നു അകത്തേക്ക് കയറിയാൽ മുറ്റത്തായി ആദ്യം കാണുന്നത് വിക്ടോറിയ രാജ്ഞിയുടെ ഒരു പ്രതിമ. പുറകിലെ വെള്ള കെട്ടിടം താജ് മഹൽ പോലെ തോന്നിക്കുന്നു. ഏറെ കാലം ഈസ്റ്റ് ഇന്ത്യ അടക്കി ഭരിച്ചിരുന്ന ബ്രിട്ടീഷ് സാമ്രാജ്യത്തിന്റെ നൂറാം വാർഷിക ഓർമ്മക്കാണീ സ്മാരകം നിർമിച്ചിരിക്കുന്നത്. 1901- ൽ മരണപ്പെട്ട വിക്ടോറിയ രാജ്ഞിക്കു വേണ്ടി സ്മാരകം പണിയാൻ അന്നത്തെ ഇന്ത്യൻ വൈസ്രോയിയായിരുന്ന കഴ്സൺ പ്രഭുവാണ് നിർദ്ദേശം നല്കിയത്. മുഗൾ ഭരണ കാലത്ത് സ്മാരകങ്ങൾ നിർമ്മിച്ചിരുന്ന വെള്ള മക്രാന മാർബിൾ ഉപയോഗിച്ച് ഇന്തോ അറബ് സ്റ്റൈലിൽ ബ്രിട്ടീഷ് എഞ്ചിനീയർ ആയിരുന്ന സർ വില്യം എമെഴ്സൻ ആണ് ഈ സ്മാരകം രൂപകൽപ്പന ചെയ്തത്.

ബ്രിട്ടീഷ് ഭരണകാലവും അവരുടെ നേതാക്കളും വാണിജ്യ വ്യവസായ ആയുധ ഉടമ്പടികളും അന്നത്തെ യുദ്ധത്തിൽ ഉപയോഗിച്ചിരുന്ന പീരങ്കികളും തോക്കുകളും ഒക്കെ ഇതിനകത്ത് പ്രദർശിപ്പിച്ചിട്ടുണ്ട്. അന്നത്തെ ഗ്രാമീണ ജീവിതത്തിന്റെ ഒരു മാതൃകയും കളിമണ്ണിൽ ഉണ്ടാക്കി വെച്ചിട്ടുണ്ട്. എവറസ്റ്റ് കൊടുമുടിക്ക് മുകളിൽ വെച്ച രാജ്യത്തിന്റെ അതിർത്തി അളക്കാൻ ഉപയോഗിച്ചിരുന്ന തിയോടോലൈറ്റും ഈ മ്യൂസിയത്തിനകത്തുണ്ട്.

പിരിയൻ ഗോവണി കയറി മുകളിലേക്ക് കയറിയാൽ വൃത്തത്തിലുള്ള വലിയ ബാൽക്കണിയിലെത്തും. അവിടെ നിന്നും താഴേക്ക് നോക്കിയാൽ വിശാലമായ കാഴ്ചകൾ കാണാം. താഴെ ഗ്രൗണ്ടിൽ മാർബിളിൽ ഡിസൈൻ ചെയ്ത് വെച്ചിരിക്കുന്ന വൃത്താകൃതിയിലുള്ള

കൊത്തുപണികളും ചുരമരിലെ അലങ്കാര പണികളും വളരെ മനോഹരമായ കാഴ്ചകളാണ്.

ഒന്നര മണിക്കൂറോളം ഇതിനകത്തും പുറത്തുമായി കറങ്ങി നടന്നു. കൂട്ടിനു കിട്ടിയത് നമ്മുടെ തിരക്കഥാകാരൻ സന്തോഷ് എച്ചിക്കാനം ആയിരുന്നു. ഞാനദ്ദേഹത്തെ സ്നേഹത്തോടെ സന്തോഷേട്ടൻ എന്ന് വിളിച്ചു. വിക്ടോറിയ മന്ദിരത്തിനു ചുറ്റും അലങ്കരിച്ച വിശാലമായ ഉദ്യാനത്തിലൂടെ ഞങ്ങൾ കഥകൾ പറഞ്ഞു നടന്നു. തണൽ വിരിച്ചൊരു ഇലഞ്ഞിമരത്തിന് ചാരത്തായി വിശ്രമിക്കാനിരുന്നു.

വിശക്കാൻ തുടങ്ങിയിട്ട് കുറെ സമയമായി. തണുപ്പായതിനാൽ പെട്ടെന്നു വിശക്കും. തണുപ്പിനു അങ്ങനെ ഒരു പ്രശ്നമുണ്ടെന്നു പലപ്പോഴും തോന്നിയിട്ടുണ്ട്. നടത്തത്തിനിടയിൽ രണ്ടു പേരക്കയും ഒരു ഐസും അകത്താക്കിയിരുന്നു. അതിന്റെ ബലത്തിലാണ് ഇത്രയും നേരം പിടിച്ചു നിന്നത്.

പേരക്ക ഇവിടെ സുലഭമായി കിട്ടും. ഇത് വഴിയരികിലും വലിയ കുട്ടയിൽ നല്ല മുഴുത്ത പേരക്ക കിട്ടും. പഴുത്ത പേരക്ക നെടുകെ മുറിച്ച് അതിൽ മസാലപൊടിയിട്ട് കഴിക്കാം. നല്ല രുചിയാണ്. ആളും തരവും നോക്കിയാണ് ഇവർ വില പറയുന്നത്. ഇരുപത് രൂപക്ക് മൂന്നെണ്ണം പിന്നെയും വാങ്ങി.

ഞങ്ങൾ പുറത്തിറങ്ങി നടക്കാനാരംഭിച്ചു. കൊൽക്കത്ത സിറ്റി ഇങ്ങനെ ആസ്വദിക്കുകയായിരുന്നു ഞാൻ. ഇന്നലെ കണ്ടതും ഇന്ന് കണ്ടു കൊണ്ടിരിക്കുന്നതുമായ കാര്യങ്ങൾ മനസ്സിലേക്ക് ഓടിവന്നു.

കൊൽക്കത്ത..!

പഴമ നിലനിർത്തുന്നതാണോ അതോ അലസതയാണോ ഇങ്ങനൊരു തെരുവ് എന്ന് ഒറ്റ നോട്ടത്തിൽ തോന്നിപ്പോവുന്ന കാഴ്ചകൾ.

അധികവും പഴയത്.!

പ്രായമായത്.!

ആളുകളും വണ്ടികളും കെട്ടിടങ്ങളും.

ഇടുങ്ങിയ വഴികൾ.!

തകരക്കൂടുകൾ പോലെയുള്ള ബസ്സുകൾ.

കടും മഞ്ഞ നിറത്തിൽ പെയിന്റടിച്ച അംബാസഡർ കാറുകൾ.

റോഡിന്റെ വശങ്ങളിലൂടെ പണ്ടെങ്ങോ ഉണ്ടാക്കിയ റെയിൽ പാളങ്ങൾ.

അതിലൂടെ മുക്കിയും മൂളിയും നിരങ്ങി നീങ്ങുന്ന ട്രാമുകൾ.!

കിതച്ച് കിതച്ച് മനുഷ്യൻ മനുഷ്യനെ വലിക്കുന്ന റിക്ഷകൾ.!

ഗതാഗതം നിയന്ത്രിക്കുന്ന പോലീസുകാർ.

വഴിയോരത്ത് ചെറിയ മരക്കട്ടയിൽ ആളെയിരുത്തി മുടിവെട്ടുന്ന ക്ഷുരകന്മാർ.!

റോഡരികിൽ തുരുമ്പിച്ച ടൈപ്പ് റൈറ്ററുമായി കടലാസ് കൂമ്പാരങ്ങൾക്കിടയിൽ രേഖകൾ ടൈപ്പ് ചെയ്ത് കൊടുക്കുന്ന വിഷാദിയായ മനുഷ്യർ.!

പൊതുടാപ്പിന് ചുവടെയിരുന്ന് സുഖമായി കുളിക്കുന്നവർ.

വഴിയോരത്തെ ചായക്കടയിൽ ചൂടേറിയ ചായകളും ചർച്ചകളും.

വഴിയരികൾ പുതച്ചും പുതക്കാതെയും കിടന്നുറങ്ങുന്നവർ.

ഉപേക്ഷിക്കപ്പെട്ട ജീവിതങ്ങൾ.!!

വിശന്ന് കരയുന്ന കുഞ്ഞുങ്ങൾ.

വട്ടക്കണ്ണട ധരിച്ച് തോളത്ത് സഞ്ചിയേന്തി പോകുന്ന ബുദ്ധിജീവികൾ.!

കശാപ്പശാലകളിലേക്ക് കൂട്ടത്തോടെ നടന്നു നീങ്ങുന്ന കാലികൾ.

അതിനിടയിൽ കൂടി സുലഭമായി കടികൂടി വിലസുന്ന പട്ടിക്കൂട്ടങ്ങൾ. നട്ടപ്പാതിരാക്കും വഴിയോരത്ത് പഴവും പച്ചക്കറികളും വിൽക്കുന്ന സ്ത്രീകൾ.!

ഈ മഹാനഗരത്തിന്റെ എല്ലാ കുതിപ്പുകളും കിതപ്പുകളും കണ്ട്,

എല്ലാത്തിനും സാക്ഷിയായി മൂകമായി ഒഴുകിയകലുന്ന ഹൂഗ്ലി നദി.!!

അതിന് മീതെ പടർന്ന് കിടക്കുന്ന ചിലന്തിവല പോലെ മനോഹരമായ ഹൗറ പാലം. പഴമയുടെ സൗരഭ്യത്തിൽ അൽഭുതത്തോടെ കൗതുകത്തോടെ അഭിമാനത്തോടെ വേദനയോടെ വിഷാദത്തോടെ ആർക്കും പിടി കൊടുക്കാത്ത പ്രഹേളികയായി ഈ മഹാനാഗരം നോക്കി നിൽക്കുന്നു. അതെ, ഈ ജീവിതങ്ങൾ നിറയുന്ന കൊൽക്കത്ത കാണാനാണ് പലരും ഇവിടെ എത്താറുള്ളത്. വന്നവർ തന്നെ വീണ്ടും വീണ്ടും വരുന്നതിന്റെ രഹസ്യവും ഇത് തന്നെയാവും. എന്തോ വല്ലാത്തൊരു മാസ്മരിക ആകർഷണമുണ്ട് ഈ നഗരത്തിനും നഗരത്തിലെ ഓരോ കാഴ്ചകൾക്കും.!

യാത്ര തുടങ്ങുന്നതിനു മുമ്പ് എവിടെയോ വായിച്ചിരുന്നു. “ലോകത്തിലെ ഏറ്റവും എളുപ്പമുള്ള കാര്യം കൊൽക്കത്തയിൽ വന്നു

നിരാശപ്പെട്ടുക എന്നതാണ്" എന്ന്. സത്യം പറഞ്ഞാ അതെന്താ അങ്ങനെ എന്ന് പലവട്ടം ഞാനാലോചിച്ചിരുന്നു. പക്ഷേ ശരിയാണ്.

ഇന്നീ നഗരത്തിന്റെ കാഴ്ചകളിലേക്ക് ഊളിയിടുമ്പോൾ മനസ്സിലാവും. ആദ്യമായി ഈ പട്ടണത്തിൽ വന്നിറങ്ങുന്ന ഇതൊരു സഞ്ചാരിക്കും തീർച്ചയായും നിരാശപ്പെടാൻ ഏറെയുണ്ട്. എന്തോ പക്ഷേ ഇതൊക്കെ ഇങ്ങനെത്തന്നെ തന്നെ ആസ്വദിക്കാനാണ് എനിക്ക് തോന്നിയത്.

മങ്ങിയതും മോറോണിക്, ചാരനിറവുമാണ് കൊൽക്കത്ത നഗരം. ഒരു കെട്ടിടം നിർമ്മിച്ചുകഴിഞ്ഞാൽ, അതാണ് അവസാനം. അറ്റകുറ്റപ്പണികളോ പെയിന്റിംഗുകളോ ഇല്ലെന്നു തന്നെ പറയാം. ആൽമരത്തിന്റെ വേരിറങ്ങാത്ത ഒരു കെട്ടിടമെങ്കിലും കണ്ടെത്തുക വളരെ പ്രയാസകരമായ കാര്യമാണ്. ഇത് തന്നെ അവരുടെ നിസ്സംഗത കാണിക്കുന്നു. അല്ലെങ്കിൽ ജനങ്ങളുടെ മനോഭാവം ഇങ്ങനെയാവും.

ആദ്യമേ ഇങ്ങനെ ആയിരുന്നോ അതോ കാലാന്തരങ്ങളിൽ ഇങ്ങനെ ആയി മാറിയതോ എന്ന് സ്വാഭാവികമായും സംശയിക്കാനും വകുപ്പുണ്ട്. അവർ അവർക്കിഷ്ടപ്പെടുന്നത് എന്തും ചെയ്യുന്നുവെന്നും മറ്റുള്ളവർ എന്ത് ചിന്തിക്കുന്നുവെന്നതിനെക്കുറിച്ച് ശ്രദ്ധിക്കുന്നില്ലെന്നും തോന്നി. അതോ അവർ ഈ അലസ ജീവിതത്തിൽ അവരുടേതായ രീതിയിൽ സംതൃപ്തരും സന്തുഷ്ടരുമാണോ?

അറിയില്ല.!!

വിക്ടോറിയയിൽ നിന്നും മടങ്ങി ഗലികളിൽ കൂടി നടക്കാനാരംഭിച്ചിട്ട് കുറച്ചു സമയമായി. ഉച്ചക്ക് ഭക്ഷണം ഇതേ അങ്ങാടിയിൽ വെച്ച് തന്നെയെന്നാണ് പറഞ്ഞത്. നടന്നു നടന്നു 'മായാ റാം' എന്ന ഒരു ഹോട്ടലിലേക്ക് കയറി. ഒരു വെജിറ്റേറിയൻ ഹോട്ടൽ ആണിത്. തൊട്ടപ്പുറത്ത് തട്ടുകടകൾ ധാരാളം ഉണ്ട്. ഇത് വരെ കണ്ടിട്ടില്ലാത്ത പലതരം വിഭവങ്ങൾ അട്ടുക്കട്ടുക്കായി നിരത്തി വെച്ചിരിക്കുന്നു. എന്റെ കണ്ണുകൾ അങ്ങോട്ട് പാഞ്ഞു.

തെരുവിലെ കാഴ്ചകൾ കൗതുകം നിറഞ്ഞതായിരുന്നു. ഒട്ടുമിക്ക ഉത്തരേന്ത്യൻ ഗ്രാമങ്ങളിലും കാണുന്ന പോലെ തന്നെ. പുതുമയും തേടി ഞാനും സുനിത്തും നടക്കാനാരംഭിച്ചു. തിരുവനന്തപുരത്ത് ദൂരദർശനിൽ ജോലി ചെയ്യുകയാണ് സുനിത്ത്. ഇന്ത്യയുടെ പല ഭാഗങ്ങളും സന്ദർശിച്ചിട്ടുള്ള നല്ലൊരു സഞ്ചാരി കൂടിയാണ്. നിഗൂഢമായ ഒരു മന്ദഹാസം ചുണ്ടിലുണ്ടാവും. തല മൊട്ടയടിച്ച്, ഇടതു കയ്യിൽ വലിയ ടാറ്റൂ വരച്ചു വെച്ചിട്ടുണ്ട്. ടീ ഷർട്ടും ട്രൌസറും കോഫീ കളറിലുള്ള ഒരു ജാക്കറ്റും ആണ് വേഷം.

ഞങ്ങൾ ഒരു തട്ടുകടക്ക് മുമ്പിലെത്തി. തടിമാടനായിരുന്ന അയാൾ. തലയിലൊരു തോർത്ത് മുണ്ട് വരിഞ്ഞു കെട്ടിയിരുന്നു. ഇരുണ്ട നിറം. കട്ടും തവിട്ടു നിറത്തിൽ കയ്യില്ലാത്ത ബനിയൻ. കഴുത്തിൽ രുദ്രാക്ഷ മാലകൾ.

കൈത്തണ്ടയിൽ ചെമ്പിന്റെ വളയം. കാലിന്റെ മുട്ടിനു മുകളിലേക്ക് കയറ്റി വെച്ചിരിക്കുന്ന വലിയ കള്ളികളുള്ള ലുങ്കി മുണ്ട്.

വിടർന്ന കണ്ണുകൾ. നെറ്റിത്തടത്തിൽ നിന്നും അടർന്നു വീഴാനായിരിക്കുന്ന വിയർപ്പ് തുള്ളികൾ. മേൽച്ചുണ്ടിലേക്ക് സുലഭമായി വളർന്നിറങ്ങിയ മീശ. കവിളിൽ കുറ്റിരോമങ്ങൾ.

തറയിൽ നിന്നും അല്പം ഉയർത്തിയുണ്ടാക്കിയ ഇരിപ്പിടത്തിൽ ഇരുന്നു അയാൾ ജോലിയിൽ വ്യാപൃതനാണ്. വലിയ ഉരുളി പോലുള്ള ചട്ടിയിൽ എന്തോ വഴറ്റി എടുക്കുന്നു. ഓറഞ്ചു നിറത്തിൽ സെമി ഗ്രേവി പോലെ എന്തോ ഒന്ന്. ഇരുമ്പിന്റെ വലിയ ചട്ടകം കൊണ്ട് ആവി പറക്കുന്ന ആ വിഭവം. ചെറുതായി അരിഞ്ഞ ഉള്ളിയും ചെറുനാരങ്ങയും നെടുകെ കീറിയ ഒരു പച്ചമുളകും അതിലേക്കിടുന്നു. ചെറിയ ഡിസ്പോസിബിൾ പ്ലേറ്റിലെക്ക് നല്ല വെടിപ്പായിട്ടു പകർന്നു നൽകുമ്പോൾ വായിൽ കപ്പലോടിക്കാനുള്ള വെള്ളം നിറഞ്ഞിരുന്നു.

അവിടെ നിന്നും ഘോഷ് ഞങ്ങളുടെ കൂടെ കൂടി. മഞ്ഞ നിറത്തിലുള്ള ടാക്സി കാറുകൾ നിർത്തിയിട്ടിട്ടുണ്ട് ഈ തിരക്കേറിയ വഴിയിൽ. ബാക്കി വാഹനങ്ങൾ നിർത്താതെ ഹോൺ മുഴക്കി കൊണ്ടാണ് പോകുന്നത്. അജയ് ഘോഷ് ഭക്ഷണപ്രിയനാണ്. നല്ല കലാകാരനും. മൊബൈലിൽ നല്ല ഭംഗിയിൽ ചിത്രങ്ങൾ വരക്കാൻ ബഹുമിടുക്കൻ. സുനിത്തിന്റെ കൂടെ ദൂരദർശനിൽ പ്രോഗ്രാം ഡയറക്ടർ ആയി ജോലി ചെയ്യുന്നു.

മറ്റൊരു തട്ടുകടക്ക് മുമ്പിലെത്തി. മലിനജലം ഒഴുകുന്ന ഓവ് ചാലിന് മുകളിലായി പലക വിരിച് ഉണ്ടാക്കിയതാണ് ഈ തട്ടുകട. അത്യാവശ്യം വലിപ്പമുണ്ട്. നല്ല തിരക്കാണ്. ആവി പരത്തിക്കൊണ്ട് പല ജാതി വിഭവങ്ങൾ തയാറായി കൊണ്ടിരിക്കുന്നു. ചട്ടിയിൽ ഇരുമ്പു തവി കൊണ്ട് മുട്ടി വഴിയാത്രക്കാരെ വിളിക്കാൻ മാത്രം ഒരാളുണ്ട്. ഈ തട്ടുകടയിൽ ആണ് സ്കൂൾ കുട്ടികളും ഉദ്യോഗസ്ഥന്മാരും ഒക്കെ ഉച്ച ഭക്ഷണം കഴിക്കുന്നത്.

ഇരിക്കാൻ സീറ്റ് കിട്ടാത്തവർ നിന്നാണ് കഴിക്കുന്നത്. ടൈയും കോട്ടും ഇട്ട ഉദ്യോഗസ്ഥർ വരെ തട്ടുകടയിൽ ഇവിടുത്തെ രുചി ആസ്വദിക്കുന്നു. ഗുണമോ മെച്ചം വിലയോ തുച്ഛം. അതാവും പോളിസി.!.

കാളിഘട്ട്! –
മദർ തെരേസയും കാളി ക്ഷേത്രവും

വൈകുന്നേരത്തോടെ ഞങ്ങൾ പ്രസിദ്ധമായ കാളിഘട്ട് എന്ന സ്ഥലത്തെത്തി. ഹിന്ദു ആചാരപ്രകാരം കാളി ദേവിയുടെ വിഖ്യാതമായ ഒരമ്പലം ഇവിടെയുണ്ട്. അതേ പോലെ കൽക്കട്ടയുടെ ഓമനപുത്രി മദർ തെരേസയുടെ ആശ്രമവും ഇവിടെയാണ്.

ആദ്യം മദർതെരേസയുടെ ആശ്രമത്തിലേക്കാണ് കയറിയത്.

പുറത്ത് നിന്നു കണ്ടുകഴിഞ്ഞാൽ വളരെ ചെറിയ ഒരു കെട്ടിടം. വെള്ളയും നീലയും കലർന്ന നിറത്തിൽ ചായം പൂശിയിരിക്കുന്നു. മുൻവശത്തു വലിയ ഗേറ്റുകൾ. സാധാരണ വിസിറ്റിംഗ് സമയത്തല്ല ഞങ്ങളെത്തിയത്. അത് കൊണ്ട് തന്നെ അകത്തു കയറി കാണാൻ പറ്റുമോ എന്നറിയില്ല എന്ന് ബന്ധു ആദ്യമേ പറഞ്ഞിരുന്നു. കയറാൻ പറ്റിയാൽ ഭാഗ്യമാണെന്നും.

ഞങ്ങളെ എന്തോ അദ്ദേഹം അകത്തേക്ക് കയറ്റി. പുറമേ നിന്നു കാണുന്ന പോലെയല്ല അകത്ത്. നല്ല വിശാലതയുണ്ട്. പക്ഷേ കാഴ്ചകൾ അതിഭീകരമായിരുന്നു. അല്ലെങ്കിൽ നൊമ്പരപ്പെടുത്തുന്നതായിരുന്നു. അതാണ് ശരിയായ വാക്ക്.

"ഫസ്റ്റ് ലവ് ഓഫ് മദർ" അകത്തേക്ക് ആദ്യ ചുവട് വെച്ചപ്പോൾ തന്നെ കണ്ണിലുടക്കിയ ആദ്യ വരികൾ ഇതായിരുന്നു. വഴിയിലും തെരുവുകളിലും എല്ലാവരാലും ഉപേക്ഷിക്കപ്പെട്ട അനാഥർക്ക്, ആരോരുമില്ലാതെ കിടക്കുന്ന നൂറുകണക്കിന് തെരുവിന്റെ മക്കൾക്ക്, അവരെ

ഏറ്റെടുത്ത്, അവരുടെ കൂടെ താമസിച്ച്, അളവില്ലാതെ സ്നേഹിച്ച പരിപാലിച്ച അമ്മ, കാരുണ്യത്തിന്റെ ഉറവ വറ്റാത്ത ഓർമ്മകളുമായി, ഇന്നും ജീവിക്കുന്നു നമ്മുടെ ഒക്കെ മനസ്സുകളിൽ.

ഈ ആശ്രമത്തിൽ വെച്ചാണ് മദർ കാരുണ്യപ്രവർത്തനം ആരംഭിക്കുന്നത്. മഹത്തായ ഒരു സ്നേഹവിപ്ലവം ജന്മമെടുത്ത അകത്തളങ്ങളിൽ ഞങ്ങൾ പ്രവേശിച്ചു.

വല്ലാത്തൊരു അന്തരീക്ഷമാണ് ഇവിടെ.

വെളിച്ചത്തെക്കാൾ ഇരുട്ട്.

മരുന്നിന്റെ മണം പരന്നൊഴുകുന്നു.

നേരിയ ശബ്ദത്തിൽ മൂക്കലും ഞെരുങ്ങലും കേൾക്കാം.

വരിവരിയായി ഒരുക്കി വെച്ചിരിക്കുന്ന നീലനിറത്തിലുള്ള ബെഡ്ഡുകൾ.

വേദനയും പരിഭവങ്ങളും കഷ്ടപ്പാടുകളും മുറിവുള്ള ഓർമ്മകളുടെയും കഥകൾ ഇന്നും ഈ ചുമരുകൾ പറയാനുണ്ടാവുമോ..?

അൻപതോളം ബെഡ്ഡുകൾ ഉണ്ടാവും ഈ വാർഡിൽ. പക്ഷേ ഇവിടെ ഇപ്പോ അന്തേവാസികളായി ആരുമില്ല. വിജനമായ ഈ മുറി ഒരു കാലത്ത് നിറഞ്ഞു കവിഞ്ഞിരുന്നു. സർവരാലും ഉപേക്ഷിക്കപ്പെട്ടവരും കുഷ്ഠരോഗികളും അവരിലേക്ക് മദർ ചൊരിഞ്ഞ അറ്റമില്ലാത്ത കാരുണ്യത്താലും.

ഒരു നിമിഷം ഞാൻ ഇങ്ങനെ ആലോചിച്ചു. നിറഞ്ഞു കവിഞ്ഞ ഈ മുറിയിൽ, രോഗികൾക്കിടയിൽ സ്നേഹം പകർന്നു കൊണ്ട് അവരിലേക്ക് കുനിഞ്ഞു നിൽക്കുന്ന മദറിനെ, അവരെ ഒരു പരിപാലിക്കുന്ന ഒരു ചിത്രം ഞാൻ എന്റെ മനസ്സിലേക്ക് കൊണ്ടുവന്നു. കൺപോളകൾ അടഞ്ഞു. കണ്ണിൽ നിന്നും അറിയാതെ ഒരിറ്റു കണ്ണുനീർ ഇടതു കൈത്തണ്ടയിലെക്ക് അടർന്നു വീണു.

ഞങ്ങൾ വീണ്ടും അകത്തേക്ക് കയറി. അവിടെ ധാരാളം സന്നദ്ധ പ്രവർത്തകർ എത്തിയിട്ടുണ്ട്. അധികമാളുകളും യൂറോപ്പിൽ നിന്നാണ് എത്തിയിരിക്കുന്നത്. ഡിസംബർ മാസത്തിലെ അവസാന ദിവസങ്ങളാണ്. ക്രിസ്മസാണ് വരാൻ പോകുന്നത്. അന്തേവാസികൾക്ക് സന്തോഷം പകരാൻ ക്രിസ്മസിനെ വരവേൽക്കാനുള്ള ഒരുക്കങ്ങൾ നടന്നു കൊണ്ടിരിക്കുന്ന തിരക്കിലാണ് എല്ലാവരും. അലങ്കാര പണികളും തോരണങ്ങളും വർണ്ണ ബൾബുകളും ചുമരിൽ ചിത്രങ്ങളും ഒക്കെ വരക്കുകയാണിവർ.

സാന്ദ്ര, മെക്സിക്കോയിൽ നിന്ന് എത്തിയിട്ട് മാസങ്ങളായി. വെള്ളാരം കണ്ണുള്ള, അയഞ്ഞ വസ്ത്രങ്ങൾ ധരിച്ച ഒരു കൌമാരക്കാരി. ഇവിടെ സന്നദ്ധ സേവനത്തിനു എത്തിയതാണ്. സാന്ദ്രയെപ്പോലെ ഒരുപാട് പേരുണ്ടിവിടെ. ആശ്രമത്തിലെ കാഴ്ചകൾ കാണാൻ സാന്ദ്രയാണ് ഞങ്ങളെ കൊണ്ട് പോയത്. ലേഡീസ് വാർഡുകളും പുരുഷ വാർഡു കളിലേക്കും ഞങ്ങളെ കൊണ്ടു പോയി.

കരളലിയിപ്പിക്കുന്ന കാഴ്ചകളാണ് ഓരോ വാർഡുകളിലും.

ചിരിക്കുന്നവർ, കരയുന്നവർ, അട്ടഹസിക്കുന്നവർ, വേദന കൊണ്ട് പുളയുന്നവർ, മിണ്ടാതെ ഇരിക്കുന്നവർ, കൈ നീട്ടി വിളിക്കുന്നവർ, കിടക്കയിൽ മുഖമമർത്തി കിടക്കുന്നവർ, ഞങ്ങളെ നിസ്സംഗമായി നോക്കുന്നവർ.. അങ്ങനെ പല രൂപത്തിൽ.

എല്ലാവർക്കും പച്ച നിറത്തിലുള്ള വസ്ത്രങ്ങളാണ് നൽകിയിട്ടുണ്ട്. ഒരു യൂണിഫോം പോലെ. തണുപ്പ് കാലമായതിനാൽ അതിനു മുകളിൽ ബ്ലാങ്കറ്റ് ഉണ്ട്. സാന്ദ്ര എല്ലാവരോടും കുശലാന്വേഷണം നടത്തുന്നുക യാണ്. തൊട്ടു തലോടുന്നുണ്ട്. ആശ്വസിപ്പിക്കുന്നുണ്ട്. സ്നേഹം പകുത്തു നൽകുന്നുമുണ്ട്.

ചുമരുകളിൽ തൂക്കിയിട്ടിരിക്കുന്ന ചിത്രങ്ങൾ ആരുടെയും കണ്ണ് നനയിക്കുന്നതാണ്. കൽക്കട്ടയുടെ ചരിത്രം പറയുമ്പോൾ മദറിനെ മറന്നുകൊണ്ട് ഒരു ചരിത്രം പറയാൻ നമുക്ക് കഴിയില്ല.

സങ്കടം ഘനീഭവിച്ച മനസ്സുമായി അവിടെ നിന്നും ഞങ്ങൾ പുറത്തി റങ്ങി. സമയം സന്ധ്യയോടടുക്കുന്നു. കുറച്ചു നേരം അങ്ങാടിയിലെ മറ്റു കാഴ്ചകൾ കണ്ടു.

പല കാരണങ്ങൾ കൊണ്ട് പ്രസിദ്ധമായൊരു തെരുവാണ് ഇത്.

റോഡിനു വലത് വശത്തായി കാളിഘട്ട്!!.

ഇടതു വശത്തായി ലൈംഗിക തൊഴിലാളികൾ താമസിക്കുന്ന തെരുവ്. മുംബെയിലെ ചുവന്ന തെരുവു പോലെ, കൽക്കട്ടയിലെ വളരെ പ്രസിദ്ധമായ ചുവന്ന തെരുവാണ് സോനാഗച്ചി. ഏഷ്യയിലെ ഏറ്റവും വലിയ റെഡ് സ്ട്രീറ്റ്. അതിന്റെ ചെറിയൊരു പതിപ്പാണ് ഇവിടെയുള്ളത്.

കാളിഘട്ട്!!.

കാളിയില്ലാതെ ബംഗാളിയില്ല എന്നു പറയാം.

കാളിക്ഷേത്രത്തിലെ ആചാരങ്ങൾ

വിപ്ലവത്തിനും സാഹിത്യത്തിനും മാത്രമല്ല കാളീഭക്തിക്കും കേൾവികേട്ട നാടാണ് ബംഗാൾ. കണ്ണിൽ കരിമഷി കനത്തിലെഴുതി കടും ചുവപ്പ് പൊട്ടു തൊട്ട് നാക്ക് പുറത്തേക്കിട്ട കാളീരൂപങ്ങളില്ലാത്ത കടകളും വീടുകളും ഇവിടെ കുറവായിരിക്കും. വിപ്ലവത്തിന്റെ രൗദ്രതയും സംഗീതത്തിന്റെ സൗമ്യതയും ചേരുന്നതാണ് ബംഗാളിന്റെ കാളീ സങ്കൽപം. അമ്പത്തിരണ്ട് ശക്തി പീഠങ്ങളിലൊന്നായ കൊൽക്കത്തയിലെ കാളീഘട്ട് ക്ഷേത്രത്തിൽ ഒരു തവണയെങ്കിലും പോയവർക്ക് ഈ ഭാവങ്ങൾ അനുഭവിച്ചറിയാൻ കഴിയും.

വീതിയേറിയ റോഡിനിരുവശവും കളിപ്പാട്ടക്കടകളും പൂജാസാധനങ്ങൾ വിൽക്കുന്ന കടകളുമാണ്. ചെറു നാരങ്ങയും പച്ച മുളകും നൂലിൽ കോർത്ത് തൂക്കിയിട്ടിരിക്കുന്നു. കുട്ടയിൽ നിറച്ച് വെച്ചിരിക്കുന്നത് കടും മഞ്ഞ നിറത്തിൽ മല്ലിപ്പൂവും ചെണ്ടുമല്ലിപൂക്കളും.

ഭസ്മവും ചന്ദനത്തിരികളും ജപമാലകളും ചരടുകളും കുന്നു കൂട്ടി ഭക്തരെ മാടി വിളിക്കുന്ന ഏജന്റുമാർ. കുന്തിരിക്കവും രുദ്രാക്ഷവും പ്രസാദപാത്രങ്ങളും തൂക്കിയിട്ടിരിക്കുന്ന വഴിയോരങ്ങൾ.

തിരക്ക് പിടിച്ച വഴിയോരത്തെ കടകളിൽ ഇടതൂർന്നു തൂങ്ങുന്ന ചെമ്പരത്തിമാലകൾ. കാളീദേവിക്ക് ഏറ്റവും പ്രിയപ്പെട്ട അലങ്കാരമായ ചെമ്പരത്തിമാലകളായിരിക്കാം. ചെറിയ ചെമ്പരത്തിപ്പൂക്കളാണ്.

എവിടെ നോക്കിയാലും കടും വർണ്ണങ്ങൾ. ചോരയുടെ ചുവപ്പിന്റെയും ഭീതി പൂണ്ട ഇരുട്ടിന്റെയും വിവിധ ഭാവങ്ങൾ. കാളീദേവിക്ക് സമർപ്പിക്കുന്ന മൃഗബലി ആഴ്ചയിൽ രണ്ടു ദിവസങ്ങളിൽ നടക്കും. ബലിപ്പുരയിൽ അന്ന് ചോരപ്പുഴ ഒഴുകും. മുമ്പൊക്കെ നരബലി വരെ ഇവിടെ നടന്നിരുന്നു എന്നും പറയപ്പെടുന്നു. എന്തായാലും മായാജാലവും മന്ത്രവാദവും പിന്നാമ്പുറങ്ങളിൽ വളരെ ചടുലമായി ഇന്നും സജീവമാണ്.

ഒരു പക്ഷേ ഡോക്ടറേക്കാൾ പ്രിയവും വിശ്വാസവും മന്ത്രവാദികളെയാവാം.

ആദിഗംഗ എന്നറിയപ്പെടുന്ന കൊച്ചു നദിക്കരയിലാണ് ഈ ക്ഷേത്രം. പണ്ട് ഗംഗാനദി ഒഴുകിയിരുന്ന വഴിയായിരുന്നത്രേ ഇത്. ചെളി കലങ്ങി കറുത്ത നിറമാണ് ഇപ്പോൾ ആദിഗംഗയിലെ വെള്ളത്തിന്. ക്ഷേത്രത്തിനു ചുറ്റുമായി കടകളുടെ ബഹളം. ഇതു പിന്നിട്ടു വേണം ക്ഷേത്രത്തിൽ എത്താൻ. പ്രധാന ശ്രീകോവിലിനു മുന്നിലായി മാർബിൾ പാകിയ വിശാലമായ തറയാണ് അകത്തു കയറിയാൽ ആദ്യം ശ്രദ്ധയാകർഷിക്കുക. ബംഗാളിന്റെ മറ്റ് ഭാഗങ്ങളിൽ കാണുന്ന കാളീരൂപങ്ങളിൽ നിന്ന് വ്യത്യസ്തമായി മൂന്നു കണ്ണുകളുള്ളതാണ് ഇവിടുത്തെ കാളീപ്രതിഷ്ഠ.

അലങ്കാരങ്ങളും ആടയാഭരണങ്ങളും ചാർത്തി ദീപപ്രഭയിൽ ദർശിക്കുമ്പോൾ കാളിയുടെ മുഖത്ത് സൗമ്യഭാവം വിളങ്ങും. കരിമഷിയെഴുതിയ കണ്ണുകളിൽ ഭക്തർ കാരുണ്യധാര കാണും.

ഓം കാളീ ജയ് കാളീ....

കാളീഘട്ട് ക്ഷേത്രത്തിൽ അലർച്ചയോളമെത്തുന്ന ഈ വിളികൾക്കൊപ്പം വെളുത്ത മാർബിൾ പതിച്ച ഭിത്തിയിലേക്ക് ചീറ്റിത്തെറിക്കുന്ന ചോര. കാളീദേവിയുടെ നാക്ക് പോലെ ഭിത്തിയിൽ നിന്ന് ചോരത്തുള്ളികൾ ഒഴുകിയിറങ്ങുന്നു.

കാളീഘട്ടിൽ മൃഗബലി നടക്കുകയാണ്!!

ശ്രീകോവിലിനു മുന്നിലെ വെളുത്ത മാർബിൾ തറയിൽ വേലി കെട്ടിത്തിരിച്ച സ്ഥലത്താണ് ബലി നൽകൽ. ആടുകളെയാണ് ബലി നൽകാൻ കൊണ്ടു വരിക. അപൂർവമായി കാളകളെയും കൊണ്ടു വരും. ആദിഗംഗയിൽ മുക്കിയെടുക്കുന്ന ബലിമൃഗത്തിന്റെ നെറ്റിയിൽ കടുംചുവപ്പ് തിലകവും ചുവന്ന മാലയുമിട്ടുവിക്കും. ചിലർ മദ്യം വരെ ബലിമൃഗത്തെ കഴിപ്പിക്കും. പിന്നീടാണ് ബലി നൽകൽ. ബലിമൃഗത്തെ നെഞ്ചോടു ചേർത്ത് കാളീദേവിക്ക് മുന്നിൽ ഒരു ഞൊടി നിശ്ചലനാകുന്ന ഭക്തന്റെ മുഖത്തേക്ക് അടുത്ത നിമിഷം രൗദ്രഭാവം ഇരച്ചു കയറും.

ഗളച്ഛേദം നടത്താനായി പ്രത്യേകം തയ്യാറാക്കിയ രണ്ടു മരക്കുറ്റികൾ ഉണ്ട്. ഒരു കഴുത്തിന്റെ അകലത്തിൽ. അതിനിടയിലേക്ക് ബലി മൃഗത്തിന്റെ കഴുത്ത് വെക്കും. അതിനു മുകളിലെ ദ്വാരങ്ങളിൽ കൂടി ദൃഢമായ ദണ്ട് കൊണ്ട് കഴുത്ത് അനക്കാൻ കഴിയാത്ത രൂപത്തിൽ താഴിട്ടു പൂട്ടും. മനുഷ്യനെ ഇങ്ങനെ ലോക്കാക്കി വെക്കുന്നത് വെറുതെ ഒന്ന് സങ്കൽപ്പിച്ചു നോക്കി.

എന്തൊരു ഭീകരമാണ് ആ അവസ്ഥ.

ഈ മരക്കുറ്റികളിൽ ചുംബിച്ചു മടങ്ങുന്ന ഭക്തർ, അതിൽ തലോടി കൈവിരലുകൾ സ്വന്തം ശിരസ്സിൽതലോടുന്നവർ. പാതി കൂമ്പിയ കണ്ണുകളുമായി ഭക്തിയിൽ സ്വയം സമർപ്പിക്കുന്നവർ.

ഫോട്ടോ എടുക്കാൻ പോലും ഭയമായിരുന്നു ആ കാഴ്ചകൾ കണ്ടിട്ട്.

മനസ്സാകെ മരവിച്ച പോലെയായിപ്പോയി.!

ബലി എന്ന പരിപാടി പെട്ടെന്ന് കഴിയും.

പ്രത്യേകം തയ്യാറാക്കി വെച്ച ഭാരമേറിയ വാളുകൊണ്ട് ബലിമൃഗത്തെ ആഞ്ഞു വെട്ടും.!

മൃഗരക്തത്തിന്റെ കുങ്കുമ തിലകമണിഞ്ഞ മുഖവുമായി ചുറ്റും നിൽക്കുന്ന ഭക്തർ കാളീനാമം ഉറക്കെയുറക്കെ ചൊല്ലിക്കൊണ്ടിരിക്കും.

കാളീ ദേവിയെക്കുറിച്ച് ധാരാളം ഐതീഹ്യങ്ങളും കഥകളും പ്രചരിക്കുന്നുണ്ട്. പലതും പല രൂപത്തിലാണ് വാമൊഴിയായും വരമൊഴിയായും പ്രചരിക്കുന്നത്. ബലിയാണ് അതിൽ ഏറ്റവും പ്രധാനം. ചൊവ്വ, വെള്ളി ദിവസങ്ങളിലാണ് മൃഗബലി നടക്കുക. ബലി ദിവസങ്ങളിൽ ഈ ഭാഗത്തെ ഭിത്തികൾക്ക് രക്തം വീണു ചുവന്ന നിറമായിരിക്കും. ബലി നൽകിയ മൃഗങ്ങളുടെ മാംസം നന്നായി മുറിച്ചു പൊതിഞ്ഞു തരാൻ കശാപ്പുശാല പോലൊരു സംവിധാനവും ക്ഷേത്രത്തോടു ചേർന്നുണ്ട്. ഈ മാംസമാണ് ഭക്തർ പ്രസാദമായി കൊണ്ടു പോകുക. മൃഗബലിയുള്ള ദിവസങ്ങളിൽ മൃഗമാംസത്തിന്റെയും രക്തത്തിന്റയും ഗന്ധമായിരിക്കും ക്ഷേത്രപരിസരത്ത് എപ്പോഴും.

അമ്പത്തിരണ്ട് ശക്തി പീഠങ്ങളിൽ ഒന്നായി വിശ്വാസികൾ കണക്കാക്കുന്ന ആരാധനാസ്ഥലത്താണ് കാളീഘട്ട്. ദക്ഷയാഗത്തിന് ക്ഷണിക്കാതെ ചെന്ന സതി ദേവിയെ അച്ഛനായ ദക്ഷൻ അപമാനിച്ചു. തനിക്കൊപ്പം തന്റെ ഭർത്താവായ ശിവനും അപമാനിക്കപ്പെടുന്നത് സഹിക്കാതെ സതി അഗ്നിയിൽ സ്വയം സമർപ്പിച്ച് ജീവനൊടുക്കി. ക്രുദ്ധനായ ശിവൻ സതി യുടെ ശരീരവും കയ്യിലെടുത്ത് ഘോരതാണ്ഡവമാടാൻ തുടങ്ങി. പ്രപഞ്ചത്തിന്റെ സർവനാശത്തിനു വരെ കാരണമായേക്കാവുന്ന

ശിവതാണ്ഡവം കണ്ട് ദേവൻമാർ ഭയന്നു. മഹാവിഷ്ണു തന്റെ സുദർശന ചക്രം കൊണ്ട് സതി ദേവിയുടെ ശരീരം അമ്പത്തിരണ്ട് കഷണങ്ങളാക്കി അരിഞ്ഞിട്ടു. ആ ശരീരഭാഗങ്ങൾ വീണു എന്ന് വിശ്വസിക്കപ്പെടുന്ന സ്ഥല ങ്ങളാണ് ശക്തി പീഠങ്ങളായി ഭക്തർ കണക്കാക്കുന്നത്. സതി ദേവീയുടെ വലതു കാൽപ്പാദമാണ് കാളീഘട്ടിൽ പതിച്ചതെന്ന് ഐതിഹ്യം പറയുന്നു.

രാത്രിയായി.

കൽക്കട്ടയുടെ രാത്രി കാഴ്ചകൾ തെളിഞ്ഞു തുടങ്ങി. വിശപ്പ് പിന്നെയും തുടങ്ങിയിട്ടുണ്ട്. തണുപ്പും. വഴിയോരത്ത് ഒരു കുട നിവർത്തി വെച്ച് ചെരുപ്പ് തുന്നുന്ന ഒരാൾ. കീറിയ കുപ്പായവും മുഷിഞ്ഞ തുണിയുമാണ് വേഷം. ചെയ്യുന്ന പണിയില്ലാതെ മറ്റൊന്നും അറിയുന്നതേയില്ല. അയാൾക്കരി കിൽ ഒരു കുഞ്ഞു ചായക്കടയുണ്ട്. മൺകപ്പുകൾ നിരത്തി വെച്ചിരിക്കുന്നു. ഓരോരുത്തരായി ചായ ഓർഡർ ചെയ്തു. അത്രയും പേർ ആദ്യമായി വന്ന തിന്റെ അങ്കലാപ്പും വ്യഗ്രതയും പ്രകടമായിരുന്നു. നിമിഷനേരം കൊണ്ട് മൺകോപ്പയിൽ ഇത്തിരികുഞ്ഞൻ ചായകൾ റെഡിയായി. രണ്ടെണ്ണം കുടിച്ചിട്ടും എവിടെയും എത്തിയില്ല. പുറത്ത് റോഡിൽ കൂടി ഒരു പ്രതിഷേധ പ്രകടനം കടന്നു പോയി.

യാത്ര വീണ്ടും ചാന്ദ്നി ചൌക്കിലെക്ക്. രാത്രി ഭക്ഷണം അവിടെയാണ്. മെട്രോ ട്രെയിനിൽ പക്ഷേ ഇത്തവണ കിട്ടിയ പ്ലാസ്റ്റിക്ക് ടിക്കറ്റ് കോയിൻ മഞ്ഞ നിറത്തിലാണ്.

അര മണിക്കൂർ കൊണ്ട് സിറ്റിയിൽ എത്തി.

ലെനിൻ സരണി. സെക്കന്റ് എക്സിറ്റ്. ഞങ്ങളുടെ ഗല്ലി.

രാവിലെ കണ്ട ഗല്ലി ആയിരുന്നില്ല അപ്പോൾ.

സജീവമായിരിക്കുന്നു. രാവിലെ ഇറങ്ങുമ്പോൾ ശാന്തമായിരുന്നു. ആളും അനക്കവുമുണ്ടായിരുന്നില്ല. ഷട്ടറുകൾ അടഞ്ഞു കിടന്നിരുന്നു. എന്നാൽ ഇത്തരം ഗല്ലികൾ ഉച്ചയോടു കൂടി ഉണരാൻ തുടങ്ങും. വൈകുന്നേരത്തോടു കൂടി സജീവമാകും. രാത്രി കാലുകുത്താനിടയില്ലാത്ത വിധം ആളുകളും കച്ചവടക്കാരും കൊണ്ട് തിങ്ങി നിറയും. തട്ടുകടകളും വഴിയോരക്കച്ചവ ടക്കാരും പായസകച്ചവടക്കാരും ഫുട്പാത്തുകൾ കയ്യടക്കും. വിവിധ തരം ലസ്സികളും ബേക്കറികളും ഹോട്ടലുകളും സ്ട്രീറ്റ് ഫുഡും രുചികളുടെ മേളം തീർക്കുകയായി. ജീൻസുകളും ബാഗുകളും വണ്ടിയുടെ പാട്സുകളും വിൽക്കുന്നവർ വേറൊരു സൈഡിലാണ്. അങ്ങാടിയിലെ സകല കച്ച വടക്കാരും അവരുടെ ആരവങ്ങളും ഉച്ചസ്ഥായിയിൽ എത്തും. സൂചി കുത്താനിടല്ലാത്ത വിധം റോഡുകൾ ജനസാഗരമാവും.

ഇത്തരം തെരുവുകളിൽ കിട്ടാത്തതായി ഒന്നുമില്ല. എങ്കിലും ഓരോ ഗലികളും ഓരോ കാര്യങ്ങൾക്ക് പ്രസിദ്ധമായിരിക്കും.

കുറച്ച് നേരത്തെ പൊടിപൊടിക്കുന്ന കച്ചവടം മാത്രം. പത്തു മണിക്ക് മുമ്പ് തന്നെ മിഴികൾ അടയാൻ തുടങ്ങും. കച്ചവടത്തിന്റെ വേഗത കുറയും. പെട്ടെന്ന് തന്നെ കടകൾ അടച്ച് തെരുവ് കാലിയാക്കി ആളുകൾ മടങ്ങും.

പെട്ടെന്നുറങ്ങുന്ന സിറ്റിയാണ് കൽക്കട്ട. ബന്ധു പറഞ്ഞിട്ടുണ്ട്.

ഞങ്ങൾ ഭക്ഷണം കഴിച്ചു. എല്ലാവരും റൂമിൽ കയറി. യാത്രാക്ഷീണം മാറ്റാൻ വേഗം ഉറങ്ങാൻ തുടങ്ങി.

ഇവിടെ പക്ഷേ വന്നത് ഉറങ്ങാനല്ലല്ലോ.

ആളും ആരവങ്ങളും ഒഴിഞ്ഞ കൽക്കത്തയുടെ രാത്രി കാഴ്ചകൾ തേടി ഞങ്ങൾ പക്ഷേ വീണ്ടുമിറങ്ങി. സുനിത്തും അഭിലാഷും ശിമിലും നാഫിസും കൂടെയുണ്ട്. മലപ്പുറത്തെ പടപ്പറമ്പിൽ നിന്നും ശിഹാബും ഷംസു ഡോക്ടറും നബീൽ ഡോക്ടറും മുഹമ്മദാലിക്കയും വേറൊരു വണ്ടിയിലാണ്.

യൂബർ ടാക്സിയിലാണ് യാത്ര. ഹൗറപാലം ചില പ്രത്യേക ദിവസങ്ങളിൽ പൂർണ്ണമായും പ്രകാശത്തിൽ കുളിച്ച സുന്ദരിയായി നിൽക്കാറുണ്ടത്രേ. വിവിധ വർണങ്ങളിൽ നൂറു കണക്കിന് അലങ്കാര ബൾബുകൾ പ്രകാശം പൊഴിച്ച് കൊണ്ട് ഹൂഗ്ലി നദിയിൽ അതിന്റെ സുന്ദരമായ പ്രതിബിംബം തെളിയിക്കും. പാലത്തിനു താഴെയായി കരിങ്കൽ പടവുകളിൽ ഇരുന്നാൽ ഒറ്റ ഫ്രെയിമിൽ ഈ ചിത്രം കിട്ടും. അതി സുന്ദരമാണത്രേ ഈ കാഴ്ച. അത് ലക്ഷ്യമാക്കിയാണ് ഈ പാതിരാ സഞ്ചാരം.

നൂറ്റിപ്പത്ത് രൂപ.!

ടാക്സി ഡ്രൈവർ പറഞ്ഞു. അപ്പോഴേക്കും സമയം രാത്രി പന്ത്രണ്ടു മണിയോടടുത്ത് ആയിരുന്നു. ഊബർ കാർ പാലവും കടന്ന് ഹൗറസ്റ്റേഷന്റെ എക്സിറ്റിൽ എത്തിയിരിക്കുന്നു.

ഭാഗ്യമില്ല.

പാലം സാദാ വെളിച്ചം മാത്രം. അലങ്കാര വെളിച്ചങ്ങൾ ഒന്നുമില്ല.

നഗരം ഉറക്കത്തിലേക്ക് ഊളിയിട്ടിരിക്കുന്നു. വഴിയോര കച്ചവടക്കാരും റിക്ഷക്കാരും ഓട്ടോ ഡ്രൈവർമാരും ചുമട്ടു തൊഴിലാളികളും ഒക്കെ ഇതിനകം തന്നെ കളം വിട്ടുകഴിഞ്ഞു. ഏതാനും കുറച്ച് ടാക്സി ഡ്രൈവർമാർ മാത്രം രാത്രി യാത്രക്കാരെ കാത്തിരിക്കുന്നു. റോഡിനിക്കരെ കൂറ്റൻ ഇരുമ്പു പോസ്റ്റിൽ ഇന്ത്യയുടെ ത്രിവർണ്ണ പതാക പാറിക്കളിക്കുന്നു.

സ്റ്റേഷനിൽ നിന്നും പുറത്തിറങ്ങുന്ന വഴിയിൽ ഹൈവേയുടെ ഒത്ത നടുക്കായിട്ട് പഴയ ഒരു കൽക്കരി എഞ്ചിൻ ഉയർത്തി പ്രദർശിപ്പിച്ചിട്ടുണ്ട്. പണ്ടെങ്ങോ ഉപയോഗിച്ചതാവാം.

കുറെ നേരം അവിടെ ചിലവഴിച്ച ശേഷം ഞങ്ങൾ പാലത്തിലൂടെ നടക്കാൻ തുടങ്ങി. അക്കരയിലേക്ക്. അതായത് ഹൗറനഗരത്തിൽ നിന്നും കൽക്കത്ത നഗരത്തിലേക്ക്. ഇരുമ്പ് പാലത്തിന്റെ ഇരു വശങ്ങളിലുമായി വീതിയേറിയ നടപ്പാതകളുണ്ട്. ആയിരക്കണക്കിന് ആളുകൾ ഉപയോഗിച്ചിരുന്ന വഴിയാണിത്. പണ്ടൊക്കെ രാത്രിയിൽ ആളുകൾ ഇവിടെ കിടന്നുറങ്ങാറുണ്ടായിരുന്നുവത്രേ. പക്ഷേ ഇപ്പോ ഇവിടം വിജനമാണ്. നഗരത്തിൽ നടന്നു കൊണ്ടിരിക്കുന്ന പ്രക്ഷോഭങ്ങളും കലാപങ്ങളും കാരണമാവാം പാതി രാത്രിയിലും ശക്തമായ വാഹന പരിശോധനകൾ നടത്തുന്നുണ്ട് പോലീസുകാർ.

ഒരു ടിപ്പിക്കൽ സിറ്റി ആണെങ്കിലും കാഴ്ച മറക്കും വിധത്തിൽ പൊടിയുടെയും വിഷം വമിക്കുന്ന പുകയുടെയും ശല്യം കുറവാണ്. ഞങ്ങൾ താമസിക്കുന്ന കൽക്കട്ടയിലെ ലെനിൻ സരണിയിലെ ഗലിയിൽ തെരുവിന്റെ അവകാശികളായ പെരുച്ചാഴികളും എന്തിനു കൊതുകുകൾ പോലും ഇല്ലെന്നു പറയാം.

യൂബർ കാർ തന്നെ വിളിച്ച് റൂമിലേക്ക് മടങ്ങി. ഇരുപത് മിനിറ്റിൽ ഹോട്ടലിൽ എത്തി. എല്ലാവരും റൂമിലേക്ക് കയറി.

നാഫിസും ഞാനും സുനിത്തും ഒഴികെ!.

"എനിക്കൊരു ചായ വേണം. ഇപ്പോ കിട്ടണം." അവന്റെ ഡിമാന്റ്.

"ചായയോ..ഇപ്പോഴോ..? എവിടെ കിട്ടാനാടാ..?"

"വാ.. നമുക്ക് നോക്കാം. ഏതെങ്കിലും പെട്ടിക്കടകൾ കാണാതിരിക്കില്ല."

ചാന്ദിനി ചൗക്ക് പരിസരപ്രദേശങ്ങളിലെയും ഗലികളിൽ കൂടി നടക്കുകയാണ്. തണുത്ത് വിറക്കാൻ തുടങ്ങിയിട്ടുണ്ട്. ചായ തേടിയുള്ള നടത്തമാണ്. ഒരു കട പോലും തുറന്നിട്ടില്ല. മെയിൻ റോഡ് വിട്ട് ഞങ്ങൾ ഇടവഴികളിൽ കൂടി നടത്തം ആരംഭിച്ചു. തൊട്ടടുത്തായി ടിപ്പുസുൽത്താന്റെ മകൻ നിർമിച്ച പുരാതനമായ ഒരു പള്ളിയുണ്ട്. അതിന് ഓരം ചേർന്ന് താഴേക്ക് നടന്നു. എല്ലാ കടകളും അടഞ്ഞു കിടക്കുന്നു. ഗലികളിൽ നിന്നും വീണ്ടും ഗലികളിലേക്ക്.

അങ്ങനെ കുറച്ചകലെയായി ഒരു ചെറിയ പെട്ടിക്കട കണ്ടു. അനാഥമായൊരു ഉന്തു വണ്ടിക്ക് മുകളിൽ ഒരു നായ സുഖമായി ഉറങ്ങുന്നു. നിയോൺ ലാമ്പിന്റെ മഞ്ഞ വെളിച്ചത്തിൽ ഇഷ്ടിക കൊണ്ട് പടുത്തുയർത്തിയ കെട്ടിടങ്ങൾ കൂടുതൽ തിളങ്ങുന്നതായി തോന്നി. നാലഞ്ചാളുകൾ തീ കായുന്നുണ്ട്. രണ്ടാളുകൾ അവിടെ നിന്നു കൊണ്ട് ചായ കുടിക്കുന്നു.

"തീൻ ചായ്".

നാഫിസ് ഓർഡർ ചെയ്തു. മൊബൈൽ ഫോണിൽ സിനിമ കണ്ടു കൊണ്ടിരിക്കുകയായിരുന്ന ചായക്കാരൻ. ഫോൺ ഓഫാക്കി ഞങ്ങളെ നോക്കി. ചാരക്കളറിലുള്ള നിറം മങ്ങിയ മഫ്ലർ കൊണ്ട് മുഖം മറച്ചിട്ടുണ്ട്. രണ്ടു മൂന്നു ചങ്ങാതിമാർ അടുത്ത് തന്നെ ഇരിക്കുന്നുണ്ട്.

കറുത്ത ചായചണ്ടി പറ്റിപ്പിടിച്ച അലുമിനിയം പാത്രത്തിലേക്ക് പാൽ ഒഴിച്ചു. ഗ്യാസ് സ്റ്റവ് കൂടുതൽ ശബ്ദത്തോടെ കത്താൻ തുടങ്ങി. കട്ടികൂടിയ പാലും കടുപ്പമേറിയ ചായപ്പൊടിയും വൃത്തിയില്ലാത്ത ആ പാത്രത്തിൽ കിടന്നു തിളച്ചു മറിഞ്ഞു. വലിയ ഡൂക്ക പാത്രത്തിൽ നിന്നും സ്റ്റീൽ തവികൊണ്ട് പഞ്ചസാര കോരിയിട്ടു. അയാൾ രണ്ടാമത്തെ ബീഡിക്ക് തീകൊളുത്തി. ജീവിതത്തിലൊരിക്കലും വെള്ളം കണ്ടിട്ടില്ലാത്ത അരിപ്പ യിലൂടെ ചായ താഴേക്ക് ഒഴുകി.

ചായ റെഡി.!!

വലിയ ഗ്ലാസിൽ നിന്നും ചെറിയ മൺ കപ്പിലേക്ക്.

വിഷാദത്തിന്റെ കഥ പറയുന്ന ഈ തെരുവിൽ ആരവങ്ങളിൽ നിന്നൊക്കെ ഒഴിഞ്ഞ് ഒരു ദീർഘ ശ്വാസമെടുത്ത് അലസമായി വിദൂര തയിലേക്ക് കണ്ണും നട്ട് വലതു കയ്യിലെ മൺകപ്പിൽ നിന്നും ചൂടു ചായ ഉള്ളിലേക്ക് ആഴ്ന്നിറങ്ങുമ്പോൾ എന്തെന്നില്ലാത്ത ഒരനുഭൂതി മനസ്സിലാകെ പകർന്നു.

മൂന്നു രൂപയാണ് ചായയുടെ വില. ഓരോ സ്ഥലത്തും ഓരോ വിലയാണ്.

അറ്റമില്ലാതെ കഥകൾ തുടർന്ന് കൊണ്ടേയിരുന്നു. പൊളിഞ്ഞു വീഴാനായ വലിയൊരു മതിലിനു താഴെ മൂന്നു കസേരകളിൽ. എത്ര നേരം അവിടെ ഇരുന്നുവെന്നോ എത്ര കപ്പ് ചായ കുടിച്ചുവെന്നോ ഒരു ധാരണയുമില്ലായിരുന്നു.

നഗരവീഥിയിലെ പാതിരാ സഞ്ചാരം കഴിഞ്ഞു. നഗരം ഉറങ്ങുകയാണ്.

പോരാട്ടങ്ങളുടെയും സംസ്കാരങ്ങളുടെയും സംസ്കൃതിയുടെയും ഭാഷയുടെയും സാഹിത്യത്തിന്റേയും വിപ്ലവങ്ങളുടെയും കരുണയുടെയും രൗദ്രതയുടെയും സമ്പന്നതയുടെയും അധികാരത്തിന്റെയും ഒക്കെ രഹസ്യ ങ്ങളും പരസ്യങ്ങളും അടക്കിവാണിരുന്ന ഈ തെരുവുകൾ ഇപ്പോ ഇതാ സുഖമായി വിശ്രമിക്കുന്നു. ഞങ്ങളും റൂമിലേക്ക് കയറി.

മണി രണ്ടര കഴിഞ്ഞു.

പ്രതിഷേധ പ്രകടനങ്ങൾക്കിടയിലൂടെ മുർഷിദാബാദിലേക്ക്

22/12/2019

എന്തോ എനിക്കുറക്കം വന്നില്ല. ഒരുപാട് ചിന്തകൾ കഴിഞ്ഞ രാത്രി കവർന്നെടുത്തു. ശിമിലും അഭിയും നാഫിസും ഒറ്റ കിടക്കയിലാണ് ഉറങ്ങുന്നത്.

രാവിലെ അഞ്ചരക്ക് തന്നെ എഴുന്നേറ്റു. നല്ല തണുപ്പാണ്. എല്ലാവരും നല്ല ഉറക്കത്തിലാണ്. നിദ്രയുടെ ആഴം അവരുടെ സുദീർഘമായ നിശ്വാസങ്ങളിൽ നിന്നും ഊഹിച്ചെടുക്കാം. ഉത്തരേന്ത്യൻ ശൈത്യകാലത്തെ വെല്ലുപ്പാൻ കാലത്ത് മൂടിപ്പുതച്ചുറങ്ങാൻ ആഗ്രഹമില്ലാത്തവർ ആരുണ്ട്.

"നമുക്ക് എന്തായാലും രാവിലെ നടക്കാനിറങ്ങണം. രാവിലെ കൽക്കട്ട കാണാൻ നല്ല രസമാണ്.. മിസ്സാക്കരുത്.".

രാത്രി കിടക്കുന്ന സമയത്തെ അവസാനത്തെ അഭിപ്രായം ഇങ്ങനായിരുന്നു. ശിമിലാണ് പറഞ്ഞത്. ബുദ്ധിജീവിയാണ് ശിമിൽ. ആവശ്യത്തിനു മാത്രമേ സംസാരിക്കൂ. വിഷയങ്ങളെ വസ്തുനിഷ്ഠമായി അപഗ്രഥിച്ച താത്വികമായി അവലോകനം ചെയ്ത് ആറ്റിക്കുറുക്കിയ വാക്കുകൾ. എല്ലാരും ഒരേസ്വരത്തിൽ തലയാട്ടി. അപ്പോഴേക്കും നാഫിസ് ഹമ്മിംഗ് ശബ്ദത്തോടെ കൂർക്കം വലി തുടങ്ങിയിരുന്നു.

"ആരെങ്കിലും ഉണ്ടോ.. കുറെ നേരായി വിളിക്കുന്നു. ഇനി ഞാൻ പോവാട്ടോ..". എന്റെ ക്ഷമ കെട്ടുതുടങ്ങി. അര മണിക്കൂറായി സഹമുറിയന്മാരെ ഉരുട്ടി വിളിക്കുന്നു. ഒരു രക്ഷയുമില്ല.

അവസാനം നാഫിസ് തന്നെ എഴുന്നേറ്റു.

കുളിരുള്ളതായിരുന്നു ആ പ്രഭാതം.

തളർന്നുറങ്ങിക്കിടക്കുന്ന ചാന്ദ്നി ചൌക്കിന്റെ തെരുവുകളിലൂടെ ഞങ്ങൾ നടക്കുകയാണ്. ഉന്തുവണ്ടികൾക്കെല്ലാം താർപ്പായ വിരിച്ച പ്ലാസ്റ്റിക് കയറു കൊണ്ട് വരിഞ്ഞു മുറുക്കി കെട്ടിയിരിക്കുന്നു. ഷട്ടറിട്ട് പൂട്ടിക്കിടക്കുന്ന കടകൾ. അങ്ങിങ്ങായി തുറന്നിരിക്കുന്ന കുഞ്ഞു ചായക്കടകൾ. കഥ പറയാൻ അങ്ങാടിയിലെ പീടിക തിണ്ണകളിലും മരച്ചുവട്ടിലും കുറെ ആളുകൾ എത്തിയിരിക്കുന്നു. അധികവും വയോധികർ തന്നെ.

ചാന്ദ്നിചൌക്കിൽ നിന്നും ലെനിൻ സരണിയിലേക്ക് കയറി. താഴേക്ക് നടക്കാനാരംഭിച്ചു. ഈ വഴിയിലാണ് ടിപ്പു പള്ളിയും ധർമ്മത്തല ബസ് സ്റ്റേഷനും. മെട്രോ സ്റ്റേഷനും ഈ വഴിക്ക് തന്നെയാണ്. ഇവിടെ പതിവിലധികം ആളുകളെ കാണാം. ഈ പുലർച്ചയിലും. എന്നും ഇങ്ങനെയാണോ എന്നറിയില്ല. തക്കളിപ്പെട്ടിക്ക് മുകളിൽ വെച്ചു പോലും ചായകച്ചവടം നടത്തുന്നവർ. ബിസ്കറ്റും റസ്കും ചെറുകടിയാണ്. നൂറുകണക്കിന് ആളുകൾ ഈ ഭാഗത്തെ ഗലികളിൽ നിറഞ്ഞിരിക്കുന്നു.

എന്തിനാവും ഇത്രയും ആളുകൾ ഈ പുലർച്ചയിൽ തന്നെ ഇവിടെ കൂടിയിരിക്കുന്നത്. ആളുകൾ പലവഴിയിലൂടെയും വന്നു കൊണ്ടിരിക്കുകയാണല്ലോ.. ചെറുതും വലുതുമായ ഒരുപാട് ഗ്രൂപ്പുകൾ ചായക്കടകളിലും കടവരാന്തകളിലും കൂട്ടം കൂടി നിൽക്കുന്നു. എന്തോ അടക്കം പറഞ്ഞു കൊണ്ടിരിക്കുന്നു. ഇതത്ര പന്തിയല്ല എന്നത് തോന്നിയത് കൊണ്ടാവണം,

“ചായ പിന്നെ കുടിക്കാം മുനീർക്കാ.. നമുക്ക് മടങ്ങാം.” ഒരൽപം ആധിയോടെയാണ് പറഞ്ഞത്.

ഞങ്ങൾ തിരിച്ചു. മെയിൻ റോഡിന്റെ സൈഡിലായി ട്രാമിന്റെ ട്രാക്കുണ്ട്. അതിലൂടെയാണ് നടക്കുന്നത്. ട്രാമിലെ യാത്ര ഇതുവരെ അനുഭവിച്ചിട്ടില്ല. ഇന്നലെ മുതൽ ശ്രമിക്കുന്നുണ്ട്.

പറഞ്ഞു തീർന്നില്ല. പിന്നിൽ ഒരു ഞെരുക്കം.

നിരങ്ങി നിരങ്ങി ഒരു ട്രാം വരുന്നുണ്ട്.

“ഇതിൽ കയറാം നമുക്ക്. എവിടെയെങ്കിലും പോയി ഇറങ്ങാം..”

ഞങ്ങൾ സൈഡിലേക്ക് മാറി നിന്നു. ട്രാക്കിൽ നിർത്തിയിട്ടിരുന്ന ഓട്ടോറിക്ഷയുടെ പുറകിലായി ട്രാം നിർത്തി. ഞങ്ങൾ അതിലേക്ക് ചാടിക്കേറി.

കൽക്കട്ടയിലെ ട്രാം യാത്ര

കൽക്കട്ട എന്ന് കേൾക്കുമ്പോൾ തന്നെ മനസ്സിലേക്ക് ഓടി വരുന്ന ചിത്രങ്ങളിൽ ഒന്ന്. കൽക്കട്ടയിൽ മാത്രം അനുഭവിക്കാൻ കഴിയുന്ന വേറിട്ടൊരു യാത്രാനുഭവം..

"അഞ്ചു രൂപ". കേറിയപ്പോ തന്നെ കണ്ടക്ടർ വന്നു. യാത്രക്കാരായി ഞങ്ങൾ രണ്ടു പേർ മാത്രം.

റോഡിന്റെ ഇരുവശങ്ങളിലും ട്രാമിന് പോവാൻ ട്രാക്കുകൾ ഉണ്ട്. റെയിൽവേ ട്രാക്ക് പോലെ തന്നെ.

ജങ്ക്ഷനുകളിൽ റെയിൽവേ ക്രോസിംഗ് പോലെതന്നെ അങ്ങോട്ടും ഇങ്ങോട്ടും വളഞ്ഞു തിരിയുന്ന ഈ ട്രാക്കുകൾ. വേണമെങ്കിൽ നമ്മൾക്ക് ഓടി തോൽപ്പിക്കാം. അത്ര വേഗതയെ ഇതിനുള്ളു. റോഡിലൂടെയുള്ള പാളത്തിലൂടെയാണ് ഇത് ഓടുന്നത്. അതായത് ബസ്സും കാറും റിക്ഷയും ടാക്സിയും ട്രാമും മനുഷ്യർ വലിക്കുന്ന റിക്ഷയും എല്ലാം ഒരുമിച്ച് ഒരു റോഡിലാണ് ഓടുന്നത്. അതുകൊണ്ട് തന്നെ ട്രാം ഓടുമ്പോൾ നല്ല ട്രാഫിക് ബ്ലോക്കും ഉണ്ടാവും. ചിലപ്പോ ഇതിന്റെ ട്രാക്കിൽ വല്ല കാറോ ഓട്ടോയോ ഒക്കെ നിർത്തിയിട്ടും ഉണ്ടാവും. അപ്പോഴും ഡ്രൈവർക്കുപണിയാണ്. ക്ഷമയുടെ നെല്ലിപ്പലക കാണും.

യാത്രക്കാരിൽ കൂടുതലും ഒരു കൗതുകത്തിനു കയറുന്നവരാണ്. ചില നാട്ടുകാരും കയറുന്നുണ്ട്. കൊൽക്കത്തയിൽ വന്നിട്ട് ട്രാമിൽ കയറാതെ പോകരുത്. നടുറോഡിൽ ട്രെയിനിൽ പോവുന്ന അനുഭവമാണ്. ഉള്ളിൽ നല്ല വിസ്താരമൊക്കെയുണ്ട്.

നിരങ്ങി നീങ്ങുമ്പോൾ നല്ല കുലുക്കം. മരത്തിന്റെ സീറ്റുകൾ. ബസ്സിന്റെ പോലെ അല്ല ക്രമീകരണം. ഇംഗ്ലീഷിലെ യു എഴുതിയ പോലെ പരസ്പരം അഭിമുഖമായി ഇരിക്കാവുന്ന തരത്തിലാണ് സീറ്റിംഗ്. രാവിലെയായത് കൊണ്ട് റോഡിൽ തിരക്ക് കുറവാണ്. റോഡ് ക്രോസ്സ് ചെയ്യുന്നവരെയും ബൈക്കുകാരെയും റിക്ഷക്കാരെയും പരിഗണിച്ച് കൊണ്ട് നമ്മുടെ ലോക്കോ പൈലറ്റ് വളരെ പതുക്കെയാണ് ഓടിക്കുന്നത്.

1902 ൽ തുടങ്ങിയ ട്രാം സർവീസ് ഇപ്പോഴും ഏതാണ്ട് അതെ ടെക്നോളജിയുമായി ഓടുന്നു. ഇടയ്ക്ക് ട്രാം സർവീസ് നിർത്താൻ പദ്ധതിയിട്ടിരുന്നുവത്രേ. പക്ഷേ ഒരുപാടാളുകളുടെ ജീവിതപ്രശ്നമായത് കൊണ്ട് ആ തീരുമാനം നടന്നില്ല.

പൊതുവേ ജോലിക്കാരെല്ലാം വയസ്സന്മാരാണ്. യുവാക്കളെ പുതിയാതായി ഈ ജോലിക്ക് എടുക്കുന്നുമില്ല. ഇവരോട് കൂടി ട്രാം സർവീസ് ഒരു ഓർമ്മയായ് മാറും. കൊൽക്കത്തയുടെ പഴയ പാരമ്പര്യം കാണിക്കാനാണ് നഷ്ടം സഹിച്ചും ഇപ്പോഴും ഇത് ഓടിക്കുന്നത് എന്നാണ് അറിയാൻ കഴിഞ്ഞത്.

ഓടുന്നതിനിടയിൽ തന്നെ ആളുകൾ ചാടിക്കയറുകയും ഇറങ്ങുകയും ചെയ്യുന്നുണ്ട്. ഒരു ജംഗ്ഷൻ എത്തുന്നതിനു തൊട്ടുമുമ്പിലായി ഞങ്ങൾ ഇറങ്ങി.

സൂര്യൻ ഉദിച്ചു വരുന്നതേ ഉള്ളൂ. ചെറിയ പെട്ടികൾ നിരത്തിവെച് അതിന്മേൽ ഗ്യാസ് സ്റ്റവ് കത്തിച്ചു ചായകച്ചവടം തുടങ്ങിയിട്ടുണ്ട്. പാനും ഗുട്ക്കയും മാലകളായി തൂക്കിയിട്ടിരിക്കുന്നു.

ഫുട്പാത്തിന്റെ ഒത്ത നടുക്കായി വലിയൊരു താന്നി മരമുണ്ട്. അതിനു ചുറ്റും മൂന്നു ചായക്കച്ചവടക്കാർ റെഡിയായികൊണ്ടിരിക്കുന്നു. അതിലൊന്നിൽ നിന്നും ഞങ്ങൾ ചായക്ക് ഓർഡർ ചെയ്തു.

നിമിഷ നേരം കൊണ്ട് ചായ റെഡി. ചെറിയ മൺകപ്പിൽ തന്നെ. ഈരണ്ട് വീതം കുടിച്ചിട്ടും എങ്ങും എത്തിയിട്ടില്ല. ക്വാളിറ്റി അല്ല ക്വാണ്ടിറ്റി. ബംഗാളിലെ ചായക്കഥകൾ പറയാൻ മാത്രമുണ്ട്. വഴിയെ പറയാം.

തിരിച്ചു റൂമിലെത്തി. അപ്പോഴേക്കും ഞങ്ങളൊഴികെ എല്ലാവരും കുളിച് റെഡിയായിരുന്നു. അടുത്ത യാത്ര തുടങ്ങുകയായി.

മൂർഷിദാബാദിലേക്കാണ് ഇന്നത്തെ സഞ്ചാരം.

തൊട്ടടുത്തുള്ള സിയാൽദ റെയിൽവേ സ്റ്റേഷനിൽ നിന്നും രാവിലത്തെ തീവണ്ടിക്ക് ടിക്കറ്റ് ബുക്ക് ചെയ്തിട്ടുണ്ട്. ഉച്ചയോട് കൂടി മുർഷിദാബാദിൽ എത്തും.

“പെട്ടെന്ന് ഒരുങ്ങണം. എത്രയും പെട്ടെന്ന്.” ബന്ധുവിന്റെ നിർദ്ദേശം. പതുങ്ങിയ ശബ്ദത്തില്ലാണ് നാസർക്ക പറഞ്ഞത്.

ഇങ്ങനെ പതിവില്ലാത്തതാണ്. ശബ്ദത്തിൽ ഒരു പതർച്ച തോന്നിയത് എനിക്ക് മാത്രമാണോ. കാൽചുവട്ടിൽ എന്തോ ഒരു അപകടത്തിന്റെ സൂചനപോലെ തോന്നി.

ഹോട്ടലിലെ റിസപ്ഷനിസ്റ്റ് ഫോൺ വെച്ചു. എന്നിട്ട് പറഞ്ഞു.“ആളുകൾ ക്രാമാതീതമായി എത്തിക്കൊണ്ടിരിക്കുന്നു. ഇവിടെയുള്ള പ്രദേശവാസികൾ ഒക്കെ ഇവിടുന്നു മാറിപ്പോവുന്നു. എന്താ കാരണമെന്നറിയില്ല.”

ഞാനും നാസിഫും മുഖത്തോട് മുഖം നോക്കി.

വീണ്ടും ഒരു ഭീകരാവസ്ഥ സംജാതമാവുകയാണോ..??

ഞൊടിയിടയിൽ എല്ലാവരും റെഡിയായി. ഹോട്ടലിൽ നിന്നും താഴേക്കിറങ്ങി. ലഗേജുമെടുത്ത് നടക്കാൻ ആരംഭിച്ചു.

“നോക്കൂ.. നിങ്ങൾ ഒരുമിച്ചു നടക്കണം. ഇവിടെ കൂട്ടം തെറ്റാൻ പാടില്ല. നമ്മുടെ ട്രെയിൻ ക്യാൻസൽ ആയിട്ടുണ്ട്. ദാ ഇപ്പോ”.

ബന്ധുവിന്റെ അടുത്ത നിർദ്ദേശം.

“ഇതല്ല ഇനി വരാനുള്ള മൂന്നു ട്രെയിനുകളും ക്യാൻസൽ ആക്കി. ഈ വഴിയിൽ ഇന്നിനി ട്രെയിൻ ഇല്ല.”

ട്രെയിനുകൾ ഒക്കെ ഓരോന്നോരാന്നായി ക്യാൻസൽ ആക്കുകയാണ്. എന്തോ പ്രശനം നടക്കാൻ പോകുന്നു. അല്ലെങ്കിൽ നടന്നുകൊണ്ടിരിക്കുന്നു.

ചാന്ദ്നി ചൗക്ക് റോഡ് പരിസരങ്ങളിൽ ഞങ്ങൾ രാവിലെ കണ്ടത് പോലെയല്ല കാര്യങ്ങൾ. റോഡിലും ഗലികളിലുമായി ആയിരക്കണക്കിനാളുകൾ പെട്ടെന്ന് പെട്ടെന്ന് സംഗമിച്ചു കൊണ്ടിരിക്കുന്ന ഒരു അവസ്ഥ. കയ്യിൽ കറുത്ത കൊടികൾ ഉണ്ട്. കറുപ്പും വെളുപ്പും സമാന്തര വരകളോടു കൂടിയ കൊടികളും ഇന്ത്യൻ പതാകയും. ജീപ്പുകളിലും ബസ്സുകളിലും നടന്നും ജാഥയായും ആളുകൾ ഒഴുകിയെത്തിക്കൊണ്ടേയിരിക്കുകയാണ്.

വല്ലാതെ പേടിച്ച നിമിഷങ്ങൾ. ഞങ്ങളുടെ കൂട്ടത്തിൽ പ്രായമായവരും സ്ത്രീകളും ഉണ്ട്. എല്ലാവരുടെയും കണ്ണുകളിൽ ഭീതി നിറഞ്ഞിരിക്കുന്നു.

“തീവണ്ടി മാർഗം ഇനി നടക്കില്ല. ബസ്സിലാണ് പോവുന്നത്. ടിക്കറ്റ് കിട്ടുമോ എന്ന് നോക്കാൻ പോവുന്നു. നിങ്ങൾ ബസ്സ്റ്റാന്റിലേക്ക് എത്തുക. നമുക്ക് ഇന്ന് ഇവിടുന്നു പോയേ പറ്റൂ.. എത്രയും വേഗം.”

ഇതും പറഞ്ഞു കൊണ്ട് ബന്ധു റോഡ് മുറിച്ച കടന്നു കൊണ്ട് ഒറ്റ ഓട്ടം. പുതിയ പുതിയ നിർദ്ദേശങ്ങൾ വന്നു കൊണ്ടേയിരുന്നു.

"റൂമിൽ തന്നെ ഇരുന്നാൽ മതിയായിരുന്നു. പേടിയാവുന്നു ഇവിടെ നിക്കാൻ" പ്രീത ടീച്ചറാണ് പറഞ്ഞത്. ടീച്ചർ കണ്ണൂരിലെ പേര് കേട്ട സൈക്കോളജിസ്റ്റാണ്.

ഞങ്ങൾ ബസ് സ്റ്റാന്റിലേക്ക് നടക്കുകയാണ്.

ജാഥകളെ കീറി മുറിച്ച കൊണ്ട്, ആളുകളെ വകഞ്ഞു മാറ്റിക്കൊണ്ടാണ് നടക്കുന്നത്. കാലുകളിൽ വിയർപ്പ് പൊടിഞ്ഞിട്ടുണ്ട്. എന്നാലും നടന്നേ പറ്റൂ. എത്ര പെട്ടെന്നാണ് ജനസഞ്ചയങ്ങൾ രൂപം കൊള്ളുന്നത്. പ്രകടനങ്ങളും മുദ്രാവാക്യങ്ങളും കേൾക്കുമ്പോൾ തന്നെ പേടിയാവുന്നു. രാജ്യം പ്രതിഷേധത്തിൽ കത്തുന്ന സമയമാണ്. അതിലേറ്റവും രൂക്ഷമായ സ്ഥലങ്ങളിൽ ഒന്നാണ് ഈ കൽക്കട്ട നഗരം. അതിന്റെ ഒത്ത നടുക്കാണ് ഞങ്ങൾ.

അടിപൊളി.!

ഇന്നലെ രാത്രിയിൽ ഹൗറ ബ്രിഡ്ജ് കാണാൻ പോയ സമയത്ത് സുമാർ ഒരുമണിക്ക് വലിയൊരു ജനക്കൂട്ടം ട്രെയിൻ ഇറങ്ങി പാലത്തിലൂടെ നടന്നു പോകുന്നത് കണ്ടിരുന്നു. പ്രതിഷേധസൂചകമായി മുമ്പിലും പുറകിലുമായി കറുത്ത കൊടികൾ കയ്യിലുണ്ടായിരുന്നു. ഇന്ന് ഇവിടെ കണ്ട അതേ കൊടികൾ. ഇതേ പോലെ ഇന്നലെ രാത്രി മുതൽ ഒരുപാടാളുകൾ ഇവിടേക്ക് എത്തിയിട്ടുണ്ട്. ബംഗാളിന്റെ സമസ്ത ഗ്രാമങ്ങളിൽ നിന്നും. വലിയൊരു പ്രതിഷേധം അല്ലെങ്കിൽ കലാപം നടക്കാൻ പോവുന്നു എന്ന് തോന്നി.

ബസ്സ്റ്റാന്റ് എത്താനായി. ബസ്സ്റ്റാൻഡ് പൂർണ്ണമായും ജനങ്ങൾ തിങ്ങി നിറഞ്ഞു കഴിഞ്ഞു. പ്രകടനങ്ങൾ തുടങ്ങാൻ ഒരുങ്ങുന്നു. അണികളുടെ ആവേശം വാനോളം ഉയർന്നു. എന്തും ഇപ്പോഴും സംഭവിച്ചേക്കാം എന്നൊരു പ്രതീതി ഉയർന്നു വന്നു.

സ്റ്റാന്റിന്റെ പുറകിൽ കുറച്ച ദൂരെയായി റോഡിൽ ഉയർത്തി കെട്ടിയ വലിയൊരു സ്റ്റേജ് ഉണ്ട്. മൈക്കിലൂടെ എന്തൊക്കെയോ അനൌൺസ്മെന്റ് മുഴങ്ങിക്കൊണ്ടിരിക്കുന്നു. ആളുകൾ ജയ് വിളിക്കുന്നു. റോഡിലും സൈഡിലും കടകളിലും ആളുകൾ വന്നു കൊണ്ടിരിക്കുന്നു.

അവിടെ നിൽക്കുന്ന ഓരോ സെക്കന്റും അപകടത്തിലേക്ക് വഴിയൊരുക്കും എന്ന് തോന്നിയതുകൊണ്ട് പെട്ടെന്ന് തന്നെ കിട്ടുന്ന വണ്ടിക്ക് രക്ഷപ്പെടുക എന്നുള്ളതായി ചിന്ത .

“ബസ്സിൽ ടിക്കറ്റ് കിട്ടാനില്ല.”. ബന്ധു ഓടി നടക്കുകയാണ്. ഓരോ ബസ്സിലും നാലും അഞ്ചു ടിക്കറ്റുകൾ മാത്രം. ഒരുമിച്ച് മുപ്പത് സീറ്റ് കിട്ടാൻ വലിയ പ്രയാസം.

“ഇവന്മാരുടെ കാട്ടിക്കൂട്ടൽ കണ്ടിട്ടെന്നെ പേടിയാന്ന്. വേം ഇവ്ട്ന്ന് രക്ഷപ്പെട്ടാൽ മതിയായിരുന്നു.” സദാ കോമഡികൾ പറഞ്ഞു കൊണ്ടിരുന്ന ശിഹാബ്ക്ക അറിയാതെ പറഞ്ഞു പോയി.

എന്തോ എങ്ങിനെയോ അവസാനം എല്ലാർക്കും ഒരു ബസ്സിൽ തന്നെ ടിക്കറ്റ് ഒപ്പിച്ച ഓടിവന്നു ബന്ധു.

“ഹാവൂ.. രക്ഷപ്പെട്ടു!!” ഒരു നൂറു വട്ടം മനസ്സിൽ ഉരുവിട്ടു.

ധർമ്മത്തല ബസ് സ്റ്റേഷൻ

ബംഗാളിന്റെ വിവിധ ഭാഗങ്ങളിലേക്കുള്ള ബസ് യാത്ര തുടങ്ങുന്നത് ഇവിടെ നിന്നാണ്. നൂറു കണക്കിനു ബസ്സുകൾ, ടാക്സികൾ അതിലേക്കുള്ള ഏജന്റുമാർ ഒക്കെ ഇവിടെ സജീവമാണ്. സാധാരണ നമ്മുടെ നാട്ടിലെ സ്റ്റേറ്റ് ബസ് പോലുള്ള ട്രാൻസ്പോർട്ട് ബസ്സിലാണ് ടിക്കറ്റ് കിട്ടിയത്. സാമാന്യം തരക്കേടില്ലാത്ത ബസ്സ്. വിയർപ്പിന്റെയും മാറാപ്പിന്റെയും രൂക്ഷ ഗന്ധം മൂക്കിലേക്ക് അടിച്ചുകയറി. ലഗേജുമെടുത്ത് എല്ലാവരും ബസ്സിൽ കയറി. അപ്പോഴേക്കും ജനസാഗരമായി മാറിയ ബസ്സ്റ്റാന്റിൽ നിന്നും പുറത്ത് കടക്കുക എന്നതാണ് അടുത്ത സാഹസം. ആളുകൾക്കിടയിലൂടെ പതുക്കെ പതുക്കെ ഡ്രൈവർ വണ്ടി പുറത്തിറക്കി.

സുദീർഘമായ ഒരു യാത്രക്കൊരുങ്ങുകയാണ്. അഞ്ചര മണിക്കൂർ നീളുന്ന ബസ് യാത്രയാണിത്. പുറകിലായാണ് സീറ്റ് കിട്ടിയത്. നാഫിസും ഘോഷും കൂടെയുണ്ട്. ഭൂരിപക്ഷം മലയാളികളാണ് ഈ വണ്ടിയിൽ. യാത്ര ആരംഭിച്ചപ്പോഴേക്കും തദ്ദേശിയരായ ധാരാളം യാത്രക്കാർ കയറിക്കൂടി. അവരുടെ മാറാപ്പുകളും.

കൊൽക്കത്തയിൽ നിന്ന് വടക്ക് മാറി 200 കിലോമീറ്റർ അകലെയുള്ള മുർഷിദാബാദിലേക്കുള്ള ബസ് യാത്ര നഗരത്തെയും ഗ്രാമങ്ങളെയും കുറിച്ച് കൂടുതൽ മനസ്സിലാക്കാൻ ഉതകുന്നതായിരുന്നു.

പലേടത്തും അക്രമങ്ങൾ ഉണ്ടായേക്കാമെന്ന അഭ്യൂഹങ്ങൾ പരന്നു. നഗരത്തിനു പുറത്തേക്കുള്ള ട്രെയിനുകൾ റദ്ദ് ചെയ്യപ്പെട്ടു. കലാപ മേഖലയിൽ നിന്നും കൈയ്യിൽ കിട്ടിയ സാധനങ്ങളുമായി രക്ഷപ്പെടുന്ന വരെ സിനിമകളിൽ കണ്ടിട്ടുണ്ട്. കിട്ടിയ വാഹനങ്ങളിലും കാൽനടയായും ഒളിച്ചും പാത്തും എത്രയും പെട്ടെന്ന് സ്ഥലം കാലിയാക്കുന്നവർ. അന്ന് ധർമ്മത്തല ബസ്സ്റ്റാന്റിൽ നിന്ന് ഏറ്റവും ഒടുവിലായി പുറത്ത്

പോകാനായത് ഞങ്ങൾ കയറിയ ഈ ബസ്സായിരുന്നു. പിന്നൊരു ബസ്സും അന്ന് പുറത്ത് പോയിട്ടില്ലത്രേ.!

നഗരം വിട്ടതോടെ ബസ് കുതിച്ചു പായാൻ തുടങ്ങി. ഹൈവേയിൽ കയറിയതോട്ടു കൂടി മുർഷിദാബാദ് എത്തുന്നവരെ പൊടിയിൽ മൂടിയ യാത്രയായിരുന്നു. സിലിഗുരി, ഗാങ്ങ്ടോക്ക് ഭാഗങ്ങളിലേക്ക് പോകുന്ന നാഷണൽ ഹൈവേയാണിത്. പട്ടണത്തിൽ നിന്നും മാറി ഗ്രാമങ്ങളിലൂടെയുള്ള യാത്ര തുടങ്ങിക്കഴിഞ്ഞു. രണ്ട് സൈഡിലും ബംഗാളിന്റെ തനത് ശൈലിയിൽ ഉള്ള കൊച്ചു കൊച്ചു വീടുകൾ ദൃശ്യമായി. വഴിയരികിലായി നാടൻ കച്ചവടങ്ങളും കാണാം. റോഡിനോട് ചേർന്നുള്ള ചെറിയ കെട്ടിടങ്ങൾക്ക് പുറകിലായി കണ്ണെത്താദൂരത്തോളം കൃഷിപ്പാടങ്ങൾ. ബീറ്റ്റൂട്ടും ബീൻസും ഉരുളക്കിഴങ്ങും കാരറ്റും നിലക്കടലയും ഒക്കെ വിളയുന്ന മണ്ണ്.

കടുക് വിളവെടുക്കുന്ന സീസണാണ് ഇപ്പോൾ. മഞ്ഞ നിറത്തിൽ പൂത്തുനിൽക്കുന്ന കടുക് പാടങ്ങളാണ് ഇവിടുത്തെ പ്രധാന കാഴ്ച.. എവിടെ നോക്കിയാലും ഈ മനോഹര കാഴ്ച കാണാം. പച്ച ഇലകൾക്ക് മുകളിലായി മഞ്ഞ പൂക്കൾ മഞ്ഞ പരവതാനി വിരിച്ചതുപോലെ തോന്നിക്കും.

സുദീർഘമായ യാത്രയിൽ ഇടക്കെപ്പോഴോ ഉറങ്ങിപ്പോയി.

രാവിലെ തുടങ്ങിയ യാത്ര അവസാനിപ്പിച്ചപ്പോഴക്കും ഇരുട്ട് വീണിരുന്നു. വിശ്രമമില്ലാത്ത യാത്രയും പൊടിയും വെയിലും ഞങ്ങളെ തളർത്തിയിരുന്നു. ഉച്ചക്ക് ഏതോ ഒരു ഗ്രാമത്തിലെ വൃത്തിയില്ലാത്ത ഒരു ഹോട്ടലിലെ രുചികരമായ ഭക്ഷണം ഒഴിച്ചാൽ വേറെ ഒന്നും കഴിച്ചിട്ടും ഉണ്ടായിരുന്നില്ല.

സാദാ ചോറ് ആയിരുന്നു അത്. ഒരു കഷ്ണം മീനും. ഒട്ടും വൃത്തിയില്ലാത്ത ആ കടയിലെ ഭക്ഷണത്തിന് പക്ഷേ അസാദ്യ രുചിയായിരുന്നു. വിശപ്പ് കൊണ്ടായിരിക്കണം. അല്ലെങ്കിലും നമ്മുടെ ഈ സൗന്ദര്യ സങ്കൽപ്പങ്ങളും ഹൈ ടെക് ജീവിതങ്ങളും ആപേക്ഷികമാണല്ലോ. വിശപ്പിനു മുമ്പിൽ പൊളിഞ്ഞു വീഴാത്ത ഷോ ഓഫുകൾ എന്തുണ്ട്..?

ബംഗാളികൾ നന്നായി മീൻ കഴിക്കുന്നവരാണ്. പൊരിച്ചതിനു ശേഷം കറിയിൽ പാചകം ചെയ്തതാണോ എന്ന് തോന്നി. നിറയെ ആളുകളുണ്ട് ഈ ഹോട്ടലിൽ. യാത്രക്കിടയിലെ ഇടത്താവളമാമെന്നു തോന്നുന്നു. വലിയ വായിലാണ് സംസാരം. പത്താൾ കൂടിയാൽ പിന്നെ കലപില സംസാരമാണ്. ചിലയാളുകൾ ഞങ്ങളെ ചൂഴ്ന്നു നോക്കുന്നുണ്ട്. എന്തോ അഭിപ്രായം പറയുന്നുണ്ടായിരുന്നു. അൽപനേരം കൊണ്ട് ഞങ്ങളെയും വഹിച്ചുകൊണ്ട് ബസ് യാത്ര തുടർന്നു.

ആയിരം ജനലുകളുള്ള കൊട്ടാരം - ഹസാരി ദ്വാര

23-12-19

കൊൽക്കത്ത പട്ടണത്തിൽ നിന്നും 222 കിലോമീറ്റർ ദൂരെയാണ് മുർഷിദാബാദ്.

ഒരേ സമയം സുപ്രസിദ്ധവും കുപ്രസിദ്ധവുമാണ് ഈ നഗരം. ഒരു കാലത്ത് ഇന്ത്യയിലെ തന്നെ ഏറ്റവും സമ്പന്നമായിരുന്ന, പ്രൌഢിയും പെരുമയും നിറഞ്ഞു നിന്നിരുന്ന പട്ടണം. അതേ സമയം തന്നെ ഒരുപാട് വർഗ്ഗീയ കലാപങ്ങൾക്കും വംശീയ തർക്കങ്ങൾക്കും സാക്ഷിയാകേണ്ടി വന്ന ഇന്ത്യൻ മണ്ണ്.

എഴുപത് ശതമാനത്തോളം മുസ്ലീങ്ങൾ താമസിക്കുന്ന, ബംഗ്ലാദേശുമായി വളരെ അടുത്ത ബന്ധം കാത്തു സൂക്ഷിക്കുന്ന ഒരു അതിർത്തി പ്രദേശം.

ഓരോരോ ഗലികളാണ് ഇവിടെ ഭൂരിപക്ഷം നിർണ്ണയിക്കുന്നത്. മുസ്ലീം ഗലികളും ഹിന്ദു ഗലികളും ആദിവാസി ഗലികളും ഉണ്ട്. അവരെത്ര മാത്രം സഹകരിക്കുന്നുവെന്നും സൗഹൃദം കാത്തു സൂക്ഷിക്കുന്നുവെന്നും പറയാൻ പ്രയാസമാണ്. ഒരു തീപ്പൊരി മതി ഇവിടെ നിമിഷനേരം കൊണ്ട് കലാപം കത്തിപടരാൻ. പലസമയത്തായി പല ഗ്രാമങ്ങളിലൂടെയും ഊടുവഴികളിലൂടെയും സഞ്ചരിച്ചപ്പോൾ മനസ്സിലായതിതാണ്.

മുമ്പൊക്കെ ബംഗാളിനെ പറ്റി രാഷ്ട്രീയ പ്രസംഗങ്ങളിൽ മുഴങ്ങിക്കേട്ടിരുന്ന ഒരു പ്രധാന ആരോപണം മനസ്സിലേക്കോടി വന്നു. എവിടെ

ടാറിട്ട റോഡ് അവസാനിക്കുന്നുവോ അവിടെ മുസ്ലിം ഗ്രാമങ്ങൾ തുടങ്ങുകയായി. എവിടെ ഇലക്ട്രിസിറ്റി പോസ്റ്റുകൾ അവസാനിക്കുന്നുവോ അവിടെ മുസ്ലിം ഗ്രാമങ്ങൾ തുടങ്ങുകയായി. ഇല്ലായ്മകളിലും അസൗകര്യങ്ങളിലും പൊറുതിമുട്ടി ബംഗാൾ ജനത നരകയാതന അനുഭവിച്ച കൊണ്ടിരിക്കുകയാണെന്ന്. ഇന്നും ഒരു പരിധി വരെ അതങ്ങനെതന്നെയാണ് എങ്കിലും മുമ്പത്തെ അപേക്ഷിച്ച് ഒരുപാട് പുരോഗതിയുണ്ടെന്ന് തന്നെ പറയാം.

ഇത്തരം സമസ്യകൾക്ക് ബംഗാളിന്റെ രാഷ്ട്രീയവും സാമൂഹികവുമായ ചുറ്റുപാടുകളുമായി ആഴത്തിലുള്ള ബന്ധമുണ്ട്. മതവും ജാതിയും വികസന സ്വപ്നങ്ങളെയും ജീവിത നിലവാരത്തെയും നിർണ്ണയിക്കുന്നു. ദളിതുകളുടെയും മുസ്ലീങ്ങളുടെയും സ്ഥിതി അതീവ ദയനീയമാണ്. പിന്നോക്ക ജനവിഭാഗത്തിന്റെ ദാരിദ്ര്യത്തിന്റെ ആഴമറിയണമെങ്കിൽ മുർഷിദാബാദിലെ ഈ ഗ്രാമങ്ങളിലൂടെ ഇതേപോലെ ഒന്ന് നടന്നാൽ മതിയാവും.

ബംഗാളിലെ സവർണ്ണർ കമ്യൂണിസ്റ്റുകളും കാളീഭാക്തരും ആവുമ്പോൾ തന്നെ ആഴത്തിൽ മുസ്ലീം വിരോധം മനസ്സിൽ കൊണ്ട് നടക്കുന്നവരുമാണ്. മതവും വേഷവും തന്നെ അടയാളമായി മാറിപ്പോയ ഒരു ജന സമൂഹം. തീർച്ചയായും വിഭജനത്തിന്റെ മുറിവുകളിൽ നിന്നും രൂപപ്പെട്ടതാവണം അത്. ഇന്ത്യൻ മണ്ണിലെ ഏറ്റവും രക്തപങ്കിലമായ ആ മുറിവുകൾ ഇന്നും ഏറെക്കുറെ അതേപോലെ ഒക്കെ തന്നെ അവരുടെ മനസ്സിൽ ഉണ്ടാവണം. എങ്കിലും അതൊക്കെ മറക്കാനും പൊറുക്കാനും ഇനിയും അവരുടെ മനസ്സ് പാകമായില്ലേ..?

മുസ്ലീങ്ങൾ ഇന്നും ആ കുഴിയിൽ നിന്നും എഴുന്നേൽക്കാൻ പാകമായിട്ടില്ല. അല്ലെങ്കിൽ ഉയരാൻ സമ്മതിക്കുന്നില്ല. സാമൂഹിക രാഷ്ട്രീയ വ്യവസ്ഥിതികൾ അതിനു അവരെ സഹായിക്കുന്നുമില്ല എന്ന് മാത്രമല്ല അവഗണിക്കുകയാണ് ചെയ്യുന്നത്. അധികാരവ്യവസ്ഥയിൽ ഇടപെടാൻ പോലും സാധ്യമാവാതെ ഇവർ അരികുകളിൽ വീണുപോയി. അഭിമാനത്തോടെ അന്തസ്സോടെ തലയുയർത്തി നിൽക്കാൻ പോലും പറ്റാത്ത നിലയിലാണവർ.

സ്വാതന്ത്ര്യത്തിനു ശേഷം ഏറെ കാലം ബംഗാൾ അടക്കിഭരിച്ച കമ്മ്യൂണിസ്റ്റ് പ്രസ്ഥാനങ്ങൾ പുറം ലോകമറിയാതെ ഒളിപ്പിച്ചു വെച്ചതും ഈ അവഗണനാ ജീവിതങ്ങളെ തന്നെയായിരുന്നു. പ്രതിഷേധിക്കാനും പ്രതികരിക്കാനും സാധ്യത പോലുമില്ലാതെ അടിച്ചമർത്തപ്പെട്ട കുറെ ജീവിതങ്ങളെ. കമ്മ്യൂണിസം മാറിയെങ്കിലും മമതാ സർക്കാരിലും വലിയ മാറ്റങ്ങൾ ഒന്നും താഴെ തട്ടിലേക്ക് എത്തുന്നില്ല. ബംഗാളിന്റെ

വിദ്യാഭ്യാസ രംഗത്തും ആരോഗ്യ രംഗത്തും പ്രാഥമിക വികസന രംഗങ്ങളിലും ഉദ്യോഗസ്ഥ മേൽക്കോയ്മ (ബ്യൂറോക്രസി) എന്ന നീരാളിപ്പിടുത്തം അത്രമേൽ മുറുക്കിയിരിക്കുന്നു. ബംഗാൾ പുരോഗതി കൈവരിക്കുന്നതിൽ കാണിക്കുന്ന അമാന്തം ഒരു പരിധിവരെ ഇത് കൊണ്ടൊക്കെ തന്നെയാണ്.

അതേസമയം പരമ്പരാഗത സർക്കാരുകളിൽ നിന്നും മാറി സമാന്തരമായ സന്നദ്ധസംഘടനകൾ പക്ഷേ ഇക്കാലത്ത് പല മേഖലകളിലും സ്തുത്യർഹമായ സേവനങ്ങൾ ചെയ്യുന്നുണ്ട്.

“ആയിരം ജനല്വകലാണ് ഈ കൊട്ടാരത്തിന്”. നിഷാദ് ക്കാ ഉച്ചത്തിൽ പറഞ്ഞു.

മുർഷിദാബാദ് എന്ന നാട്ടുരാജ്യം ഭരിച്ചിരുന്ന നവാബുമാരുടെ കൊട്ടാരമാണിത്.

ഹസാരി ദുവാര.!

വിശാലമായൊരു മൈതാനം.

ഇരു വശത്തുമായി പേർഷ്യൻ നിർമ്മാണ ശൈലിയിൽ രണ്ടു വലിയ കൊട്ടാരങ്ങൾ.

ഇടത് വശത്തുള്ളത് മഞ്ഞ നിറത്തിൽ. വലതുള്ളത് വെള്ള നിറത്തിൽ.

മുഗൾ രാജാക്കന്മാരുടെ കൊട്ടാരത്തിന്റെ അതേ ഭംഗിയും കെട്ടുറപ്പും.

ഞങ്ങൾ ഇടത്തോക്ക് തിരിഞ്ഞു.

സുവർണ നിറത്തോട് കൂടിയ വലിയൊരു കെട്ടിടം..

വീതി കൂടിയ ധാരാളം പടിക്കെട്ടുകൾ..

കെട്ടിടത്തെ താങ്ങി നിർത്താനെന്നപോലെ ബലിഷ്ഠമായ എട്ടു തൂണുകൾ..

ചുമരുകളിൽ വരിയായി കടും പച്ച നിറം പൂശിയ ജനല്വകൾ..

എല്ലാം ജനല്വകൾ അല്ല. അധികവും ജനലാണെന്ന് തോന്നിക്കുന്ന മാതൃകകൾ മാത്രം. പക്ഷേ പുറത്ത് നിന്നു നോക്കിയാൽ എല്ലാം ജനല്വകൾ തന്നെ..

ശത്രുക്കളെ കബളിക്കാനാവും ഇങ്ങനെ ആയിരത്തോളം ജനല്വകൾ. അതുകൊണ്ടാവും ഹസാരി ദ്വാര എന്ന പേര് വന്നത്. ഞാൻ ഊഹിച്ചതാണ്.

ഞങ്ങൾ കൊട്ടാരത്തിനകത്തേക്ക് കയറി.

ഭംഗിയായി അലങ്കരിച്ച അകത്തളങ്ങളിൽ ധാരാളം സ്തൂപങ്ങൾ..

ജീവൻ തുടിക്കുന്ന ഓയിൽ പെയിന്റിങ്ങുകൾ..!

രാജ കുടുംബത്തിന്റെ ജീവിത വിവരങ്ങൾ..

നവാബുമാരുടെ സന്താന പരമ്പരയുടെ കണ്ണികൾ..

യുദ്ധങ്ങൾ. പോരാട്ടങ്ങൾ. പല്ലക്കുകൾ.!

ഐതിഹാസികമായ നായാട്ടു കഥകൾ..

കുന്തവും തോക്കുകളും കത്തികളും അടങ്ങുന്ന ആയുധ ശേഖരങ്ങൾ.

പടച്ചട്ടകൾ..!

രാജാവും തോഴിമാരും ഉപയോഗിച്ചിരുന്ന തീൻ മേശകൾ..

കൂടിയാലോചന മുറികൾ..

അങ്ങനെ ഒരായിരം കാഴ്ചകൾ..!!

കൊട്ടാരത്തിൽ നിന്നും പുറത്തിറങ്ങി.

ഗംഗയിൽ നിന്നും പിറവി കൊണ്ട ഭാഗീരഥി നദിയുടെ തീരത്താണ് ഈ കൊട്ടാര സമുച്ചയങ്ങൾ. ഗതകാലസ്മരണകൾ അലയടിക്കുന്ന ഭാഗീരഥി ഇപ്പോ പക്ഷേ ഒഴുകുന്നതായി തോന്നുന്നില്ല. കൊൽക്കത്തയിൽ നിന്നും വിനോദ സഞ്ചാരികളെയും കൊണ്ട് കാഴ്ചകൾ കാണാനെത്തിയ ഒരു ആഡംബര നൗക കുറച്ചു മുകളിലായി നങ്കൂരമിട്ടു കിടക്കുന്നു. തൊട്ടടുത്ത പള്ളിയിൽ നിന്നും ബാങ്ക് മുഴങ്ങി.

പതിവ് ബാങ്കിൽ നിന്നും വ്യത്യാസമുണ്ട്. മഹാനായ അലി(റ)യുടെ സ്തുതിഗീതങ്ങൾ കേൾക്കാം. ഷിയാ പള്ളിയാണെന്നു പെട്ടെന്ന് മനസ്സിലായി.

കൊട്ടാരത്തിനു പുറത്തായി ധാരാളം വഴിയോര കച്ചവടക്കാരുണ്ട്. ഇളനീരും മസാല പേരക്കയും ഐസ്ക്രീമുകളും അത്തർ കച്ചവടക്കാരും ഇവിടെയുണ്ട്. പിച്ചളയിൽ നിർമിച്ച ചെറിയ പീരങ്കികളും വാളുകളും മറ്റു യുദ്ധ സാമഗ്രികളും വിൽക്കുന്ന ആ കടയിൽ നിന്നും രണ്ടു ചെറിയ പീരങ്കി വാങ്ങി.

വീണ്ടും വിശപ്പ്.!

ഹോട്ടലിന്റെ പേരിൽ തന്നെ കാണാം. ഹിന്ദു ഹോട്ടലാണോ മുസ്ലീം ഹോട്ടൽ ആണോ എന്ന്. വെജിറ്റേറിയൻ അല്ലെങ്കിൽ നോൺ വെജിറ്റേറിയൻ എന്നാണു ഇത് കൊണ്ടുദ്ദേശിക്കുന്നത്. ആദർശ് ഹിന്ദു ഹോട്ടൽ ആൻഡ് റസ്റ്റോറണ്ട് എന്ന കടയിൽ നിന്നാണ് ഉച്ച ഭക്ഷണം കഴിച്ചത്. സാദാ ചോറും മീൻ പൊരിച്ചതും.

തൊട്ടടുത്തായി മറ്റൊരു ചരിത്ര സ്മാരകം കൂടിയുണ്ട്.

കത്ര മസ്ജിദ്.

എ.ഡി 1723 ൽ നവാബ് മുർഷിദ് ഖുലി ഖാന് വേണ്ടി മുറാദ് ഫറാഷ് എന്ന വാസ്തുശില്പിയാണ് കത്ര മസ്ജിദ് നിർമ്മിച്ചത്. 24 മീറ്ററിൽ ഉയർന്നു നിൽക്കുന്ന ചതുര സ്തംഭം. ഇഷ്ടികകൊണ്ട് നിർമ്മിച്ച ഈ പള്ളിക്ക് ചുറ്റും ഇരട്ട നിലകളുള്ള താഴികക്കുടങ്ങളുള്ള സെല്ലുകൾ ഉണ്ട്. അത് മുൻവശത്തെ വിശാലമായ മുറ്റത്തേക്ക് ഒരു ക്ലോയിസ്റ്റർ ഉണ്ടാക്കുന്നു. ചതുർഭുജത്തിന്റെ നാല് കോണുകളിൽ നാല് കൂറ്റൻ മിനാരങ്ങൾ നിർമിച്ചിട്ടുണ്ട്. അവയിൽ ഒന്ന് വടക്ക്-പടിഞ്ഞാറ് ഭാഗത്തും മറ്റൊന്ന് തെക്ക് പടിഞ്ഞാറ് ഭാഗത്തും നിലനിൽക്കുന്നു. കിഴക്ക് നിന്ന് പതിനാല് പടികളിലൂടെയാണ് പള്ളിയിലേക്ക് വരുന്നത്. മുർഷിദ് ഖുലി ഖാന്റെ മൃതദേഹം പള്ളിയുടെ പടികൾക്ക് താഴെ അടക്കം ചെയ്തിട്ടുണ്ട്. പള്ളിയുടെ ആകെ വിസ്തീർണ്ണം 19.5 ഏക്കറാണ്. കത്ര കോമ്പൗണ്ടിന് 700 ഖുറാൻ വായനക്കാരെ ഉൾക്കൊള്ളാനും പള്ളിക്കുള്ളിലെ കോമ്പൗണ്ടിൽ ഒരേ സമയം 2000 പേർക്ക് നമസ്കരിക്കാനും കഴിയും.

ഹസാരി ദ്വാരയും കാത്ര മസ്ജിദും സന്ദർശിച്ച ശേഷം ബംഗാളിന്റെ തനി ഗ്രാമീണ കാഴ്ചകളിലേക്ക് തിരിയുകയായി. ഒരുപക്ഷേ ബംഗാൾ യാത്രയുടെ ഏറ്റവും ആകർഷണീയമായ യാത്രയും ഇത് തന്നെയാവും.

ഭയന്ന് വിറക്കുന്ന അതിർത്തി ഗ്രാമങ്ങളിലൂടെ

ബംഗ്ലാദേശ് ബോർഡറിലെ മുഹബത്ത്പൂർ വില്ലേജിലെ കാഴ്ചകളാണ് കാണാൻ പോകുന്നത്.

പാതി മുറിച്ച ഒരു പഴഞ്ചൻ ബസ്സിലും ഒരു സ്കോർപിയോയിലുമാണ് സഞ്ചാരം. സിറ്റിയിൽ നിന്നും മാറി ഗ്രാമത്തിലേക്ക് കയറിയപ്പോൾ യാത്ര വളരെ രസകരമായി മാറി. ഇന്ത്യയുടെ ആത്മാക്കൾ കുടികൊള്ളുന്ന തനി ഗ്രാമപ്രദേശങ്ങളിൽ അപൂർവമായ കാഴ്ചകളും അനുഭവങ്ങളും ഒളിപ്പിച്ച് വെച്ചിട്ടുണ്ടാവും എന്ന കാര്യം ഉറപ്പാണ്. ഞങ്ങളെല്ലാവരും അത്യധികം ആവേശത്തിലായിരുന്നു.

പ്രധാന റോഡിൽ നിന്നും ഇറങ്ങി കുറെ ദൂരം ടാർ ചെയ്യാത്ത നാട്ടു വഴികളിലൂടെ ഞങ്ങളുടെ വാഹനം ഞെരുങ്ങിയും തളർന്നും നീങ്ങി. ഉച്ച കഴിഞ്ഞാൽ പെട്ടെന്ന് ഇരുട്ടാവുന്നത് കൊണ്ട് വേഗത്തിൽ എത്തേണ്ടതുണ്ടായിരുന്നു ഞങ്ങൾക്കാ ഗ്രാമത്തിൽ.

വഴിയരികിൽ ധാരാളം ഇഷ്ടികക്കളങ്ങൾ..

വീടുകൾ എല്ലാം നന്നേ ചെറുത്. ഉള്ളത് തന്നെ പൊട്ടിയും പൊളിഞ്ഞും. മിക്കതിന്റെയും ചുമരുകൾ നിർമ്മിച്ചിരിക്കുന്നത് ജൂട്ട് കമ്പുകൾ കൊണ്ടാണ്. മേൽക്കൂര ഷീറ്റ് കൊണ്ട് മറച്ചിരിക്കുന്നു. ചിലത് വൈക്കോലു കൊണ്ടും. വീതി കുറഞ്ഞ റോഡുകൾ. സാദാ സൈക്കിളാണ് പ്രധാന വാഹനം. ഇടക്ക് നിരന്തരം ഹോൺ മുഴക്കിക്കൊണ്ട് ബൈക്കുകളും മുച്ചക്ര വാഹനങ്ങളും..

കയ്യും കണക്കമില്ലാത്തത്ര ആട്ടകളും പശ്ശുക്കളുമുണ്ട് റോഡിലും വീട്ടിലും. തണപ്പിനെ പ്രതിരോധിക്കാൻ നമ്മൾ ജാക്കറ്റ് ഇടുന്നത് പോലെ അവറ്റകൾക്കും ഉണ്ട് ഷർട്ടും ടീ ഷർട്ടും ഒക്കെ. മിനിമം ചാക്ക് കൊണ്ടെങ്കിലും ഒരു സംരക്ഷണം ഉണ്ട്. പശ്ശുവും ആട്ടകളും ഇവരുടെ ജീവിതത്തോളം തന്നെ പ്രധാനപ്പെട്ടതാണ്. വീട്ടിലെ ഏതൊരംഗത്തെ യും പോലെ സ്നേഹത്തോടെയും കരുതലോടെയും പരിപാലിക്കുന്നു.

വസ്ത്രങ്ങൾ ഒന്നും ഇടാത്ത കുട്ടികളുണ്ട് വഴിയരികിൽ.

സ്കൂൾ എന്നത് വെറും പേരിനു മാത്രമാണ്. ചിലർക്ക് അതൊരു സ്വപ്നവും.

വിശപ്പിനേക്കാൾ അല്ലെങ്കിൽ നിലനിൽപ്പിനേക്കാൾ വലുതല്ലല്ലോ പഠനം.

റോഡിന്റെ ഇരുവശങ്ങളിലും വീടുകൾക്ക് പുറകിലായും പൂത്ത് നിൽക്കുന്ന ധാരാളം കൃഷിപ്പാടങ്ങളുണ്ട്.

ഈ മഞ്ഞുകാലം കർഷകർ മണ്ണിൽ സ്വർണ്ണം വിളയിക്കുന്ന സീസണാണ്.

മുഹബ്ബത്ത്പൂർ ഒരു ചെറിയ ഗ്രാമമാണ്. പേരിനു നാലോ അഞ്ചോ കടകൾ.

മിനി ബസിൽ നിന്നും ഞങ്ങൾ മുപ്പതോളം പേരിറങ്ങിയത് ഗ്രാമത്തിൽ കുട്ടികൾ കൗതുകത്തോടെ നോക്കിയിരുന്നു..

കൈയിൽ കരുതിയിരുന്ന മിഠായികൾ കുട്ടികൾക്കായി നീട്ടിയപ്പോൾ മറഞ്ഞിരുന്നവർ വരെ ഓടിയെത്തി. അവരെ തുടർന്ന് മുതിർന്നവരും.

ഞങ്ങൾ ഗ്രാമങ്ങൾ കണ്ടും അറിഞ്ഞും സംസാരിച്ചും മുമ്പോട്ട് നടന്നു. ചെറിയ ഒരു അനൗൺസ്മെന്റ് സൈക്കിൾ ഞങ്ങളെ കടന്നു പോയി. ഒച്ച കേട്ട് കളിച്ചു കൊണ്ടിരുന്ന കുട്ടികൾ റോഡിലേക്ക് ഓടി വന്നു.

ഗ്രാമീണ വീടുകൾ, അതിനു പുറകിലെ കൃഷിസ്ഥലങ്ങൾ, ഷർട്ടും ചാക്കുകളും അണിഞ്ഞ കന്നുകാലികൾ, ധാന്യങ്ങൾ ശേഖരിച്ചു വെക്കുന്ന മണ്ണ് കൊണ്ടുണ്ടാക്കിയ വലിയ സംഭരണികൾ എന്നിവ കണ്ടു. ധാരാളം പുതിയ കാഴ്ചകളും അനുഭവങ്ങളും സമ്മാനിച്ചു കൊണ്ടിരുന്നു.

ഞങ്ങളിൽ ചിലർ ഇതൊക്കെ എഴുതി വെക്കുന്നുണ്ടായിരുന്നു. ചിത്രം വരക്കുന്നുണ്ടായിരുന്നു.

ആദ്യമൊക്കെ കുറെ ആളുകളും കുട്ടികളും ഞങ്ങളെ അനുഗമിച്ച് കൂടെ വന്നിരുന്നു. അവർ വീടുകളും അടുക്കളയും ഒക്കെ കാണിച്ചു

തന്നു. ആംഗ്യത്തിന്റെയും സ്നേഹത്തിന്റെയും ഭാഷയിൽ ആശയങ്ങൾ കൈമാറി. അപ്പോഴേക്കും ഞങ്ങൾ കുഞ്ഞു കുഞ്ഞു സംഘങ്ങളായി പിരിഞ്ഞിരുന്നു. പ്രായമായവർ വരെ പുറത്തെത്തി ഞങ്ങളെ സാകൂതം വീക്ഷിക്കുന്നുണ്ടായിരുന്നു

കൗതുകമായിരുന്നു അവർക്ക്. വൃത്തിയിൽ വസ്ത്രം ധരിച്ചവർ. നന്നായി പുഞ്ചിരിക്കുന്നവർ, കുട്ടികളോടൊക്കെ വാത്സല്യത്തോടെ പെരുമാറുന്നവർ, കഴുത്തിൽ ഐഡന്റിറ്റി കാർഡുകൾ, കയ്യിൽ പേനയും പേപ്പറും ക്യാമറയും, ഒറ്റ നോട്ടത്തിൽ ഏതോ കുറെ ഓഫീസർമാർ എന്ന് തോന്നിക്കുന്ന സംഘം.

പിന്നെയും ഞങ്ങൾ കുറെയധികം ഗ്രാമവഴികളിലൂടെ നടന്നു. കൂടുതൽ വീടുകളുള്ള ഭാഗങ്ങളിൽ ഞങ്ങളെത്തി. കുട്ടികൾ വൈകുന്നേരങ്ങളിലെ കളികളിലാണ്. ടീ ഷർട്ടിട്ട ആടുകളും ആട്ടിൻ കുട്ടികളും നിർഭയമായി ഓടിക്കളിക്കുന്നു.

പരമ്പരാഗതമായി നിർമ്മിച്ച ഒരു വീടിന്റെ ചുമരിനോട് ചേർന്ന് ഞാനും നിശാദിക്കയും ഫോട്ടോ എടുക്കുകയായിരുന്നു. അപ്പോഴാണ് ആ ചുമരുകൾ ശ്രദ്ധിച്ചത്. ചാണകം കൊണ്ട് മെഴുകിയതായിരുന്നു അത്.

ഇവിടെ ചാണകമാണ് താരം. കുറെ നേരമായി ശ്രദ്ധിക്കുന്നു. സർവത്ര ചാണകം.!

വണ്ണം കുറഞ്ഞ് നീളത്തിലുള്ള ചണത്തിന്റെ നാര് മാറ്റിയ തണ്ടിൽ കബാബ് പോലെ പൊതിഞ്ഞ് ഉണക്കാൻ വെച്ചിരിക്കുന്നു ചാണകം!.

ചുമരിലും, തറയിലും, മരത്തിലും ഇലക്ട്രിക് പോസ്റ്റിലും പരത്തി പതിച്ചതും ചാണകം!!.

വിറകിന് പകരമായി അടുപ്പ് കത്തിക്കാനായി ഉണക്കിയെടുക്കുന്നു ചാണകം!.

ഇവിടെ ചാണകത്തിന് ദുർഗന്ധമില്ല. ഇവർക്ക് ഇതിനോട് അറപ്പുമില്ല..!

ഈ ദുർഗന്ധവും അറപ്പും ഒക്കെ ആപേക്ഷികം മാത്രം. സേഫർ സോണിൽ നമ്മുടെ മനസ്സിൽ നിന്നും പുറത്ത് വരുന്ന കൃതിമമായ വികാരപ്രകടനങ്ങൾ മാത്രം.!

ഞങ്ങൾ പിന്നെയും കുറെ ഫോട്ടോകൾ എടുത്തു. പതുക്കെ മുമ്പോട്ട് നടക്കുകയായിരുന്നു.

ഇതിനിടയിൽ എപ്പോഴാണ് കാര്യങ്ങൾ തകിടം മറിഞ്ഞത് എന്ന് അറിയില്ല. എന്തോ ചെറിയൊരു പന്തികേട് ഉള്ളത് പോലെ അനുഭവപ്പെട്ടു. ആളുകൾ ഭയപ്പാടോടെ ഉൾവലിയുന്നതായി തോന്നുന്നുവോ.?

ഞങ്ങൾ പരസ്പരം അടക്കം പറഞ്ഞെങ്കിലും ഒന്നും പുറമേ കാണിച്ചില്ല. എന്തോ പുകയുന്ന പോലെ ഒരു തോന്നൽ.

ഇതൊരു അതിർത്തി ഗ്രാമമാണ്.

അടുത്ത ഗ്രാമം ബംഗ്ലാദേശിൽ ആണ്.

രാജ്യാതിർത്തി എന്നത് അത്ര മേൽ വൈകാരികമായിരിക്കുന്ന സമയവും.!

പൌരത്വവും അതിർത്തിയിലൂടെയുള്ള നുഴഞ്ഞു കയറ്റവും ചർച്ചയായിക്കൊണ്ടിരിക്കുന്ന ദിവസങ്ങൾ.

രാജ്യമൊട്ടാകെ പ്രതിഷേധാഗ്നിയിൽ കത്തിക്കൊണ്ടിരിക്കുന്ന വാർത്തകളാണ് കേട്ടുകൊണ്ടിരിക്കുന്നത്. ഒന്നിനു പുറകെ ഒന്നായി പൊട്ടിപ്പുറപ്പെടുന്ന സമരങ്ങളും അടിച്ചമർത്തലുകളും. ഇന്ത്യൻ ജനാധിപത്യവും പൗരത്വവും സംശയത്തിന്റെ മുൾമുനയിൽ നിൽക്കുന്ന അതീവ ഗൗരവതരമായ സാഹചര്യം..

ഗ്രാമീണർ ഭീകരമാം വിധം അസ്വസ്ഥരാണ്.

പറഞ്ഞറിയിക്കാനാവാത്ത ഒരു ഭീതി എല്ലാവരുടെ മുഖത്ത് പ്രകടമാണ്. ആശങ്കയും നിരാശയും ഗ്രാമത്തിൽ തളം കെട്ടി നിൽക്കുന്നു. കേരളത്തിലെ ഒരു ഗ്രാമത്തിൽ ഇരുന്ന് എല്ലാ സ്വാതന്ത്ര്യവും ആനുകൂല്യങ്ങളും ആസ്വദിച്ചു കൊണ്ടിരിക്കുന്ന ഞാനടക്കമുള്ള ആളുകൾക്ക് ഈ ഒരു ഭയവും ഭീതിയും ഒരുപക്ഷേ മനസ്സിലായി കൊള്ളണമെന്നില്ല...!

ആടുജീവിതത്തിൽ ബെന്യാമിൻ പറഞ്ഞ പോലെ, നമ്മളനുഭവിക്കാത്ത ജീവിതങ്ങളെല്ലാം നമുക്ക് കെട്ടുകഥകൾ മാത്രമാണ്.!

ഗ്രാമത്തിലെ ഏതൊരു കുഞ്ഞും പേടിച്ചു വിറച്ചു നിൽക്കുന്ന സമയമാണിത്.

പൌരത്വ നിയമവുമായി ബന്ധപ്പെട്ട് മുസ്ലീങ്ങൾ ഇന്ത്യയിൽ നിന്ന് ബംഗ്ലാദേശിലേക്ക് പോകേണ്ടി വരുമോ, ഇവിടെ നിന്ന് പുറത്താക്കുമോ എന്നൊക്കെ ആശങ്കയുള്ള ഒരു സമയം.

വീടുകളിലും അങ്ങാടികളിലും എന്ന് വേണ്ട നാലാൾ കൂടുന്ന എല്ലാ സ്ഥലത്തും ചർച്ച ഈ വിഷയം മാത്രം. പരസ്പരം സമാധാനിപ്പിച്ചും സങ്കടം പങ്കുവെച്ചും ഓരോ നിമിഷവും ആശങ്കയോടെ തള്ളി നീക്കുകയാണ് ഇത്തരം ഗ്രാമത്തിലെ ആളുകൾ. കാരണം ഇത് ഏറ്റവും

കൂടുതൽ ബാധിക്കുന്നതും ആദ്യം തന്നെ പുറത്ത് പോകേണ്ടി വരുന്നതും ഇവരായിരിക്കും എന്നൊരു വാർത്തയും കാട്ടുതീ പോലെ ഗ്രാമത്തിലൊന്നാകെ പടർന്നിരുന്നു.

ഇങ്ങനെയുള്ള ഒരു സാഹചര്യത്തിലാണ് ഐഡി കാർഡ് ഒക്കെ തൂക്കി ഉദ്യോഗസ്ഥരെ പോലെ ഒരുകൂട്ടം ആളുകൾ ആ ഗ്രാമത്തിലേക്ക് വരുന്നത്..

അത് നമ്മുടെ നാട്ടിൽ ആയാലും നമുക്ക് സംശയമുണ്ടാക്കും.

നമ്മളെ കണ്ടപ്പോൾ ആ പേടി അവളുടെ മുഖത്ത് കാണാമായിരുന്നു.

ഞങ്ങളുടെ വേഷവിധാനങ്ങൾ അവരെ കൂടുതൽ ഭയപ്പെടുത്തുന്നതായി തോന്നി.

ഇന്ത്യൻ ഗ്രാമങ്ങൾ എത്രമാത്രം ഭയവിഹ്വലരായവരാണ് എന്ന് നേരിട്ട് തിരിച്ചറിയുന്ന ഒരു യാത്രയായിരുന്നു മുർഷിദാബാദ് ഗ്രാമത്തിലേക്ക് നടത്തിയത്.

ഞങ്ങൾ പതുക്കെ ലോക്കായിക്കൊണ്ടിരിക്കുന്നു എന്ന് മനസ്സിലായി. ഉള്ളിൽ ഒരു ഭയം ഉണ്ടായിരുന്നെങ്കിലും ഞങ്ങൾ അപ്പോഴും സ്നേഹത്തോടും അനുകമ്പയോടും തന്നെ കുട്ടികളോട് സംസാരിച്ചു. മുതിർന്നവരോട് ബഹുമാനത്തോടെ പെരുമാറി. അതിനിടക്ക് കുറച്ചാളുകൾ അടുത്ത വീടുകളിലേക്ക് നടന്നു. പുതിയ കാഴ്ചകൾ തേടി.

എങ്കിലും നാട്ടുകാരിൽ ചിലർ ചെറിയ സംഘങ്ങളായി എന്തോ അടക്കം പറയുന്നുണ്ടായിരുന്നു. ഞങ്ങളോട് അടുക്കാതെ സംശയത്തോടെ വീക്ഷിക്കുന്നുണ്ടായിരുന്നു. ഞങ്ങൾ പക്ഷേ അതത്ര കാര്യമാക്കിയില്ല.

ഞങ്ങളിൽ കുറച്ച് ആളുകൾ മുന്നിലും ബാക്കി കുറെ ആളുകൾ പുറകിലുമായിപ്പോയി.

ഞങ്ങളുടെ ബസ് പിറകെ വരുന്നുണ്ടായിരുന്നു.

തിരിക്കാനിടം തേടി ബസ് മുന്നോട്ട് നീങ്ങിയപ്പോൾ നദിക്കരികിലുള്ള റോഡിൽ കാഴ്ചകളൊപ്പാമെന്ന് കരുതി ഒരു സംഘം ആളുകൾ ബസിൽ കയറി. മുഹമ്മദാലിക്കായും ഘോഷും നബീൽ ഡോക്ടറും ഒക്കെ ആ ബസ്സിലായിരുന്നു. മുന്നോട്ട് കുറച്ച് നീങ്ങി ബസ് നിർത്തിപ്പോൾ പുഴവക്കിലെ മനോഹര കാഴ്ചയൊപ്പാൻ ക്യാമറയുമായിറങ്ങി. തിരികെ വന്ന് വണ്ടിയിൽ കയറുമ്പോൾ പലയിടത്തു നിന്നുമായി കുറച്ചാളുകൾ ബസിന്റെ ചുറ്റും കൂടി ബഹളം വെക്കാൻ തുടങ്ങിയിരിക്കുന്നു.

ഒരക്ഷരം ബംഗാളിയറിയില്ല, ശരീര ഭാഷയിൽ മനസ്സിലായിരുന്നു നാട്ടുകാരുടെ പ്രതിഷേധം.

ആളുകൾ കൂടി വരുന്നു...

ഈ നടത്തവും സംസാരവും അന്വേഷണങ്ങളും മറ്റുള്ള ആളുകൾക്ക് സംശയം ജനിപ്പിച്ചു. "നിങ്ങൾ എന്തിനാണ് ഇവിടെ വന്നത്" എന്നാണു ചോദിക്കുന്നത് എന്ന് ഞങ്ങൾ ഊഹിച്ചു.

ഫോട്ടോ എടുക്കുന്നുണ്ട്. കുട്ടികളോട് വിവരങ്ങൾ ശേഖരിക്കുന്നുണ്ട്.

എത്ര വയസ്സായി?? വീട്ടിൽ ആരൊക്കെയുണ്ട്?? ഏതു ക്ലാസിലാ പഠിക്കുന്നത് എന്നുള്ള വിവരങ്ങൾ ഒക്കെ ചോദിക്കുന്നത് കണ്ടപ്പോൾ അവർക്ക് ആകെ പേടിയായിട്ടുണ്ടാവാം.

കാട്ടുതീ പോലെയാണ് ഗ്രാമത്തിലേക്ക് ആ വാർത്ത പരന്നത്.!

വീണ്ടും കുറെ ആളുകൾ നമ്മുടെ ചുറ്റും തടിച്ചു കൂടാൻ തുടങ്ങി. സ്ത്രീകളും കുട്ടികളും ഒക്കെ. ഡാറ്റാ ചോർത്താൻ വന്ന ആൾക്കാരാണ് എന്നൊരു മെസ്സേജിന്റെ ഭാഗമായി ക്ഷുഭിതരാവുന്ന രീതിയിലേക്ക് വരെ എത്തി. അരക്ഷിതാവസ്ഥയിലേക്ക് കാര്യങ്ങൾ നീങ്ങി.

ഡ്രൈവറെ വളഞ്ഞ ആൾക്കൂട്ടത്തിന്റെ ബഹളം ആക്രോശങ്ങളായി മാറുന്നുണ്ട്.

ഞങ്ങൾ നിസ്സഹായരായി നിൽക്കുകയാണ്.

ചിലയാളുകൾ കൈകൾ ചൂണ്ടി സംസാരിക്കുന്നുണ്ട്. ക്യാമറ എടുക്കാൻ പറയുന്നുണ്ട്.

എന്തൊക്കെ ഫോട്ടോ ആണെടുത്തത്.?

എന്തിനാണെടുത്തത്?. ഇതൊക്കെയാണവർക്ക് അറിയേണ്ടത്.

മറുത്തൊരു വാക്ക് പോലും പറയാൻ കഴിയാത്ത നിമിഷങ്ങൾ.

പേടിച്ചിട്ടു നാവ് പോലും പൊങ്ങുന്നില്ല.

പേടിച്ചരണ്ട നിമിഷങ്ങൾ.

കണ്ണുകളിൽ ഇരുട്ട് കയറുന്നു.

തൊണ്ടയിൽ വെള്ളം വറ്റുന്നുവോ??

കയ്യും കാലും കുഴയുന്നതായി തോന്നുന്നത് വെറുതെയായിരിക്കും..

ഒരു നിമിഷം മതി പ്രശ്നങ്ങൾ കത്തിപ്പടരാൻ.

എന്തും സംഭവിക്കുമെന്നോ എന്തെങ്കിലുമൊക്കെ സംഭവിക്കാമെന്നോ തരത്തിൽ ആൾക്കൂട്ടത്തിന് നടുവിൽ പെട്ട് പോയിരിക്കുന്നു.

ഇവർക്ക് NRC യോടുള്ള പ്രതിഷേധവും ഭയപ്പാടുമാണെന്ന് മാത്രം അറിയാം...

ബംഗാളി ഭാഷയറിയുന്ന നാസർ ബന്ധു ദൂരെ പിറകിലാണ്. കമ്യൂണിക്കേറ്റ് ചെയ്യാൻ മാർഗമേതുമില്ല...

നിസ്സഹായതയിൽ നിന്നും ഉടലെടുക്കുന്ന ഭയം നേരിട്ട് കാണുകയാണ്.

ജനിച്ചു വളർന്ന മണ്ണും വീടും എന്താവുമെന്നിയാത്തവരുടെ ജീവിതത്തിലെ ഒരേടിന്റെ അവതരണമായിരുന്നവിടെ!

പിന്നീട് വിലയിരുത്തുമ്പോൾ അബദ്ധമോ, അസംബന്ധമോ ആയേക്കാവുന്ന ഉൾവിളിയാണുണ്ടായത്.

അപ്പോൾ മാത്രം തോന്നിയത്!.

പേടിപ്പെടുത്തുന്ന രീതിയിൽ പുറത്തെ ബഹളം കൂടി വന്നപ്പോൾ, വല്ലാതെ മനസ് അലോസരപ്പെട്ടപ്പോൾ തോന്നിയത് !

ബസിൽ നിന്നും, ആൾക്കൂട്ടത്തിലേക്കിറങ്ങേണ്ടിവന്നു...

നമുക്കറിയാവുന്ന ഹിന്ദിയിൽ അവരോട് സംസാരിക്കേണ്ടി വന്നു. കാര്യമുണ്ടാകില്ല എന്ന പ്രതീക്ഷയിൽ തന്നെ!

ഞങ്ങൾ പറയുന്നത് കേൾക്കാനോ അത് വിശ്വസിക്കാനോ പോവുന്നില്ല എന്നറിഞ്ഞു കൊണ്ട് തന്നെ.

മുമ്പിൽ മറ്റു മാർഗങ്ങളില്ലാത്തതിനാൽ..

അവസാനത്തെ അറ്റകൈ പ്രയോഗം.!

താടിവെച്ച്, തൊപ്പിയിട്ട ഒരു സൈക്കിളിലപ്പോൾ അവിടെ വന്ന ആ വയോവൃദ്ധൻ ഭാഗ്യത്തിന് ചെവി തന്നു, മുഹമ്മദാലിക്ക എന്തോ സംസാരിക്കുന്നുണ്ട്. നിശബ്ദരാവാനായിരിക്കും പിന്നീടയാൾ ആൾക്കൂട്ടത്തോട് പറഞ്ഞത്. അയാൾക്കറിയാമായിരുന്നിരിക്കാം ആ പറഞ്ഞ ആ ഹിന്ദി.

അത് മതിയായിരുന്നു പിടിച്ച് കേറാൻ.

സമാനമായ ഭയം അലട്ടുന്നവർ തന്നെയാണ് നമ്മളെന്നും നിങ്ങളോടൊപ്പമാണ് ഞങ്ങളെന്നും ധരിപ്പിക്കാനായി.

പറഞ്ഞത് അദ്ദേഹത്തിനു മനസ്സിലായി.

ഞങ്ങൾ ആരാണെന്നും എന്തിനാണ് വന്നതെന്നും.

ശത്രുക്കളല്ല, മിത്രങ്ങളാണെന്നും.

പറയുന്നതും ചെയ്യുന്നതും യാന്ത്രികമായി നടന്നുപോവുന്നതാണെന്ന് തോന്നി.

അയാളെ ചേർത്ത് പിടിച്ച് കവിളിൽ ഉമ്മ വെക്കാനാണ് തോന്നിയത്, വെച്ചു.

ഒരാലിംഗനം ധാരാളം മതിയായിരുന്നു.!!

പെട്ടെന്ന് ശാന്തമായി.

ആദ്യം ഘോര ഘോരം ശബ്ദമുണ്ടാക്കിയിരുന്നയാൾ അടുത്ത് വന്നു. ക്ഷമാപണത്തോടെ മുഹമ്മദാലിക്കയെ അയാളിലേക്ക് വലിച്ച് ചേർത്തു.

സ്നേഹത്തിന്റെ , ദൈന്യതയുടെ മുത്തം കവിളിൽ കൊടുത്തു.

ഹൃദയത്തിന്റെ ഭാഷ കൈവശമുണ്ടായിരുന്നവർക്ക്.

ഭയം സ്നേഹത്തിനുവഴി മാറി.

വല്ല വിധേനയും ബസ്സിൽ കയറി. എങ്ങനെയെങ്കിലും ഈ ഗ്രാമത്തിൽ നിന്ന് പുറത്ത് കടന്നാൽ മതി എന്നായിരുന്നു മനസ്സിൽ. ബസ്സിനെ പിന്തുടർന്ന് വേറെ ഏതെങ്കിലും ആൾക്കൂട്ടം ഓടി വരുമോ എന്ന് വരെ ആലോചിച്ചു പോയി.

ഞങ്ങൾ പരസ്പരം നോക്കി. ആരും ഒന്നും മിണ്ടിയില്ല.

അര മണിക്കൂർ യാത്ര. ബസ് മുഹബ്ബത്ത്പൂർ ഗ്രാമത്തിൽ നിന്നും പുറത്ത് കടന്നു. ഒരു ഹൈവേയിൽ കയറി.

അല്ഹംദുലില്ലാഹ്!!

ഒരു നൂറുവട്ടം ദൈവത്തെ സ്തുതിച്ചു. ശ്വാസം ഇപ്പോഴാണ് നേരെ വീണത്.

വഴിഴരികിലെ ചെറിയൊരു ചായക്കടയിൽ ബസ് നിർത്തി.

ആശ്വാസത്തിന്റെ ചൂട്ട ചായ മൺ കപ്പിൽ നിന്നും ചുണ്ടിലേക്ക് പകർന്നു.

യാത്ര തുടരുകയാണ്.

മാൾഡയിലേക്ക്.

മാൽഡ - മോഹൻപൂർ

24/12/2019

നൂറു കിലോമീറ്റർ ആണ് മുർഷിദാബാദിൽ നിന്നും മാൾഡയിലേക്കുള്ള ദൂരം. അതേ ബസ്സിൽ തന്നെയാണ് യാത്ര. രാത്രിയായിരിക്കുന്നു. കാളിയചൌക്ക് അത്യാവശ്യം വലിയൊരു അങ്ങാടിയാണ്. ഞങ്ങൾ ഇവിടെ ഇറങ്ങി.

അത്യാവശ്യം നല്ല തിരക്കുണ്ട്. ഹൈവേയോടു ചേർന്നുള്ള ഒരു അങ്ങാടിയാണിത്. ധാരാളം ആളുകളും കടകളുമുണ്ട്. വലിയ വലിയ ലോറികൾ റോഡരികിൽ പാർക്ക് ചെയ്തിരിക്കുന്നു.

ശരവേഗത്തിൽ പറന്നു പോകുന്ന ലോങ്ങ് ബസ്സുകൾ. ആളുകളെ വിളിച്ചു കയറ്റുന്ന ടാക്സികൾ. എൽ. ഇ. ഡി ലൈറ്റിൽ മിന്നിത്തിളങ്ങുന്ന ഹോട്ടലുകൾ.

വടക്ക് കിഴക്കൻ സംസ്ഥാനങ്ങളിലേക്കുള്ള ഒരു കോറിഡോറാണ് ഇത്. ഒരു ഭാഗം സിലിഗുരി ഭാഗത്തേക്കും ഒരു ഭാഗം കൽക്കട്ടയിലേക്കും. ഒരുപക്ഷേ ഇന്ത്യയിലെ തന്നെ ഏറ്റവും തിരക്കുപിടിച്ച ഒരു ജംഗ്ഷനുകളിൽ ഒന്നാണ് കാളിയ ചൗക്ക്. നോർത്ത് ഈസ്റ്റിലൂടെ നേപ്പാൾ ഭൂട്ടാൻ എന്നീ ഭാഗങ്ങളിൽ നിന്നും വരുന്ന കള്ളപ്പണങ്ങൾക്കും കുഴൽപ്പണങ്ങൾക്കും കുപ്രസിദ്ധമായ അധോലോകമാണെന്നും പറയപ്പെടുന്നു. സത്യമാണോ എന്നറിയില്ല.

ചായ കുടിച്ചു അടുത്ത യാത്രയ്ക്ക് ഒരുങ്ങുകയാണ്. ചായ നിർബന്ധമാണ്. അതിനു സമയമൊന്നുമില്ല. എപ്പോ കിട്ടിയാലും എത്ര കിട്ടിയാലും കുടിക്കും എന്ന പോളിസിയിലേക്ക് എത്തിയിരിക്കുന്നു.

ബംഗാളീ ചായ്

ബംഗാൾ യാത്രയുടെ ഒരവിഭാജ്യ ഘടകമായിരിക്കുന്ന ചായ്.!! തിരക്കേറിയ തെരുവിലൂടെ നടക്കുമ്പോൾ, ഫുട്ട്പാത്തിൽ രണ്ട് കടകൾക്ക് നടുവിലായി, അല്ലെങ്കിൽ ബാരിക്കേടിനോരത്തായി,

അതുമല്ലെങ്കിൽ റോഡുകൾ പിരിയുന്നൊരു മൂലയിൽ,

ചിലപ്പോൾ തറയിലിട്ട ചാക്കിൽ ചമ്രം പടിഞ്ഞിരുന്ന്,

നീളത്തിലിട്ട ബഞ്ചിൽ ചെരിഞ്ഞിരുന്ന്,

അതുമല്ലെങ്കിൽ മേശപ്പുറമോളം ഉയരത്തിൽ നിവർന്ന് നിന്ന് അയാളവിടെയൊക്കെ കാണും.

ആരാ..?

ഗ്രാമങ്ങളിൽ ചെറിയ അങ്ങാടികളിൽ,

ചിലപ്പോൾ ഉന്തുവണ്ടിയിൽ,

ചിലപ്പോൾ ചുമലിൽ അലക് വിലങ്ങനെ വെച്ച്,

എവിടെ കാണണമെന്നാഗ്രഹിക്കുന്നോ അവിടെയെല്ലാം കാണാമായിരുന്ന അയാളെ..!

മറ്റാരുമല്ല.. ചായക്കാരൻ...!

നടന്ന് തളരുമ്പോൾ, ഇരുന്ന് മുഷിയുമ്പോൾ ചായയും ചായക്കാരനും എവിടെയുമുണ്ടാകും.

ചാ.!

ബംഗാളിയിൽ അത്ര മതി.

അക്ഷരത്തിലേ കുറവുള്ളൂ, രുചിയിൽ, മികവിൽ മുമ്പൻ...!

യാത്രയിലെ ആ നാളുകളിൽ ലിക്വർ നിത്യവും തൽക്കാലമെങ്കിലും ശീലമായി.

ലിക്വർ ചാ എന്നാൽ ബ്ലാക്ക് ടീ. അതായത് കട്ടൻ!!

ചായക്കടകളിലാണ് വ്യവഹാരവും രാഷ്ട്രീയവും ബംഗാളിൽ..

കലഹവും അടുപ്പവും.

ഒരുമിച്ചിരിക്കുന്നതും തല്ലിയകലുന്നതും, വീണ്ടുമിണങ്ങുന്നതും ചായക്കടകളിലാണ്. എല്ലാത്തിനും ചായ സാക്ഷി !!!

ചായ്ക്കുമപ്പുറമായി ചേർന്നിരിപ്പാനൊരിടം.

ഒരുമിച്ചിരുത്താൻ ചക്കുയിൽ ബന്ധുവിനും ഒരു ചായക്കടയുണ്ടായിരുന്നു.

ബന്ധു - ബിയോണ്ട് എ ടീ.!

അടുത്ത യാത്ര ജീപ്പിലാണ്. വണ്ടി നിറയെ ലഗേജ് ബാഗുകളും അതിനിടയിൽ ഞങ്ങളെയും കുത്തിത്തിരുകി ഒരു മുരളലോടെ ശകടം ഉരുളാൻ തുടങ്ങി.

കുറച്ചു വിരുതന്മാരുണ്ട് കൂട്ടത്തിൽ. അവർ വേഗം ജീപ്പിന്റെ മുകളിൽ കാരിയറിൽ കയറി ഇരുന്നു. ജീപ്പിനുള്ളിൽ ശ്വാസം മുട്ടി ഇരിക്കുന്നതിനേക്കാൾ പ്രകൃതി ആസ്വദിച്ചു യാത്ര ചെയ്യണമത്രേ.

മഞ്ഞു പെയ്യുന്ന രാത്രിയിൽ തണുത്ത കാറ്റ് അടിച്ചു വല്ലാതെ കഷ്ടപ്പെട്ടു കാണും. ഇവർക്കൊക്കെ തൊണ്ടക്ക് പണി കിട്ടി എന്നാണു പിറ്റേന്നറിയാൻ കഴിഞ്ഞത്.

താമസസ്ഥലത്ത് എത്തിയപ്പോഴേക്കും രാത്രി ഏറെ വൈകിപ്പോയിരുന്നു. നഗരത്തിൽ നിന്നും കുറെ അകത്തേക്ക് മാറി എത്തിപ്പെട്ടത് കൊടും തണുപ്പുള്ള ഈ ഗ്രാമത്തിലാണ്.

ഝർക്കതൊല.

ഇതാണ് ഗ്രാമത്തിന്റെ പേര്.

കോടമഞ്ഞ് മൂടിയ ആ രാത്രി കഠിനമായ തണുപ്പായിരുന്നു. ബംഗാൾ യാത്രയിലെ ഏറ്റവും തണുപ്പുള്ള രാതി.!

ഒന്നുമുതൽ പന്ത്രണ്ടാം ക്ലാസ് വരെ പഠിപ്പിക്കുന്ന ഒരു സ്വകാര്യ സ്കൂളിലാണ് ഞങ്ങൾക്ക് താമസമൊരുക്കിയിരിക്കുന്നത്.

അന്നജാത്ത് അക്കാദമി.

ഇവിടെ അധ്യയന വർഷം നവംബറിൽ അവസാനിക്കുകയും സ്കൂളുകൾ ജനുവരിയിൽ വീണ്ടും തുറക്കുകയും ചെയ്യുന്നു. ഞങ്ങളെ സ്വീകരിക്കാൻ കുറച്ചു വിദ്യാർഥികൾ ഈ പാതിരാത്രിയിലും ഇവിടെയുണ്ട്. സ്കൂൾ അഡ്മിനിസ്ട്രേറ്റർമാരിൽ നിന്നും വിദ്യാർത്ഥികളിൽ നിന്നും ഞങ്ങൾക്ക് ഊഷ്മളമായ സ്വീകരണം ലഭിച്ചു. ഉന്നത പഠനത്തിന് പോകാനുള്ള അവരുടെ (പെൺകുട്ടികളും ആൺകുട്ടികളും) ദൃഢനിശ്ചയം ശരിക്കും പ്രശംസനീയമായിരുന്നു. അവർ ഞങ്ങൾക്ക് ഭക്ഷണം വിളമ്പുകയും കുശലാന്വേഷണം പറയുകയും ചെയ്തു.

ഞങ്ങളെല്ലാവരും ഭക്ഷണം കഴിച്ചതിന് ശേഷമാണ് അവർ കഴിച്ചത്.

ലഗേജ് എല്ലാം ഒരു വിധം ഒതുക്കി, കിട്ടിയ കട്ടിലിൽ വെറുതെ കിടന്നു. ഇടയ്ക്കെപ്പോഴോ നിദ്രയിലേക്കമർന്നു.

രാവിലെ.

കോട മഞ്ഞു മൂടിയിരിക്കുന്നു. പുറത്തെ കാഴ്ചകൾ ഒന്നും കാണുന്നില്ല. ജാക്കറ്റിന്റെ പോക്കറ്റിൽ കൈകൾ തിരുകി പതുക്കെ താഴേക്ക് നടന്നു.

ഒരു ഗ്ലാസ് ചായ കിട്ടണം.

അപ്പോഴാണ് ഈ സ്കൂളിന്റെ കോമ്പൌണ്ട് വാളിനു പുറത്ത് തൊട്ടടുത്തൊരു ഇഷ്ടിക കളം ശ്രദ്ധയിൽ പെട്ടത്. നാലഞ്ചാളുകളും അവരുടെ കുട്ടികളും അവിടെയുണ്ട്. അതിരാവിലെ മുതൽ കുടുംബമായി അവിടെ ജോലി ചെയ്യുകയാണ്. എപ്പോ തുടങ്ങി എന്നറിയില്ല. കളിമണ്ണ് കുഴച്ചു വെച്ച് അച്ചിനകത്തു നിരത്തി അതിവേഗത്തിൽ ഇഷ്ടിക ഉണ്ടാക്കുന്ന പണിയാണ് ഇവർക്ക്. പത്ത് മിനിറ്റിൽ എട്ടു പത്ത് ഇഷ്ടികകൾ നിഷ്പ്രയാസം ഉണ്ടാക്കുന്നു. അത്രയും വേഗത്തിലാണിവരുടെ നിർമ്മാണം. മറ്റൊന്നിലും ശ്രദ്ധയില്ല. ഒരക്ഷരം മിണ്ടുന്നുപോലുമില്ല. എന്തിന് ഇത്രേം ആളുകളെ കണ്ടിട്ട് ഒന്ന് തലയുയർത്തി നോക്കുന്നു പോലും ചെയ്യുന്നില്ല.

ഒരു യന്ത്രം കണക്കെ അച്ചിൽ ഇഷ്ടികകൾ പിറവിയെടുത്തു കൊണ്ടേയിരുന്നു. രാവെന്നില്ല.. പകലെന്നില്ല..!

ബംഗാളിലെ തൊഴിലാളികൾ - (അടിമത്ത സമ്പ്രദായം)

ബംഗാളികൾ!!

മലയാളികൾ ഒരുപക്ഷേ പുച്ഛത്തോടെ സമീപിക്കുന്നവർ. കേരളത്തിൽ എഴുന്നൂറും എണ്ണൂറും ആയിരവും ഒക്കെ ദിവസക്കൂലി വാങ്ങുന്നവർ..

എന്നാൽ ഇവിടെ നൂറു മുതൽ ഇരുന്നൂറു വരെയാണ് ശരാശരി കൂലി. വിദഗ്ദരായ പണിക്കാർക്ക് ഇരുന്നൂറ്റമ്പത് രൂപ കിട്ടും. വളരെ വിരളമായിട്ടാണെങ്കിലും മുന്നൂറു വരെ കൂലി വാങ്ങുന്നവരും ഉണ്ട്.

എന്നാൽ ഈ ഇഷ്ടികക്കളത്തിലെ ജോലിക്കാർ അങ്ങനെ അല്ല.

ഒരു അടിമപ്പണി പോലെയാണ് എനിക്ക് തോന്നിയത്. അതായത് ചില ആദിവാസി ഗ്രാമങ്ങൾ ഉണ്ട്. അവിടെ ചെന്നാൽ ഒരു വർഷത്തേക്ക് ഒരു കുടുംബത്തെ പാട്ടത്തിനെടുക്കാം.

അച്ചനുണ്ടാകും, അമ്മയുണ്ടാകും കുട്ടികളുമുണ്ടാവും.

ഒരു കുടുംബത്തെ ഒരു വർഷത്തേക്ക് വിലക്ക് വാങ്ങുകയാണ്..!

അയ്യായിരമോ പതിനായിരമോ കൊടുത്താൽ മതി.

ഒരു വർഷം. ഒരു കുടുംബം..!!

പറയുന്ന ജോലി ചെയ്യേണ്ടി വരും.

അമ്മയും അച്ഛനും മക്കളും എല്ലാം..!

അത്തരമൊരു കുടുംബമാണിത്.

ബന്ധു പറഞ്ഞതാണ്.

ആദിവാസി ഗ്രാമങ്ങളിൽ നിന്നും മാത്രമല്ല, ബീഹാർ, മണിപ്പൂർ പോലുള്ള സംസ്ഥാനങ്ങളിൽ നിന്നും ഇത്തരം കുടുംബങ്ങളെ വിലക്കെടുത്ത് കൊണ്ട് വരാറുണ്ടത്രേ.

അതായത് ബംഗാളികൾ കേരളത്തിൽ വന്നു ജോലിയെടുക്കുന്നത് പോലെ, ബീഹാരികൾ ബംഗാളിൽ വന്നു ഇത്തരം പണികൾ ചെയ്യുന്നു എന്നർത്ഥം. അപ്പോൾ എന്തായിരിക്കും ബീഹാറിലെ ഒക്കെ അവസ്ഥ.

നമ്മുടെ നാട്ടിലുള്ള തൊഴിലുറപ്പ് പദ്ധതികളും ഇവിടെയുണ്ട്. നാട്ടിൽ അത് പലപ്പോഴും കോമഡിയാണെങ്കിലും ഇവിടെ അത് അത് നന്നായി നടക്കുന്നുണ്ട്. പക്ഷേ ദുരുപയോഗം ചെയ്യുകയാണ് ഏമാൻമാർ. ഗ്രാമീണരുടെ പാസ്ബുക്ക് ഗ്രാമത്തിലെ അഭിനവ മേലാളന്മാർ വാങ്ങി വെക്കുമത്രേ. പത്ത് ദിവസം ജോലി ചെയ്താൽ ഒന്നോ രണ്ടോ ഒരു ദിവസത്തെ ജോലി മാത്രം അതിൽ രേഖപ്പെടുത്തുകയും ചെയ്യും. ബാക്കി അവർ കക്കും.

ഇതിന്റെ ഒന്നും ആനുകൂല്യം താഴത്തെ തട്ടിലേക്ക് എത്തുന്നില്ല.

സുബഹി നിസ്കരിച്ചു. ഐസിനോളം തണുപ്പിൽ വുളു എടുക്കുന്നത് വലിയ സാഹസമായിരുന്നു.

പ്രഭാത കൃത്യങ്ങളും ഭക്ഷണവും കഴിഞ്ഞു. റോഡരികിലൂടെ നടക്കുകയാണ്. ചെറിയ ചെറിയ സംഘങ്ങളായി.

കണ്ണെത്താദൂരത്തോളം കൃഷിപ്പാടങ്ങളാണ്.

ഗ്രാമവാസികൾ സ്വന്തം ഭൂമിയിലോ പാട്ടത്തിനെടുത്ത സ്ഥലത്തോ കൃഷി ചെയ്യുന്നു. കാബേജ്, കോളിഫ്ളവർ, ബ്രൊക്കോളി, ഗ്രീൻ പീസ്, പാലക്, ബീൻസ്, ബീറ്റ്റൂട്ട്, റാഡിഷ്, ഉരുളക്കിഴങ്ങ്, കടുക് തുടങ്ങിയ വിളകൾ കാണാം. ബംഗാളിലെ കൃഷി ഇന്ത്യയിലെ ഏതൊരു സംസ്ഥാനത്തിനും മാതൃകയാക്കാവുന്നതാണ്.

എഞ്ചിൻ വാൻ, ടോട്ടോ വാൻ, സൈക്കിൾ, ബൈക്കുകൾ എന്നിവയാണ് ഗ്രാമത്തിനുള്ളിലെ ബഹുജന ഗതാഗത മാർഗ്ഗങ്ങൾ. ഗ്രാമങ്ങളിലേക്ക് ഇനിയും വരാനിരിക്കുന്ന ഒരു കണ്ടുപിടുത്തമാണ് ബസ് സർവീസ്!

ഇന്ത്യ ബംഗ്ലാദേശുമായി അതിർത്തി പങ്കിടുന്ന മറ്റൊരു ഗ്രാമം കാണാനാണ് ഇന്നത്തെ യാത്ര. ഇന്നലെ കണ്ട ഗ്രാമത്തിന്റെ ഉൾക്കിടിലം ഇപ്പോഴും മാറിയിട്ടില്ല. അത് പോലെ ആവാതെ ഇരുന്നാൽ മതിയായിരുന്നു. ഞാൻ ഉള്ളാലെ പ്രാർഥിച്ചു.

മാൾഡയിലെ ദിവസങ്ങൾ

മാൾഡ നഗരം കൊൽക്കത്തയിൽ നിന്ന് 347 കിലോമീറ്റർ വടക്കായി സ്ഥിതി ചെയ്യുന്നു. ഇന്ത്യയിലെ തന്നെ ഏറ്റവും രുചിയേറും മാങ്ങകൾക്ക് പേര് കേട്ട നാട്. മാൽഡ.!. ചണം, പട്ട് എന്നിവയാണ് ഈ ജില്ലയിലെ ഏറ്റവും ശ്രദ്ധേയമായ മറ്റ ഉൽപ്പന്ന ങ്ങൾ. ഇന്ത്യയിലെ മികച്ച ഗുണനിലവാരമുള്ള ചണം ഉത്പാദിപ്പിക്കുന്ന ഏറ്റവും വലിയ കേന്ദ്രമാണ് മാൾഡ.

ബംഗ്ലാദേശിനോട് കുറച്ചുകൂടി അടുത്ത് കിടക്കുന്ന ഒരു പ്രദേശമാണിത്. മാൾഡയിലേക്ക് വരുന്ന വഴിയിൽ ഒരു ബ്രിഡ്ജ് ഉണ്ട്. ന്യൂ ഫറക്ക ബ്രിഡ്ജ്. ഗംഗാനദിക്ക് കുറുകെ ഏകദേശം രണ്ടര കിലോമീറ്റർ നീളത്തിലുള്ള ഒരു നീളൻ പാലമാണിത്.

ഞങ്ങൾ മൊഹൻപൂർ എന്ന ഗ്രാമത്തിലേക്ക് പ്രവേശിച്ചു.

“ഇവിടെ പഴന്തുണികൾ ഇല്ല..!”

“പഴയ തുണികൾ ഒന്നും ഇവർ ഉപേക്ഷിക്കാറില്ല, ചെറിയ ഒരു കഷ്ണമാണെങ്കിൽ പോലും എല്ലാം എടുത്തു വെച്ച് ഒന്നിനു മുകളിൽ ഒന്നായോ പരസ്പരം കൂട്ടി കൂട്ടി വെച്ചോ തുന്നിയിട്ട് വസ്ത്രമോ പുതപ്പോ ഉണ്ടാക്കും. തണുപ്പിനെ പ്രതിരോധിക്കാനും ഉടുക്കാനും ഒക്കെ ആകെ ഇത് മാത്രമേയുള്ളൂ ഇവർക്ക്.”. ഗ്രാമത്തിലേക്ക് കടക്കുമ്പോൾ ബന്ധു പറഞ്ഞതാണിത്.

വളരെ ചെറിയൊരു ഗ്രാമമാണിത്. വീതി കുറഞ്ഞ റോഡുകളും ഇടിഞ്ഞു പൊളിഞ്ഞ കെട്ടിടങ്ങളും മാത്രം. ഇവിടെയും സൈക്കിൾ

ആണ് പ്രധാന വാഹനം. ഏത് ചെറിയ വീട്ടിൽ നോക്കിയാലും ഒരു സൈക്കിൾ ഉണ്ടാവും.

വീട് എന്ന് പറയുമ്പോൾ നമ്മുടെ കേരളത്തിലെ വീട് പോലെ എന്ന് സ്വപ്നത്തിൽ പോലും കരുതരുത്. ഒരു കൂര. അല്ലെങ്കിൽ കുട്ടിക്കാലത്ത് സ്കൂൾ അവധിക്കാലത്ത് നമ്മളൊക്കെ പന്തൽ കെട്ടി വീടുണ്ടാക്കാറുണ്ടായിരുന്ന പോലെ ദുർബലമായ ആ കളിപ്പന്തൽ. അത്രയൊക്കെയേ കാണൂ. അപൂർവ്വം ചില വീടുകളിൽ ടി വിയും ഉണ്ട്. ഒരു പക്ഷേ മൊബൈലും ഉണ്ടാകും. വേറെ ഒരു തരത്തിലുള്ള സൗകര്യവും ഇവിടങ്ങളിൽ ഇല്ല. നമ്മുടെ നാടുമായി നോക്കുകയാണെങ്കിൽ പത്തിരുപത് വർഷം പിറകിലാണ്.

ജനങ്ങൾ പ്രധാനമായും ആശ്രയിക്കുന്നത് ജൂട്ടിനെ ആണ്. ജൂട്ട് എന്നാൽ ചണം. വീടിന്റെ ചുമരുകളായും മതിലായും വിറകായും ഒക്കെ ഇതിന്റെ കമ്പുകൾ ഉപയോഗിക്കുന്നു.

മഴക്കാലത്ത് പറമ്പുകളിൽ വെള്ളം നിറഞ്ഞിരിക്കുമ്പോഴാണ് ജ്യൂട്ട് പാകമാകുന്നത്..

മഴക്കാലവിള..

കോട്ടൺ കഴിഞ്ഞാൽ രണ്ടാമതായുള്ള നാച്ചുറൽ ഫൈബർ..

മൺസൂണിൽ ചളിയും വെള്ളവും നിറഞ്ഞിരിക്കുന്ന ബംഗാളി പാടങ്ങളിൽ പ്രധാന മഴക്കാല കൃഷിയാണിത്,

മൂന്ന് മാസത്തിൽ ചണം പാകമാകും...

വെള്ളത്തിലിട്ട് ചീഞ്ഞ് നാര് എടുത്ത് മാറ്റിയ തണ്ടുകൾ ഓരോ വീട്ട് മുറ്റത്തും കറ്റകെട്ടിയും കൂനയാക്കിയും ചാരി നിർത്തിയും,അടുക്കായി വെച്ചിരിക്കുന്നു..

വിറകയായി ഉപയാഗിക്കാൻ..

കാഴ്ചകൾ കണ്ടു നടക്കുകയാണ് ഞങ്ങൾ. ഈ ഗ്രാമം പൊതുവേ ശാന്തമാണ്. നാട്ടുകാരനായ ബാബു എന്നൊരാൾ ഞങ്ങളുടെ കൂടെയുണ്ട്. അദ്ദേഹം ഞങ്ങളെ ഗ്രാമീണർക്ക് പരിചയപ്പെടുത്തുന്നു. മണ്ണും ജൂട്ടും കൊണ്ട് നിർമിച്ച വീടുകളിലേക്ക് ഞങ്ങളെ ക്ഷണിക്കുന്നു.

മുതിർന്നവർ പൊതുവേ മ്ലാനമായിരുന്നുവെങ്കിലും കുട്ടികൾ വലിയ ആഹ്ളാദത്തിലാണ്. ഞങ്ങളുടെ കൂടെ തന്നെ ഓടി വരുന്നുണ്ട്. അധികവും വസ്ത്രമില്ലാത്തവരാണ്.

സ്കൂളിൽ ഒന്നും ഇവിടെ അധികമാരും പോവാറില്ല. അതല്ല അവർക്ക് ജീവിതത്തിൽ മുൻഗണന കൊടുക്കാനുള്ളത്. വിശപ്പാണ് മുഖ്യപ്രശ്നം.

അത് കഴിഞ്ഞേ ഉള്ളൂ പഠനവും മറ്റു പ്രവർത്തനങ്ങളും. അച്ഛനുമമ്മ യും കൃഷിപ്പാടങ്ങളിൽ പണിക്ക് പോയാലേ വീട്ടിലെ അടുപ്പിൽ പുക പൊങ്ങുകയുള്ളൂ. എത്ര നേരം അധികം പണി എടുക്കുന്നുവോ അത്രയും അധികം പൈസ കിട്ടും.

ചെറിയ കുട്ടികൾ ഉള്ള വീടാണെങ്കിൽ തൊട്ടു മുകളിലുള്ള കുട്ടി ചെറുതിനെ പരിപാലിക്കും. അമ്മക്ക് അത്രയും നേരം പാടത്ത് പണിയെ ടുക്കാം. കുട്ടി കരഞ്ഞാൽ വേഗം മടങ്ങേണ്ടി വരും. അന്നത്തെ പൈസ കുറയും.

ഞങ്ങൾ മുമ്പോട്ട് നടന്നു.

കുറെ കുട്ടികൾ പാട്ടും ബഹളവുമായി ഞങ്ങളുടെ കൂടെത്തന്നെയു ണ്ട്. രണ്ടു കുഞ്ഞു വീടുകൾക്കിടയിലൂടെ ചെറിയൊരു ചവിട്ടടിപ്പാത കണ്ടു. അതിനു വലതു വശത്തായി ഒരു തടാകം. അതിൽ നിറയെ വെള്ളമുണ്ട്. പക്ഷേ പച്ച നിറത്തിൽ പായൽ മൂടിയിരിക്കുന്നു. സൂക്ഷിച്ചു നോക്കിയാൽ മാത്രമേ അങ്ങനെ ഒരു തടാകം അവിടെയുണ്ടെന്ന് മനസ്സിലാവൂ.

ചെറിയൊരു കളിസ്ഥലത്ത് എത്തി.

കുട്ടികൾ ഗത്തി എന്നൊരു കളി കളിക്കുന്നുണ്ടായിരുന്നു. ഞങ്ങൾക്ക് വേണ്ടി അവർ കളിക്കാൻ തുടങ്ങി. കബഡി പോലുള്ള ഒരു കളിയാണിത്.

തസ്ലീമ ഖാത്തുൻ. അതായിരുന്നു അവളുടെ പേര്.

സുന്ദരിയായ പെൺകുട്ടി. മദ്രസയിൽ നാലാം ക്ലാസിലാണ് പഠിക്കു ന്നത്. ഓമനത്വം തുളുമ്പുന്ന മുഖം. വിടർന്ന നയനങ്ങൾ. അലസമായി പാറിക്കളിക്കുന്ന മുടിയിഴകൾ. കുറെ നേരമായി ഞങ്ങളുടെ കൂടെയുണ്ട്.

വീട്ടിൽ ഉപ്പയും രണ്ട് അനിയത്തിമാരും ഒരു ഇക്കാക്കയുമാണുള്ളത്. ഇക്കാക്ക സ്കൂളിൽ പോവാറില്ല. ഉപ്പാന്റെ കൂടെ പണിക്ക് പോവുമത്രേ.

തസ്ലീമക്കും അനിയത്തിക്കും കൂടി ഒരു യൂണിഫോം ആണുള്ളത്. ഒരു ദിവസം ഒരാൾ ഇട്ടും മറ്റേ ദിവസം അടുത്തയാൾ.

ഒരുപക്ഷേ ഒട്ടു മിക്ക വീടുകളിലും ഇതേ പോലെതന്നെയാവും അവസ്ഥ.!

അമാനുൽ ഇസ്ലാം അല്പം ഇരു നിറത്തിലാണ്. പന്ത്രണ്ടു വയസ്സായി കാണും. എഴുതാനും വായിക്കാനും ഒന്നുമറിയില്ല. നല്ല നിലയിൽ വസ്ത്രം ധരിച്ച ഞങ്ങളെ കണ്ടപ്പോൾ എന്തോ അത്ഭുത ജീവികളെപ്പോലെ കൂടെക്കൂടിയിരിക്കുകയാണ്.

എന്തൊരു ആകാംക്ഷയാണവന്..!

എല്ലാം അറിയണം.

കേരളം എവിടെയാണ്.

അവിടെ എന്തൊക്കെയുണ്ട്.

വലിയ വാഹനങ്ങളെക്കുറിച്ച്,

നല്ല റോഡുകളെക്കുറിച്ച്,

കെട്ടിടങ്ങളെക്കുറിച്ച്,

സ്കൂളുകളെക്കുറിച്ച്..

അങ്ങനെ കുറെ നേരം അവനോടു സംസാരിച്ചു.

കൌതുകം കൊണ്ട് കണ്ണുകൾ വികസിച്ചിരുന്നു. എന്റെ കണ്ണുകളിൽ നിന്നും അവന്റെ കണ്ണുകൾ മാറുന്നേയില്ല.

നാട് കാണാൻ ആഗ്രഹമുണ്ടത്രേ.. നന്നായി പഠിക്കണം എന്ന് പറഞ്ഞു ഞങ്ങൾ മുമ്പോട്ട് നടന്നു.

ബാഗിൽ സൂക്ഷിച്ചിരുന്ന മുട്ടായി ഒരു പിടി വാരി അവന്റെ കയ്യിൽ വെച്ച് കൊടുത്തു. അതും കൊണ്ട് ഒരൊറ്റ ഓട്ടമായിരുന്നു.

ഈ ഗ്രാമത്തിലെ ഏതൊരു പേര് എടുത്താലും അമീനുൽഇസ്ലാം, മുനീറുൽ ഇസ്ലാം, ജലാലുൽ ഇസ്ലാം എന്നിങ്ങനെയാവും. പെൺകുട്ടികൾ ആണെങ്കിൽ പേരിന്റെ അവസാനം ഖാത്തുൻ എന്നും കാണാം.

ഫിറോസ് അഹമ്മദ് ഇവിടുത്തെ അറബി കോളേജിലെ അധ്യാപകൻ ആണ്. വിദ്യാഭ്യാസമുള്ള ചുരുക്കം ചിലരിൽ ഒരാൾ. ഞങ്ങളോട് വളരെ സൗഹൃദപരമായും സ്നേഹതോടെയുമാണവർ പെരുമാറിയത്.

അതിനു കാരണമുണ്ട്.

ഈ ഗ്രാമത്തിലെ ആരൊക്കെയോ കേരളത്തിൽ ജോലി ചെയ്യുന്നുണ്ട്. ചിലയാളുകൾ മുമ്പ് ജോലി ചെയ്തിരുന്നവർ ആണ്. അത്കൊണ്ട് കേരളത്തെപ്പറ്റി അവർക്ക് അറിയാം. തിരുവനന്തപുരത്തും തൃശ്ശൂരും കണ്ണൂരും കാസർഗോട്ടുമൊക്കെ ജോലി ചെയ്തവരാണിവരുടെ കുടുംബക്കാർ. ആ സ്നേഹവും ആതിഥ്യമര്യാദയും നമ്മളോട് കാണിക്കുന്നുണ്ട്.

ആ സ്ഥലപ്പേരുകൾ ഒപ്പിച്ചു പറയുന്നത് കേട്ടപ്പോൾ കൌതുകം തോന്നി.

മോഹബത്പുരിലെ പോലെയുള്ള ഭീകരമായ അനുഭവങ്ങളല്ല മോഹൻപൂരിൽ.

ആളുകൾ നന്നായി സംസാരിക്കുന്നു. നിങ്ങളെ വീടിന്റെ അകത്തേക്ക് ക്ഷണിക്കുന്നു. വീടെല്ലാം കാണിച്ചുതരുന്നു. ഫോട്ടോ എടുക്കാൻ നമ്മുടെ

കൂടെ നിൽക്കുന്നു. എന്നിരുന്നാലും ഇതും ഒരു ദരിദ്ര ഗ്രാമം തന്നെയാണ്. വരുമാനങ്ങൾ ഒന്നുമില്ല. കൃഷിയും ആടും അതിന്റെ ഉൽപ്പന്നങ്ങളും മാത്രം തന്നെയുള്ളൂ.

'നിങ്ങളുടെ ജീവിതം എന്നത് നിങ്ങളുടെ മസ്തിഷ്കത്തിൽ ഉദിക്കുന്ന ചിന്തകളുടെ ആവിഷ്കാരമാണ്.' ഇവരുടെ മനസ്സുകളിൽ ഇത്തരം ചെറിയ ചിന്തകൾ മാത്രമേ ഉദിക്കുന്നുള്ളൂ. ഇതാണവരുടെ ലോകം. അതിനപ്പുറമുള്ള ഒന്നും ഇവരുടെ ചിന്താമണ്ഡലത്തിൽ കൂടിയില്ല.

വീട്ടിനകത്തെ അടുപ്പിന് എണ്ണം നോക്കിയിട്ടാണ് അവിടെ എത്ര കുടുംബങ്ങൾ ഉണ്ട് എന്ന് പറയുന്നത്. ഒരു വീട്ടിൽ 3 അടുപ്പുകൾ ആണെങ്കിൽ അവിടെ 3 ഫാമിലി ഉണ്ട് എന്നാണ് അർത്ഥം. ഇവരെല്ലാം ഒരു വേലിക്കുള്ളിൽ തന്നെയാണ് താമസിക്കുന്നത്. അതേപോലെ കിണർ എന്ന ജലസ്രോതസ് ഇവിടെയില്ല. പിന്നെയുള്ളത് കുഴൽക്കിണർ ആണ്. ചക്ലയിലെ കുളിമുറിയിലെ പോലെ. പണ്ടത്തെ ഹാൻഡ് വാട്ടർ പമ്പിങ് സിസ്റ്റമാണ് എങ്ങും കാണാനുള്ളത്. അത്കൊണ്ട് തന്നെ വെള്ളത്തിന് അധികം ക്ഷാമം എവിടെയും കണ്ടില്ല.

മുമ്പൊരിക്കൽ രാജസ്ഥാനിലെ കിഷൻഗടിനു സമീപത്തുള്ള ഉൾഗ്രാമങ്ങളിൽ കൂടി സഞ്ചരിച്ച സമയത്തായിരുന്നു ജലക്ഷാമം എന്താണെന്ന് ശരിക്കും മനസ്സിലായത്. അതൊരു വല്ലാത്ത അനുഭവമായിരുന്നു.

രണ്ടോ മൂന്നോ വർഷം കൂടുമ്പോൾ കിട്ടുന്ന ഒരു മഴ. അല്ലെങ്കിൽ രണ്ടോ മൂന്നോ മഴകൾ. അല്ലാത്ത മുഴുവൻ സമയവും വെള്ളമില്ലാത്ത ജീവിതം. ആ കിട്ടുന്ന വെള്ളം മുഴുവൻ ഒരു തുള്ളി വിടാതെ സംഭരിച്ചു വെക്കും. ഉണ്ടാക്കി വെച്ച കിണറുകളിലേക്കോ ടാങ്കുകളിലേക്കോ ഒക്കെ. എന്നിട്ട് അതിനു പൂട്ടിട്ടു വെക്കും. ഇത്ര വെള്ളമുള്ള ആളാണ് അവിടുത്തെ പ്രമാണി. റേഷൻ പോലെ വെള്ളം വിതരണം ചെയ്യും. ഒരു ദിവസത്തേക്ക് ഒരു ബക്കറ്റോ കിണ്ടിയോ അളവാക്കും. അത്ര മാത്രം. അതിൽ തീരത്ത് കൊള്ളണം തീറ്റിയും കുടിയും കുളിയും എല്ലാം. ബാർമറിലും ബുരേ കീ ബസ്തിയിലും തൽബാനി പോലുള്ള അനേകം ഗ്രാമങ്ങളിലെ ജനങ്ങൾ അനുഭവിക്കുന്ന പൊള്ളുന്ന യാഥാർത്ഥ്യമാണിത്. ആയുഷ്കാലം മുഴുവൻ ദുരിതപൂർണ്ണമാണ് ആ ജീവിതങ്ങൾ. ഒരു തുള്ളി വെള്ളം തേടി കിലോമീറ്ററുകൾ നടക്കേണ്ടി വരുന്ന അവസ്ഥ ഒന്നാലോചിച്ചു നോക്കൂ. ചിത്രങ്ങളിൽ ഒക്കെ കണ്ടിട്ടുണ്ടാവും വിവിധ വലിപ്പത്തിലുള്ള കുടങ്ങൾ ഒന്നിനു മുകളിൽ ഒന്നായി അടുക്കി വെച്ച് വെള്ളം തേടിപ്പോവുന്ന ഗ്രാമീണ സ്ത്രീകളെ.

സത്യമാണ്. കാണുമ്പോഴേ നമ്മൾ ഇതൊക്കെ വിശ്വസിക്കൂ. വരൾച്ച എന്നൊക്കെ കേട്ടിട്ടുണ്ട് എന്നല്ലാതെ കണ്ടതും അനുഭവിച്ചതും അന്നായിരുന്നു.

ഇവിടെ പക്ഷേ ആ ദുരവസ്ഥ ഇല്ല. വെള്ളമുണ്ട്. ഗംഗ നദിയുടെ ധാരാളം കൈവഴികൾ ഉള്ളത് കൊണ്ട് വെള്ളം സുലഭമാണ്. പിന്നെ കുറെ തടാകങ്ങളും ഇവിടെയുണ്ട്.

ഞങ്ങൾ ബോർഡറിൽ എത്തി.

ഇതൊരു അതിർത്തി ഗ്രാമമാണ്. ഇന്ത്യയും ബംഗ്ലാദേശും അതിർത്തി പങ്കിടുന്ന പ്രദേശം.

ടാറിട്ട ഒരു റോഡാണ് അതിർത്തി നിർണ്ണയിക്കുന്നത്.

റോഡിന്റെ ഒരു വശത്ത് ഇന്ത്യയും മറു വശത്ത് ബംഗ്ലാദേശുമാണ്.

റോഡിന്റെ ഇക്കരെ, അതായത് ഇന്ത്യയിൽ, ഒരു ചെറിയ നാടൻ വേലി ഉണ്ട്. എന്നാൽ ഈ റോഡിന്റെ അക്കരെ, ഇരുമ്പിന്റ കമ്പി കൊണ്ടുണ്ടാക്കിയ ബിഎസ്എഫ് ജവാന്മാർ കാവൽ നിൽക്കുന്ന ഉറപ്പേറിയ കമ്പി വേലിയും ഉണ്ട്. ആ കമ്പി വേലിക്ക് അപ്പുറമാണ് ബംഗ്ലാദേശ്.

ആളുകൾ ഇവിടുന്ന് അങ്ങോട്ടും ഇങ്ങോട്ടും പോവാറുണ്ട് എന്നാണ് തോന്നുന്നത്. അന്ന് വിഭജനത്തിന്റെ കാലത്ത്, ഒരു സുപ്രഭാതത്തിൽ സ്വന്തം പറമ്പിലൂടെ കെട്ടിയുണ്ടാക്കിയ ഈ കമ്പി വേലി ഒരുപക്ഷേ കൂടെപ്പിറപ്പിനെയും സ്വപ്നങ്ങളെയും സ്നേഹബന്ധങ്ങളെയും ആവും കീറി മുറിച്ചിട്ടുണ്ടാവുക. ആകെയുള്ള കൃഷിപ്പാടങ്ങളും കന്നുകാലികളും അതിനിടക്ക് അകന്നു പോയിട്ടുണ്ടാവും. എങ്കിലും ഒരു മതിലിനു അപ്പുറവും ഇപ്പുറവും രണ്ടു രാജ്യത്തിലാണെങ്കിലും തന്റെ മാതാവിനെയോ കൂടെപ്പിറപ്പിനെയോ കാണാൻ ഒക്കെയുള്ള സൗകര്യം ഉണ്ട്.

അപ്പുറത്ത് കൃഷിയുള്ള ഇന്ത്യക്കാർക്ക് ഐഡി കാർഡ് കാണിച്ചു കൊടുത്താൽ അങ്ങോട്ട് പോകാം. രാവിലെ പോയി കൃഷിയൊക്കെ ചെയ്ത്, കന്നുകാലികളെ ഒക്കെ നോക്കി, കുടുംബക്കാരെ ഒക്കെ സന്ദർശിച്ചു വൈകുന്നേരം തിരിച്ചു വരാം.

പോകുമ്പോഴും വരുമ്പോഴും പട്ടാളക്കാർക്ക് മുമ്പിൽ ഒപ്പിട്ട് സാക്ഷ്യപ്പെടുത്തണം. ഇന്ത്യൻ പാസ്പോർട്ട് ഉണ്ടെങ്കിൽ അപ്ലിക്കേഷൻ പൂരിപ്പിച്ചു കഴിഞ്ഞാൽ നമുക്കും ബംഗ്ലാദേശിലേക്ക് പോകാനുള്ള അനുവാദം ഉണ്ടത്രേ. തിരിച്ചും.

വൈകീട്ട്..

ശാന്തിനികേതൻ - ബിർബും ജില്ല

25/12/2019

റാബ്റി ദോയ്...! മിഷ്ടി ദോയ്..!!

റാബ്റി ദോയ്...! മിഷ്ടി ദോയ്...!!

ബംഗാൾ യാത്രയിലെ ശാന്തിനികേതനിൽ പൌഷ്മേള ദിനങ്ങളിലാണ് ആദ്യമായത് കേട്ടത്. കുഞ്ഞ് മൺചട്ടിയിൽ മിഷ്ടി നിറച്ച് പേപ്പർ കൊണ്ട് മൂടി തളികളിൽ നിരത്തി, ആ തളികകൾ ഒന്നിന് മുകളിൽ ഒന്നായി അടുക്കി മുളയലകിൽ രണ്ടഗ്രങ്ങളിലും ഉറി കെട്ടി ചുമലിൽ ബാലൻസ് ചെയ്ത് അയാൾ ഉച്ചത്തിൽ വിളിച്ചു.

ദോയ്.. റോബ്റി..! മിഷ്ടിദോയ്...!!

റാബ്റി ദോയ്..! മിഷ്ടി ദോയ്..!!

റോബ്റി ബംഗാളിയല്ല, വരാണസിയിലും മറ്റ് നോർത്തിന്ത്യൻ നഗരങ്ങളിൽ നിന്നും വന്നതാണ്! മധുരം ചേർത്ത് ചൂടാക്കി ചൂടാക്കി പിങ്ക് കളറാക്കിയ പാലുൽപന്നം...!!.

നാട്ടിൽ നിന്നും വണ്ടി കയറുമ്പോ തന്നെ കരുതിയതാണ് കൽക്കട്ട തെരുവുകളിൽ കിട്ടുന്ന ഈ ഐറ്റം പരീക്ഷിക്കണമെന്ന്..

മധുരമുള്ള കട്ട തൈരാണ് മിഷ്ടിദോയ്.

സ്വാദിനേക്കാൾ ആകർഷിച്ചത് ആ വാക്കുകളായിരുന്നു.

യാത്രയിൽ പിന്നീട് ഞങ്ങൾ പരസ്പരം വിളിച്ചത്, അയാളുടെ ഈണത്തിലായിരുന്നു... ആ താളത്തിലായിരുന്നു.

റോബറി.... ദോയ്...

ബംഗാളിക്ക് ഏറ്റവും പ്രിയമുള്ള മധുരപലഹാരങ്ങളിലൊന്നാണിത്. രുചികരമായ മിഷ്ടി ദോയ്. ഇതിന്റെ നിർമ്മാണം അതിശയകരമാം വിധം ലളിതമാണ്. പാചകത്തിന് ക്രീം, തൈര്, പഞ്ചസാര എന്നിങ്ങനെ മൂന്ന് ചേരുവകൾ മാത്രം മതി. കിട്ടിയ സമയത്തൊക്കെ മിഷ്ടി ദോയ് ഞങ്ങൾക്കും ഇഷ്ട വിഭവമായി. ചെറിയ തണുപ്പിൽ ഇളം മധുരത്തിൽ നുണഞ്ഞു നുണഞ്ഞു കഴിക്കുന്നത് പുതിയൊരു അനുഭവമായിരുന്നു.

ബംഗാൾ യാത്രയുടെ ആറാം ദിവസമാണ് ഇന്ന്.

രാവിലെ ആറു മണിക്ക് തന്നെ കൊടുംതണുപ്പിൽ എഴുന്നേറ്റു. എട്ടുമണിക്ക് മാൾഡ റെയിൽവേ സ്റ്റേഷനിൽ നിന്നാണ് ഞങ്ങളുടെ ട്രെയിൻ. രവീന്ദ്രനാഥടാഗോർ ആരംഭിച്ച ശാന്തിനികേതൻ എന്ന വിശ്വസർവ്വകലാശാലയിലേക്ക് ആണ് ഇന്നത്തെ സഞ്ചാരം. പൗഷ് ഫെസ്റ്റിവൽ കാണുക എന്നത് തന്നെയാണ് യാത്രയുടെ ഉദ്ദേശം.

ഡിസംബർ മാസം അവസാനത്തിലാണ് ഈ ഫെസ്റ്റിവൽ നടക്കുന്നത്. ബംഗാളിന്റെ സാംസ്കാരികവും സാമൂഹികവും കലാപരവുമായ പ്രകടനങ്ങളുടെ ഒരു സംഗമഭൂമിയാണ് പൌഷ് മേള. അതുപോലെ ബംഗാളിലെ സാംസ്കാരവും ഭക്ഷണവും ആസ്വദിക്കുന്നതിനു വേണ്ടി ലോകത്തിലെ വിവിധ ഭാഗങ്ങളിൽ നിന്ന് ആളുകൾ ഈ മേളക്ക് എത്താറുണ്ട്. ഇതിനു വേണ്ടിയാണ് ഞങ്ങൾ ഇന്ന് ഒരുങ്ങിയത്. രണ്ടു ദിവസം ഇനി ശാന്തിനികേതനിൽ ആയിരിക്കും.

റെയിൽവേ സ്റ്റേഷനിലേക്ക് പോകുന്നതിനായി ഞങ്ങൾ ബസ്സിൽ കയറി. പതിവുപോലെ തന്നെ ബസ് ഒരു പഴയ ശകട വണ്ടി. കേരളത്തിൽ ഒരു 20 വർഷം മുമ്പുള്ള ബസ് പോലെയുണ്ട്. രാവിലെ എട്ടു മണിയോട് കൂടി ഞങ്ങൾ മാൾഡാ റെയിൽവേ സ്റ്റേഷനിൽ എത്തി. നല്ല വൃത്തിയുള്ള ഒരു റെയിൽവേ സ്റ്റേഷൻ ആണ് മാൽഡാ സ്റ്റേഷൻ. എട്ടേകാലോടുകൂടി ട്രെയിൻ എത്തി.

ട്രെയിൻ ശാന്തിനികേതൻ ലക്ഷ്യമാക്കി യാത്ര തുടങ്ങി. ഇന്നലെ കണ്ട ന്യൂ ഫറക്ക ബ്രിഡ്ജ് പാസ് ചെയ്തിട്ടാണ് പോകുന്നത്.

യാത്ര ചെയ്യുന്ന ദിശക്ക് എതിരെ സീറ്റിലേക്ക് ചാരി കിടക്കുകയാണ് ഞാൻ. കണ്ണുകൾ അലസമായി പുറത്തെ കാഴ്ചകളിലേക്ക് പോയി. ചിന്തകൾ വേറെ എവിടെയോ ആണ്.

പുതിയ വഴികളിലെ കാഴ്ചകൾ കാണുന്നുണ്ട്.

കൊയ്ത്തുകഴിഞ്ഞ തോട്ടങ്ങളും കടുകു പൂത്തു കിടക്കുന്ന പാടങ്ങളും ഇടക്കിടെ വന്നു പോവുന്നുണ്ട്. ആലു, മീട്ടാ ആലു, ചീര, വഴുതന, മുള്ളങ്കി പിന്നെ വേറെയും കുറെ ഇലകറികൾ കൃഷി ചെയ്യുന്ന പാടങ്ങൾക്കു നടുവിൽ വലിയ പൈപ്പ് കൊണ്ടുവന്നു വെള്ളം നനയ്ക്കുകയാണ് കൃഷിക്കാർ. കണ്ണെത്താ ദൂരത്തോളം കൃഷിപ്പാടങ്ങൾ. അതിൽ എണ്ണിയാലൊടുങ്ങാത്ത നാൽക്കാലികൾ. പശുവും ആടും എല്ലാമുണ്ട്. ചിലയിടങ്ങളിൽ കൊയ്ത്തുകഴിഞ്ഞ വിളകൾ കൂട്ടിയിട്ടുണ്ട്. അങ്ങനെ ധാരാളം വലിയ കുമ്പാരങ്ങൾ. വിണ്ടു കീറിയ പാടങ്ങളിൽ ട്രാക്ടർ എത്തിയിട്ടുണ്ട്. അതിലേക്ക് ആളുകൾ സാധനം കയറ്റുകയും ഇറക്കുകയും ചെയ്യുന്നു. വെയിലും മഴയും ഇവർക്കൊരു പ്രശ്നമല്ല.

വിശപ്പാണ് പ്രശ്നം. സഹനം കൊണ്ടും ദൃഢനിശ്ചയം കൊണ്ടും പ്രതികൂല ഘട്ടങ്ങളെ വകവെക്കാതെ മണ്ണിൽ പൊന്നു വിളയിക്കുകയാണ് ബംഗാളീ കർഷകർ.

എരിവെയിലത്തും പെരുമഴയത്തും ചേർന്ന-
മരുന്നൊ ദൈവം മണ്ണാർന്നിരു-
കൈകളിലും കൂടെ ചെളിയില്ല-
മിറങ്ങു കളയൂ
ശുഭ്രം വസ്ത്രം.!!

ഒമ്പതാം ക്ലാസിൽ പഠിച്ച പദ്യത്തിന്റെ വരികൾ മനസ്സിലേക്ക് ഓടിവന്നു.

മാൾഡയിൽ നിന്ന് ഏകദേശം 133 കിലോമീറ്റർ ദൂരെയാണ് ബോൾപൂർ റെയിൽവേ സ്റ്റേഷൻ.

സമയം പതിനൊന്നര. തീവണ്ടി കിതച്ചു കൊണ്ട് സ്റ്റേഷനിൽ നിർത്തി. അകലെയെവിടെയോ ബാങ്ക് വിളിക്കുന്നതായി തോന്നി.

ഇപ്പോ ബാങ്കോ..? ആശ്ചര്യത്തോടെ വാച്ചിലേക്ക് നോക്കി.

ഇല്ല. തോന്നിയതാണ്..

ഇവടുത്തെ മുസ്ലീംകളിൽ നല്ലൊരു വിഭാഗവും ഹനഫി മദ്ഹബ് പിന്തുടരുന്നവരാണ്. നമസ്കാര സമയമൊക്കെ വ്യത്യാസമുണ്ട്. സുബഹി 5:00 മണി, ളുഹർ ഒരു മണി, അസർ 3 മണി, മഗ്‌രിബ് അഞ്ച് മണി. അഞ്ചര ആകുമ്പോൾ രാത്രി ആകും. ഇഷാ നമസ്കാരം രാത്രി ഒമ്പതു മണിക്കാണ്.

പൊതുവേ ഗ്രാമങ്ങളിലെ മുസ്ലിങ്ങൾക്ക് മുസ്ലീം പേര് മാത്രമേയുള്ളൂ. നമസ്കാരം നോമ്പ് എന്നുള്ള കാര്യങ്ങൾ ഒന്നും കാര്യമായി അറിയുകയില്ല. അത് പഠിച്ചിട്ടില്ല. പഠിപ്പിച്ചിട്ടില്ല. ഒരു പക്ഷേ അതിനുള്ള സമയം കിട്ടിയിട്ടുണ്ടാവില്ല. പട്ടിണി മാറ്റുക എന്നുള്ളതാണല്ലോ മുഖ്യമായ ജീവിത ലക്ഷ്യം. അതിന്നായി നിത്യ ജീവിതം തന്നെ എങ്ങനെയോ തള്ളി കൊണ്ടുപോകുന്ന അവസ്ഥയിലാണ്.

റെയിൽവേ സ്റ്റേഷനിൽ നിന്നും ലഗേജ്ജും ചുമലിലേറ്റി നടക്കുകയാണ്. എവിടെയാണ് താമസസ്ഥലം എന്നറിയില്ല. പൌഷ് മേള നടക്കുന്നതിനാൽ നല്ല തിരക്കുണ്ട്. തെരുവു കച്ചവടക്കാർക്കും ടാക്സിക്കാർക്കുമൊക്കെ ചാകരയാണ്. അപ്പപ്പോ തോന്നുന്ന ചാർജ് ആണ് വണ്ടിക്കാർക്ക്. അത് കൊണ്ട് തന്നെ ടാക്സി കാർ ഒഴിവാക്കി "ട്ടോ-ട്ടോ" എന്ന വണ്ടിയിലാണ് റൂമിലേക്ക് യാത്രയാരംഭിച്ചത്.

ട്ടോ-ട്ടോ ഒരു ജനകീയ വാഹനമാണ്. നമ്മുടെ ഓട്ടോറിക്ഷയുടെ അനിയൻ ആയി വരും. ബംഗാൾ നഗരങ്ങളിലും ഗ്രാമങ്ങളിലും ഒരേ പോലെ ഇവനെ കാണാം. ഒരു പക്ഷേ സാധാരണക്കാർ ഏറ്റവും കൂടുതൽ ആശ്രയിക്കുന്നത് ട്ടോ-ട്ടോയെ ആയിരിക്കും.

വീതി കുറഞ്ഞു എന്നാൽ സാമാന്യം നീളത്തിൽ പല നിറത്തിൽ ഇവയെ കാണാം. ഡ്രൈവറുടെ ഇരു സൈഡിലും രണ്ടു പേർക്ക് ഇരിക്കാനുള്ള സൗകര്യമുണ്ടാവും.

തൊട്ടു പുറകിലെ കമ്പാർട്ട്മെന്റിൽ അഭിമുഖമായി സോഫയുള്ള രണ്ടു ബഞ്ച് സീറ്റുകളുണ്ടാവും. ആറു പേർക്ക് ഇവിടെയും ഇരിക്കാൻ പറ്റും. ഓട്ടോ പോലെ പൂർണ്ണമായി കവറിംഗ് ഒന്നുമില്ലെങ്കിലും പുറം കാഴ്ചകൾ ഒക്കെ ആസ്വദിച്ച് പതുക്കെ അങ്ങനെ പോകാം.

ഇന്ധനം പെട്രോളും ഡീസലും അല്ല. ഇലക്ട്രിക് ചാർജിംഗ് ആയത് കൊണ്ട് തന്നെ നിശബ്ദനാണ്. ആർക്കും ശല്യമില്ലാതെ നേരിയ ശബ്ദത്തിലുള്ള ഹോണടി മാത്രമാണ് പുറത്തേക്കു കേൾക്കുന്നത്.

ശാന്തിനികേകതനിൽ നിന്നും ഒന്നര കിലോമീറ്റർ അകലെ ബാന്ത്ഗോര എന്ന സ്ഥലത്താണ് ഞങ്ങളുടെ ഹോട്ടൽ. നഗരം ജനനിബിഡമായതിനാൽ മാൾഡ പോലെ അതിശൈത്യം ഇവിടെയില്ല. ഉച്ചയോട്ടു കൂടി റൂമിൽ നിന്നും ഇറങ്ങി.

പൌഷ് മേള ആസ്വദിക്കുക എന്നത് മാത്രമാണ് ലക്ഷ്യം.

പൌഷ് മേളയിലെ കാഴ്ചകൾ

സാഹിത്യത്തിൽ നോബൽ സമ്മാനം നേടിയ രവീന്ദ്രനാഥ ടാഗോറിന്റെ വീടും പരിസരവും ഉൾപ്പെടുന്നതാണ് ശാന്തി നികേതൻ വിശ്വവിദ്യാലയം. ടാഗോറിന്റെ പിതാവ് ദേവേന്ദ്രനാഥ് ടാഗോർ ആണ് ഇതിനു ശില പാകിയത്. ഈ കലാലയത്തിലെ ആദ്യ അഞ്ചു കുട്ടികളിൽ ഒരാളായിരുന്നു നമ്മുടെ ടാഗോർ. അദ്ദേഹത്തിന്റെ വിശ്വപ്രസിദ്ധമായ പല സാഹിത്യ സൃഷ്ടികളും ജന്മം കൊണ്ടത് ഈ മണ്ണിൽ നിന്നാണ്.

അജോയ്, കൊപായ് എന്നീ നദികൾക്ക് സമീപമാണ് ശാന്തി നികേതൻ. ഇന്നിത് വിശ്വഭാരതി സർവ്വകലാശാല എന്ന പേരിൽ അറിയപ്പെടുന്നു. ഇന്ത്യയിലെ തന്നെ ഏറ്റവും വലിയ സർവ്വകലാശാ ലകളിൽ ഒന്ന്. അയ്യായിരത്തിലധികം വിദ്യാർത്ഥികളും നൂറു കണക്കിന് അധ്യാപകരും ഇവിടെയുണ്ട്.

വിശ്വഭാരതിയെ രണ്ടായി തിരിച്ചിട്ടുണ്ട്.

ഒന്ന് ശ്രീ നികേതൻ മറ്റേത് ശാന്തി നികേതൻ.

ആദ്യം എത്തിയത് ശ്രീ നികേതനിൽ ആയിരുന്നു. ഉച്ചയോടു കൂടി ശ്രീനികേതനിൽ നിന്നും പുറത്തിറങ്ങി. സുമാർ ഒരു കിലോമീറ്റർ അകലെയാണ് ശാന്തി നികേതൻ. ഈ സീസണിൽ അവിടേക്ക് വണ്ടികൾ ഇല്ല. ഉള്ളതിന് കഴുത്തിൽ കത്തി വെക്കുന്ന ചാർജാണ്. അത് കൊണ്ട് നടന്നാണ് പോകുന്നത്.

ശ്രീ നികേതനിൽ നിന്നും ശാന്തിനികേതനിലേക്ക് പോകുന്ന വഴിയിലാണ് സാമ്പത്തിക ശാസ്ത്രജ്ഞനായ അമർത്യാ സെന്നിന്റെ വീട്.

ശാന്തി നികേതൻ..!

ബംഗാൾ കലയുടെയും സാഹിത്യത്തിന്റെയും ചിത്രകലയുടെയും ഒരു പ്രധാന വേര് ഇവിടെ നിന്നാണ് ഉത്ഭവിക്കുന്നത്. ഇവിടുത്തെ കലാഭവൻ എന്നറിയപ്പെടുന്ന ഫൈൻ ആർട്സ് വിഭാഗം ലോക പ്രസിദ്ധമാണ്. എഡിറ്റിങ്, ചിത്രകല, ശില്പകല എന്നിവയുമായി ബന്ധപ്പെട്ടുള്ള പഠനങ്ങൾ നടക്കുന്നു.

ശാന്തിനികേതനിലെ പൗഷ് മേള വ്യത്യസ്തമായ അനുഭവം തന്നെയായിരുന്നു.

ബംഗാളി സംഗീതം..

ബംഗാളി രുചിക്കൂട്ടുകൾ..

ബംഗാളി കലകൾ..

ബംഗാളി സംസ്കാരങ്ങൾ..

ബംഗാളി സാഹിത്യം..

ബംഗാളി പുസ്തകങ്ങൾ..

ഫോക്‌ലോർ സംഗീതം..!

എന്നുവേണ്ട ബംഗാളിനെ കുറിച്ച് അറിയേണ്ടതെല്ലാം ഈ മേളയിൽ നമുക്ക് കാണാൻ സാധിക്കും. രാജ്യത്തിന്റെ വിവിധ ഭാഗങ്ങളിൽ നിന്നുള്ള വ്യത്യസ്ത സംസ്കാരങ്ങളും പാരമ്പര്യങ്ങളും ഒത്തുചേരുന്നതിനുള്ള മികച്ച സൈറ്റാണ് മേള. നാലുദിവസങ്ങളിലായാണ് ഈ മഹാസംഗമം നടക്കുന്നത്. ശാന്തിനികേതനിലെ ഒരുപിടി ബ്രഹ്മസമാജ് അനുയായികളോടൊപ്പം ഒരു ചെറിയ കുടുംബപരിപാടിയായിട്ടാണ് ടാഗോർ പൌഷ് മേള ആരംഭിച്ചത്. ഇന്ന് ബംഗാളി കയ്യൊപ്പ് ചാർത്തിയ അന്താരാഷ്ട്ര മേളകളിലൊന്നാണിത്.

എല്ലാ വർഷവും ബംഗാളി മാസമായ പൌഷിന്റെ ഏഴാം ദിവസം ശാന്തിനികേതൻ മൈതാനം പൌഷ് മേളക്ക് ആതിഥേയത്വം വഹിക്കുന്നു.

ബൌൾ സംഗീതജ്ഞർ,

ഗോത്ര നർത്തകർ,

പ്രാദേശിക ഗ്രാമീണ കലാകാരന്മാർ,

ലോകമെമ്പാടുമുള്ള ദശലക്ഷക്കണക്കിന് സന്ദർശകർ എല്ലാം അന്നേ ദിവസം ഇവിടെയെത്തുന്നു. സന്ദർശകർ മേള ആസ്വദിക്കുകയും ബംഗാളിന്റെ സമ്പന്നമായ പൈതൃകം അനുഭവിക്കുകയും ചെയ്യുന്നു.

പൌഷ് മേളയിലെ കാഴ്ചകൾ ആസ്വദിച്ച് നടക്കുകയാണ് ഞങ്ങൾ. പെട്ടെന്നാണ് വലിയൊരു ആൾക്കൂട്ടം ഒരു പന്തലിനു താഴെ ഇരിക്കുന്നത് കണ്ടത്.

ബാവുൾ ഗായകരുടെ ജീവിതം

ബാവുൾ സംഗീത സദസ്സാണത്. ദേശത്തിന്റെ പലഭാഗത്തുനിന്നും സംഗമിച്ച ബാവുളുകൾ വലിയ ആഘോഷത്തോടെ അവിടെ ഒരു സംഗീതസദസ്സ് തന്നെ ഒരുക്കിയിരുന്നു.

ക്കൂട്ടരേ, ബംഗാളി നാടോടി സംഗീതത്തിന്റെ, പ്രത്യേകിച്ച് ബൌൾ സംഗീതത്തിന്റെ തത്സമയ പ്രകടനങ്ങൾ നഷ്ടപ്പെടുത്തരുത്. ആദിവാസി നൃത്ത നൃത്യങ്ങളും ആചാര പ്രകടനങ്ങളും സാംസ്കാരിക കൈമാറ്റത്തിന്റെ ഭാഗമാണ്. പരമ്പരാഗത വസ്ത്രങ്ങൾ ധരിച്ച ആളുകൾ അവതരിപ്പിക്കുന്ന ഗോത്രകലകൾക്ക് സാക്ഷ്യം വഹിക്കുക. ബംഗാളിൽ നിന്ന് മാത്രമല്ല ഇന്ത്യയുടെ മറ്റ് ഭാഗങ്ങളിൽ നിന്നുമുള്ള കരകൌശല വസ്തുക്കളുടെ പ്രദർശനത്തിൽ പങ്കെടുക്കുക.

ബാത്തിക് പ്രിന്റ്, ബംഗാളി കോട്ടൺ സാരികൾ, കശ്മീർ മുതൽ കന്യാകുമാരി വരെയുള്ള കരകൌശലത്തൊഴിലാളികൾ കൈകാര്യം ചെയ്യുന്ന മറ്റ് കൈത്തറി സ്റ്റോറുകളുടെ മനോഹരമായ മാതൃകകളും കാണേണ്ട കാഴ്ച തന്നെയാണ്.

അസാധാരണമായൊരു സംഗീത വിസ്മയം ആണ് ബാവുൽ സംഗീതം. ബംഗാളിലേക്ക് വണ്ടി കയറുമ്പോൾ മനസ്സിൽ താലോലിച്ചിരുന്ന ഒരു സ്വപ്നം കൂടിയായിരുന്നു ബാവുൾ ഗായകരും അവരുടെ സംഗീത സദസ്സുകളും.

വളരെ വിചിത്രമാണ് ഇവരുടെ ജീവിത രീതികൾ.

ആത്മീയതും ധ്യാനവും അലിഞ്ഞുചേരലും ജീവിത സായൂജ്യവുമൊക്കെയാണ് ഇവർക്ക് സംഗീതം.

നീണ്ട വർണ്ണശബളമായ വേഷങ്ങൾ ധരിച്ച് കളിമണ്ണിലും മരത്തിലും തീർത്ത അപൂർവമായ വാദ്യോപകരണങ്ങളിൽ ഉന്മത്തമായ താളങ്ങൾ തീർത്തു പാടുന്ന ബാവുലുകൾ.

അലഞ്ഞു നടക്കുന്ന നാടോടി ഗായകരാണെന്ന് ബാവുലുകൾ എന്നാണ് കേട്ടിട്ടുള്ളത്. ഗ്രാമങ്ങളിൽനിന്ന് ഗ്രാമങ്ങളിലേക്കും മേളകളിൽ നിന്ന് മേളകളിലേക്കും ഉത്സവങ്ങളിൽ നിന്ന് ഉത്സവങ്ങളി ലേക്കും കാൽനടയായി ഇവർ സഞ്ചരിക്കുന്നു.

കാറ്റിന് അതീനപ്പെട്ടവർ എന്നാണ് ബാവുലിവിന്റെ അർത്ഥം. അതായത് കാറ്റിനൊപ്പം അലയുന്നവർ..!

അവർ ബസുകളിലും തീവണ്ടികളിലും ഗ്രാമങ്ങളിലും ഇടവഴികളിലും പാടുന്നു. വലിച്ചു കെട്ടിയ നേർത്ത കമ്പികളിൽ നിന്നും ഒഴുകി വരുന്ന ഈണങ്ങൾ ആഴത്തിൽ സ്പർശിക്കുന്നവയാണ്. അങ്ങേയറ്റത്തെ ആത്മാർത്ഥതയോടെ പാടുന്ന പാട്ടിന്റെ വരികൾ ഹൃദയം നീറുന്നവ യുമാണ്.

തങ്ങളുടെ സംഗീതം ഒരുതരം ആത്മനിർവൃതിയുടെ, കീഴടങ്ങലി ന്റെ, സ്നേഹ ബന്ധത്തിന്റെ, ആവിഷ്കാരത്തിന്റെ മാർഗമായിട്ടാണ് അവരതിനെ സമീപിക്കുന്നത്.

സാധാരണയായി തലമുടി നീട്ടി വളർത്താറുണ്ട് ബാവുലുകൾ. പാട്ടി ലലിഞ്ഞു ഉന്മാദത്തിൽ എത്തുമ്പോൾ കണ്ണുകൾ മുകളിലേക്ക് ഉയരും. കണ്ണിന്റെ വെള്ള കാൽഭാഗം എത്തിയ ചന്ദ്രനെപ്പോലെ തെളിയും. കൺപീലികൾ പാതിയടഞ്ഞു വേറെ ഏതോ നിഗൂഢ വന്യ ലോകത്ത് എത്തിയപോലെ തോന്നിക്കും.

ഇവർ പാടിക്കൊണ്ടേയിരിക്കും. ഒറ്റക്ക് പാടുന്ന ബാവുലുകൾ ഉണ്ട്. കൂട്ടമായി പാട്ട് പാടി നടക്കുന്നവരും ഉണ്ട്. ഇതേ പോലെ വലിയ മേള യിലേക്ക് പലഭാഗത്ത് നിന്നും എത്തിച്ചേർന്നു സംഗീത സദസ്സ് ഒരുക്കി പാടുന്നവരും ഉണ്ട്.

ശ്രീ നികേതനിലെക്ക് കയറിയപ്പോ ആദ്യം തന്നെ കണ്ണിലുടക്കി യത് ഇങ്ങനെ ഒറ്റക്ക് ഇരുന്നു പാടുന്ന ഒരു ബാവുൾ ഗായകനെയാണ്. തറയിൽ പ്ലാസ്റ്റിക്ക് ചാക്കുകൾ വിരിച്ച് അതിലാണ് ഇരിക്കുന്നത്. കാവി കുർത്തയും വെളുത്ത പാന്റും കഴുത്തിലൂടെ ചുറ്റിയിരിക്കുന്ന മഞ്ഞ ഷാളും ആണ് വേഷം. നീട്ടി വളർത്തിയ മുടി ഭംഗിയായി ഒതുക്കി കെട്ടിയിരി ക്കുന്നു. ഇറുകിയ കണ്ണുകൾ. നെറ്റിയിൽ മങ്ങിപ്പോയ ഭസ്മക്കുറിയുണ്ട്. വിടർന്ന മൂക്കുകൾ. മുഖത്ത് അങ്ങിങ്ങായി വെള്ളയും കറുപ്പും ഇടകല ർന്നു വളർന്നു വരുന്ന കുറ്റിരോമങ്ങൾ. ആരെയും കൂസാത്ത മുഖഭാവം.

കഴുത്തിൽ നിന്നും വാദ്യോപകരണത്തിലേക്ക് വലിച്ചു നീട്ടിയ തുകൽ ബെൽറ്റ്. ചെറിയൊരു ഗിത്താർ പോലെ തടിയിൽ തീർത്തതാണ് അത്. അതിൽ നിന്നും സംഗീതം ഒഴുകി വരുന്നു. ഞങ്ങൾ എത്തുമ്പോൾ അദ്ദേഹം പാടിക്കൊണ്ടേയിരിക്കുകയായിരുന്നു. കേൾക്കാൻ പക്ഷേ ആരുമുണ്ടായിരുന്നില്ല. ബാവുലുകൾ ഇങ്ങനെയാണ്. ആരെങ്കിലും കേൾക്കുന്നുണ്ടോ ഇല്ലയോ എന്നത് അവർക്ക് വിഷയമേ അല്ല. അവർ പാടിക്കൊണ്ടേയിരിക്കും.

ഞങ്ങൾ വന്നു അടുത്തിരുന്നു. വട്ടത്തിൽ. അയാൾ വേറെ ഏതോ ലോകത്താണ്. ചമ്രം പടഞ്ഞാണ് ഇരിക്കുന്നത്. ഇടതു കാൽപാദത്തിൽ ചിലങ്കകൾ കെട്ടിയിട്ടുണ്ട്. പാട്ടിനൊപ്പം കാൽ പതുക്കെ നിലത്ത് അടിക്കും. ചിലങ്കകളിൽ നിന്നും ചിൽ ചിൽ ശബ്ദവും അതിവേഗം ചലിക്കുന്ന കൈവിരലുകൾ വാദ്യോപകരണത്തിൽ തീർക്കുന്ന താളാത്മക സംഗീതവും അദേഹത്തിന്റെ പാട്ടിനൊപ്പം മാസ്മരിക സംഗീതവലയം തീർക്കുന്നുണ്ട്. എത്ര നേരം അവിടെ ഇരുന്നെന്നു അറിയില്ല. ഇടക്ക് ആരൊക്കെയോ വരുന്നു. അവരും അവിടെ ഇരിക്കുന്നു. പാട്ട് തീരുമ്പോൾ അദേഹം ഞങ്ങളെ നോക്കും. സുന്ദരമായി മന്ദഹസിക്കും. ആ പരുക്കൻ മുഖത്ത് നിന്നും ഇത്രയും സുന്ദരമായ ചിരി എങ്ങനെ വരുന്നു എന്നായിരുന്നു ഞാൻ ചിന്തിച്ചത്.

“ഏക്‌ലേ ചലോ ഏക് ലേ ചലോ ഏക് ലേ ചലോ രേ....”

അടുത്ത പാട്ടിലേക്ക് ഒഴുകുകയാണയാൾ. അതിസുന്ദരമായി പാടുന്നു. കേൾക്കുന്നവർക്ക് ഇഷ്ടപ്പെട്ടാൽ സംഭാവനകൾ ഇടാം. ഇട്ടാലും ഇല്ലെങ്കിലും അവർ പാടിക്കൊണ്ടേയിരിക്കും.

ഞാനാ വാദ്യോപകരണത്തിലേക്ക് സൂക്ഷിച്ചു നോക്കി. ഇല്ല. ഒന്നല്ല.. മൂന്നു കമ്പികൾ ഉണ്ട്. അപ്പൊ ഇത് ഏക് താര അല്ല. മറ്റേതോ ഉപകരണമാണ്.

ഏക് താര ആണ് ബാവുൽ ഗായകരുടെ പ്രധാന വാദ്യോപകരണം.

മരത്തിന്റെ തടികൊണ്ടാണ് ഇത് ഉണ്ടാക്കുന്നത്. ഉണങ്ങിയ ചുരക്ക കൊണ്ടുള്ള മുകൾഭാഗവും അടിവശം തുറന്ന ഒരു കുടവും ഉണ്ട്. നടു പിളർന്ന് ഒരടി നീണ്ട മുളന്തണ്ട്, ചെറിയൊരു ഈഫൽ ഗോപുരം പോലെ കുടത്തിന്റെ മുകളിലെ തുറന്ന ഭാഗത്തേക്ക് വലിച്ചു നീട്ടി ഉറപ്പിച്ചു നിർത്തും. താഴത്തെ ഭാഗം ആട്ടിൻ തോല് കൊണ്ട് ഭംഗിയായി ആവരണം ചെയ്തിരിക്കും. മുളന്തണ്ടിന്റെ ഏറ്റവും മുകളിൽ നിന്നും ഈഫൽ ഗോപുരത്തിന്റെ മധ്യത്തിലൂടെ ഏറ്റവും താഴെ തുകൽ വെച്ച് അടച്ച ഭാഗത്തേക്ക് വലിച്ചു നീട്ടിയ ഒറ്റക്കമ്പി.! ഇത് മുറുക്കാനും

അയവുണ്ടാക്കാനും പറ്റുന്ന മരം കൊണ്ടുണ്ടാക്കിയ പിരിയൻ ആണികൾ ഈ മുളന്തണ്ടുകളിൽ ഘടിപ്പിച്ചിട്ടുണ്ട്. ഇതെല്ലാം ചേർന്ന് മുറുകി ദൃഢ സ്വഭാവമുള്ള ഉപകരണമായി അതു മാറുന്നു. അത് ബാവുലുകളുടെ മുദ്രയാണ്. അടയാളമാണ്. ഈ ഉപകരണത്തിന്റെ കുടം പോലുള്ള ഭാഗവും മുളന്തണ്ട് ഗോപുരവും മനുഷ്യശരീരത്തെ ഓർമിപ്പിക്കുന്നു. അതിന്റെ അച്ചുതണ്ടിൽ കൂടെയുള്ള ലോഹ കമ്പി നട്ടെല്ലിനെയും. അതിലൂടെയാണ് ഊർജ്ജം പ്രവഹിക്കുന്നത്.

ബാവുൾ ഉത്സവകാലത്തെ ഏറ്റവും ആദ്യത്തേതും ഏറ്റവും പ്രാധാന്യമുള്ളതുമായ മേളയാണ് കെന്ദുളി മേള. കൊപായ് നദിക്കരയിൽ ഇരുന്നു കൊണ്ട് അനൂപ് ആണ് ഇതിനെ കുറിച്ച് പറഞ്ഞു തന്നത്. അനൂപ് വിശ്വ ഭാരതി സർവ്വകലാശാലയിൽ ഫൈൻ ആർട്സ് വിഭാഗത്തിൽ പഠിച്ചും പഠിപ്പിച്ചും കൊണ്ടിരിക്കുന്ന മലയാളിയാണ്. കേന്ദ്ര ലളിതകലാ പുരസ്കാരം പിന്നീട് രാഷ്ട്രപതിയിൽ നിന്നും സ്വീകരിക്കുകയുണ്ടായി ഈ തൃശ്ശൂർകാരൻ.

പശ്ചിമ ബംഗാളിൽ നിന്നുള്ള സമസ്ത ബാവുലുകളും കെന്ദുളി മേളയിൽ പങ്കെടുക്കും. എല്ലാവർഷവും ജനുവരിയുടെ പകുതിയോടെ അജോയ് നദിയുടെ തീരങ്ങളിൽ ഈ മേള നടക്കുന്നു. വലിയ ദേശാടന ജനസമൂഹം ഈ സമയത്തേക്ക് ഇവിടെ തമ്പടിക്കാൻ തുടങ്ങും. ജയദേവ മേള എന്നും ഇത് അറിയപ്പെടുന്നു.

ബര്ധമാൻ - ബിർഭൂം എന്നീ ജില്ലകളെ ജില്ലകൾ വിഭജിച്ചു കൊണ്ടാണ് അജോയ് നദി ഒഴുകുന്നത്.

ഊരുതെണ്ടി നടക്കുന്ന ബാവുലുകളെ ചില നാട്ടുകാർ ജീവിക്കുന്ന ദൈവത്തെപ്പോലെ കാണുന്നു. അവർക്ക് ചായയുടെയും അരിയുടെയും രൂപത്തിൽ ഭിക്ഷ നൽകും. പുതക്കാൻ പുതപ്പുകൾ നൽകും. തങ്ങളുടെ നന്ദി അറിയിക്കുന്ന കുറിപ്പുകൾ അവരുടെ വസ്ത്രങ്ങളിൽ സൂചികൊണ്ട് തുന്നിച്ചേർക്കുകയോ കുത്തിവെക്കുകയോ ചെയ്യും.

വലിയ സ്റ്റേജിനു മുമ്പിലായി വിശാലമായ പന്തലാണ് ഇവിടെ ഒരുക്കിയിട്ടുള്ളത്. ലോകത്തിന്റെ പല ഭാഗത്ത് നിന്നും എത്തിയിട്ടുള്ള ബാവുൾ സംഗീതപ്രേമികൾ മതിമറന്നു ആസ്വദിച്ചു പാടിക്കൊണ്ടിരിക്കുകയാണ്. അതിലേക്കാണ് ഞങ്ങളും എത്തിയിരിക്കുന്നത്. ഓറഞ്ച് നിറത്തിലുള്ള വസ്ത്രങ്ങൾ ധരിച്ച് തുളസി തണ്ടുകൾ കൊണ്ടുള്ള ആഭരണങ്ങൾ ധരിച്ച് ധാരാളം രുദ്രാക്ഷമാലകൾ അണിഞ്ഞു നീണ്ട താടിയും നീളൻ മുടിയും വളർത്തി ആടുകയും പാടുകയും പാട്ടിനൊപ്പം നൃത്തം വെക്കുകയും ചെയ്യുന്നു.

ഒന്നോ രണ്ടോ ബാവുലുകളാണ് ഒരു സമയം പാടുന്നത്. അൻപതോളം ആളുകൾ ആ സമയത്ത് പിന്നണിയിൽ പാടിക്കൊണ്ടിരിക്കും. ഒരേ താളത്തിൽ ഒരേ വേഗത്തിൽ അവർ ഊർജ്ജസ്വലമായി പാടുന്നുണ്ട്. പാദങ്ങളിൽ മണികിലുക്കം തുടരുമ്പോഴും വാദ്യങ്ങൾ തുടികൊട്ടി കൊണ്ടേയിരിക്കും.

സ്റ്റേജിനോട് ചേർന്ന വലത് ഭാഗത്ത് ഏറ്റവും മുമ്പിലായിട്ടാണ് ഞങ്ങൾക്ക് സീറ്റ് കിട്ടിയത്. ഓരോരുത്തരെയും വളരെ അടുത്തായി തന്നെ കാണാം. സ്ത്രീകളും പുരുഷന്മാരും ഒക്കെ ഈ കൂട്ടത്തിലുണ്ട്. സ്റ്റേജിന്റെ ഏറ്റവും പുറകിലായി ഒരു ചെറിയ പെൺകുട്ടി ഇരിക്കുന്നുണ്ടായിരുന്നു. ഓറഞ്ചും ചുവപ്പും നിറത്തിൽ പരമ്പരാഗത ബാവുൾ ആടകൾ അണിഞ്ഞു ഓമനത്തം തുളുമ്പുന്ന അവൾക്ക് ഒരു പതിമൂന്നു വയസ്സ് തോന്നിക്കും.

കയ്യിൽ ഏക് താരയുണ്ട്.

ഞങ്ങൾ അവളെ ശ്രദ്ധിക്കുന്നത് അവൾ കണ്ടിട്ടുണ്ട്. ഇടക്കിടക്ക് ഞങ്ങളെ നോക്കുന്നുണ്ടായിരുന്നു. ആ കുട്ടിയോട് ഞങ്ങളുടെ അടുത്തേക്ക് വരാൻ പറഞ്ഞു. അവൾ വന്നില്ല. സ്റ്റേജിൽ നിന്ന് ഇറങ്ങാൻ പാടില്ല എന്ന് തോന്നുന്നു. കൂടുതൽ കൂടുതൽ ആളുകൾ സ്റ്റേജിൽ ബൗൾ സംഗീതത്തിനായി എത്തിക്കൊണ്ടിരുന്നു.

ഏകദേശം ഒരു മണിക്കൂർ ഞങ്ങൾ ബാവുൾ സംഗീതം ആസ്വദിച്ചു. മടങ്ങുന്ന നേരത്ത് ഈ ചെറിയ കുട്ടിയുടെ ഒരു സംഗീതം ഉണ്ടായിരുന്നു. അവളുടെ ഓമനത്തം തുളുമ്പുന്ന മുഖം പോലെ തന്നെ ശബ്ദവും മാധുര്യം തുളുമ്പുന്നതായിരുന്നു. മറ്റുള്ള ഗായകരെല്ലാം വലിയ ശബ്ദത്തിൽ പാടിയപ്പോൾ ഇവളുടെ വളരെ ശാന്തവും മൃദുലവുമായ ശബ്ദമായിരുന്നു.

വിഷാദമായിരുന്നു പാട്ടിന്റെ വിഷയം എന്ന് വെറുതെ തോന്നി.

ലാലൻ ഫക്കീർ -
ബാവുൾ സംഗീതത്തിന്റെ ശിൽപ്പി

ലല്ലൻ ഫകീർ ബാവുലുകളുടെ ആത്മീയ ഗുരുവാണ്. ബാവുലുകൾ അദ്ദേഹത്തെക്കുറിച്ച് ആവേശത്തോടെ പാടുന്നു. അദ്ദേഹത്തിന്റെ അസാധാരണമായ ചരിത്രം ഓർമ്മിക്കുന്നു.

ഇപ്പോഴത്തെ ബംഗ്ലാദേശിലെ ജെസോറിയിൽ ആണ് ലല്ലൻ ഫകീർ ജനിച്ചത്. ഉയർന്ന ഹിന്ദു കുടുംബത്തിൽ ജനിച്ച അദ്ദേഹം ഒഡീഷയിലെ പുരിയിലേക്ക് യൗവനത്തിൽ ഒരു യാത്ര പുറപ്പെട്ടു. എന്നാൽ വഴിയിൽ വെച്ച് വസൂരി പെട്ടതിനാൽ സുഹൃത്തുക്കൾ അയാളെ കിഴക്കൻ ബംഗാളിലെ കുശ്തിയാർ എന്ന സ്ഥലത്ത് ഉപേക്ഷിച്ചു. ഭാഗ്യത്തിന് അവിടെ ഭരിച്ചിരുന്ന മഹാനായൊരു ദർവിഷ്, സിറാജ് ഷാ അദ്ദേഹത്തെ ചികിത്സിച്ച് ജീവിതത്തിലേക്ക് മടക്കികൊണ്ടുവന്നു. കുട്ടികളില്ലാത്ത സിറാജും ഭാര്യയും ലല്ലനെ അവരുടെ പുത്രൻ ആയും ആത്മീയ പിന്തുടർച്ചാവകാശിയായും സ്വീകരിച്ചു. കുറേ വർഷങ്ങൾ അദ്ദേഹം അവരോടൊത്ത് കഴിഞ്ഞു.

വർഷങ്ങൾക്ക് ശേഷം അദ്ദേഹം തന്റെ ജന്മനാട്ടിലേക്ക് മടങ്ങാൻ തീരുമാനിച്ചു. പക്ഷേ യാഥാസ്ഥിതികരായ ഗ്രാമീണർ ഹിന്ദു ആചാരങ്ങൾക്ക് അനുസൃതമായി തിരികെ സ്വന്തം വീട്ടിലേക്ക് സ്വീകരിക്കുവാൻ അയാളെ അനുവദിച്ചില്ല. ഒരു മുസ്ലീം കുടുംബത്തിൽ താമസിച്ചതിനാൽ അയാൾ അശുദ്ധമായി തീർന്നുവത്രേ.

അവസാനം അദ്ദേഹം കുശ്തിയാറിലെ ബാവുൾ സമൂഹത്തിലേക്ക്, അതിന്റെ സാഹോദര്യത്തിലേക്ക് തന്നെ മടങ്ങി. തന്റെ ഗുരു സിറാജ് ഷായുടെ സാധന പൂർത്തിയാക്കാൻ പ്രയത്നിച്ചു. ഒടുവിൽ മുസ്ലിം നെയ്ത്തു കാരുടെ ഒരു ഗ്രാമത്തിൽ താമസമാക്കി. അവിടെ വെച്ച് മറ്റൊരു പെൺകുട്ടിയെ വിവാഹം കഴിച്ചു. ആത്മീയ സഹചാരിണി. അവർ അവരുടേതായ ഒരു ഗുരുകുലം സ്ഥാപിച്ചു.

ഞങ്ങൾ ബാവുൾ സദസ്സിൽ നിന്നും ഇറങ്ങി നടക്കാൻ തുടങ്ങി. കാഴ്ചകൾ കണ്ട് അലഞ്ഞു നടക്കുക എന്നത് നാലാളുകൾക്കും ഇഷ്ട പ്പെട്ട പരിപാടിയാണ്. വിശപ്പ് തുടങ്ങി എന്ന് തോന്നിയപ്പോഴേക്കും തൊട്ടടുത്ത തട്ടുകടയിലേക്ക് പാഞ്ഞു കയറി.

നൂറു കണക്കിന് തട്ടുകടകളാണ് വരിവരിയായി കച്ചവടത്തിനെ ത്തിയിരിക്കുന്നത്. ഓരോന്നും വ്യത്യസ്ത വിഭവങ്ങളും രുചികളും പരിച യപ്പെടുത്തുന്നു. തീർച്ചയായും ബംഗാളീ വിഭവങ്ങൾ ഒരു കാരണവശാലും രുചിക്കാതെ പോവരുത്. ഫിഷ് കട്‌ലറ്റ് മിക്സ്ഡ് വിത്ത് ആലൂ റാപ്പ് ആദ്യം തന്നെ ഓർഡർ ചെയ്തു. അതീവ രുചികരമായിരുന്നു അത്. ഇളം ചൂടിൽ അതങ്ങനെ കഴിച്ചു കൊണ്ടിരുന്നു. തൊട്ടപ്പുറത്ത് ബംഗാളി സ്ത്രീകൾ ഭക്ഷണം കഴിച്ചു കൊണ്ടിരിക്കുന്നുണ്ട്.

ഉണങ്ങിയ ഇലകൾ കൊണ്ട് തുന്നിയ പ്ലേറ്റിൽ ചോറു ദാലും പച്ച ക്കറികളും സമൃദ്ധമായി പകർന്നു കൊടുക്കുന്നുണ്ട്.. ദ്രവരൂപത്തിലുള്ള ധാൽ ഇലകൾക്കിടയിലൂടെ ഒലിച്ചിറങ്ങി. ഒരിക്കൽ ഭക്ഷണം വിളമ്പി കഴിഞ്ഞാൽ അതു പൂർണ്ണമായും കഴിക്കും. ആഹാരശേഷം അവ വലി ച്ചെറിയും. ഇതാണ് രീതി.

പോഷ് മേളയുടെ ഏറ്റവും തിരക്ക് പിടിച്ച ദിവസങ്ങളാണിത്. അത് കൊണ്ട് തന്നെ പതിനായിരക്കണക്കിനു ആളുകളാണ് കാഴ്ചകൾ കാണാനും കച്ചവടത്തിനുമായി ഇവിടെ എത്തിയിട്ടുള്ളത്.

ചെറിയ വിലക്ക് ധാരാളം സാധനങ്ങൾ വാങ്ങാം. അതാണ് മുഖ്യ ആകർഷണം. കൈത്തറി വസ്ത്രങ്ങളും, കരകൌശല വസ്തുക്കളും ബുക്കുകളും കളിപ്പാട്ടങ്ങളും ജ്യൂസുകളും എന്നു വേണ്ട സകലതും ഇവിടെ കിട്ടും. കടകളിലും സ്റ്റാളുകളിലും വഴിയോരങ്ങളിലും കച്ചവടം പൊടി പൊടിക്കുന്ന മണിക്കൂറുകൾ.

പൊതുവേ കണക്ക് കൂട്ടാൻ അറിയാത്തവരാണ് ഇവിടുത്തെ നാടൻ കച്ചവടക്കാർ. യാത്രക്കിടെ പല സ്ഥലത്ത് നിന്നായി മനസ്സിലാക്കിയ കാര്യമാണിത്. വഴിവാണിഭക്കാരും ഉന്തുവണ്ടിക്കാരും തട്ടുകടയിലെ കാഷ്യറും ഒക്കെ ഈ കണക്കിന്റെ കാര്യത്തിൽ കണക്കാണ്.

പലപ്പോഴും സാധനങ്ങൾ വാങ്ങി ബില്ലാക്കുന്ന സമയത്ത് പെട്ടെന്ന് വില കൂട്ടിപ്പറയാൻ കഴിയാതെ ബുദ്ധിമുട്ടുന്നത് കണ്ടിട്ടുണ്ട്. ചിലപ്പോൾ നിസ്സഹാതയോടെ നമ്മുടെ കണ്ണുകളിലേക്ക് നോക്കും. ചായക്കടയിലാണെങ്കിൽ ഞങ്ങൾ കുറെ ആളുകൾ ചായയും ചെറുകടികളും കഴിച്ചാൽ അവസാനം നമ്മൾ തന്നെ കണക്ക് കൂട്ടി കൊടുക്കുകയാണ് ചെയ്യാറ്. അതേ പോലെ കുറെ ആളുകൾ ഉണ്ടെങ്കിൽ ഒരേ സമയത്ത് ഒരാളെ മാത്രമേ പരിഗണിക്കൂ. അയാളുടേത് സാവധാനം കൂട്ടി കണക്കാക്കിയതിനു ശേഷമേ രണ്ടാമത്തെ ആളെ പരിഗണിക്കൂ. അതായത് കേരളത്തിൽ നമ്മൾ ഒരു മിനിറ്റ് കൊണ്ട് ചെയ്യുന്ന കാര്യങ്ങൾ ഇവിടെ അഞ്ചു മിനിറ്റ് ഒക്കെ എടുക്കുന്നർത്ഥം.

കോപായി നദിക്കരയിലെ പ്രഭാതം

26/12/2019

കൊപായ് നദിക്കരയിലാണിപ്പോൾ.

ബാന്ദ്ഗോരയിലെ റൂമിൽ നിന്നും നാലു കിലോമീറ്റർ ദൂരം കാണും ഇവിടേക്ക്. ബംഗാൾ തന്റെ സൗന്ദര്യം ഒളിപ്പിച്ചു വെച്ച മറ്റൊരു ഉൾഗ്രാമം.!

രാവിലെ നല്ല കാലാവസ്ഥയായിരുന്നു. അത്യാവശ്യം തണുപ്പുണ്ട്. വടക്ക് ഭാഗത്ത് നിന്നും ചെറിയ കാറ്റ് വീശിക്കൊണ്ടിരിക്കുന്നു.

ഞങ്ങളുടെ വണ്ടി ചെറിയൊരു പാലത്തിനു തൊട്ടു മുമ്പിലായി നിർത്തി. ഒഴുകാൻ മാത്രം വെള്ളമില്ലാത്തതിനാൽ മെലിഞ്ഞു പോയ കൊപായ് നദി. ഈ ചെറു നദിയുടെ തീരത്ത് റോഡിനോട് ഓരം ചേർന്ന് രണ്ടു തട്ടുകടകൾ ഉണ്ട്. ഇവിടെയാണ് ഇന്നത്തെ പ്രഭാതഭക്ഷണം.

കറുത്ത പെയിന്റടിച്ച മുളയുടെ കുറ്റികൾ കൊണ്ട് ഉയർത്തികെട്ടിയിട്ടുണ്ട്. മഴ കൊള്ളാതിരിക്കാൻ ആണെന്ന് തോന്നുന്നു, മുകളിൽ ഓല മേഞ്ഞു അതിനു മുകളിൽ കറുത്ത പ്ലാസ്റ്റിക് ഷീറ്റ് പാകിയിട്ടുണ്ട്. കാറ്റത്ത് പാറിപോകാതിരിക്കാൻ വണ്ണം കുറഞ്ഞ മഞ്ഞ കയറുകൾ കൊണ്ട് വരിഞ്ഞു കെട്ടിയിട്ടും ഉണ്ട്.

തറ നിരപ്പിൽ ഇന്നും ഒരടി ഉയർത്തി കല്ലു പാകി അതിനു മുകളിൽ ചെളിയും ചാണകവും സമം ചേർത്ത് മെഴുകിയിട്ടുണ്ട്. ഒന്നര മീറ്ററോളം മുമ്പോട്ടായി വരാന്ത പോലെ ചെറിയൊരു സ്ഥലമുണ്ട്.

ഈ ചായക്കടക്ക് രണ്ടു ഭാഗങ്ങളാണ്. ഒരു ഭാഗത്ത് ചായയും ബിസ്കറ്റ് ഭരണികളും നിരത്തി വെച്ചിരിക്കുന്നു. ചെറിയൊരു ഗ്യാസ് സ്റ്റവിൽ ചെറിയ രൂപത്തിലുള്ള പാചകവും ഉണ്ട്. ബാക്കി പകുതി ഭാഗം ഇരിപ്പിടമാണ്. വണ്ണം കൂടിയ മുളകൾ പാകത്തിൽ കീറി വൃത്തിയിൽ ചീന്തിയെടുത്ത് ഒരേ നിരയിൽ ബെഞ്ച് പോലെ കെട്ടി വെച്ചിട്ടുണ്ട്. പത്തു പേർക്കൊക്കെ സുഖമായി ഇരിക്കാം. ഗ്രാമാന്തരങ്ങളിൽ കൂടി നടന്നു പോകുന്നവരും വാഹനത്തിൽ പോകുന്നവർക്കുമൊക്കെ ലഘുഭക്ഷണം കഴിക്കാവുന്ന ഒരിടത്താവളമാണിത്.

കടയുടെ ഇരു വശങ്ങളിലുമായി തണൽ വിരിച്ചു കൊണ്ട് രണ്ടു വലിയ ആൽ മരങ്ങൾ പടർന്നു പന്തലിച്ചിരിക്കുന്നു. ഇടതു വശത്തെ ആൽമരത്തിനു താഴെ ചെറിയൊരു കുടിൽ. അതിനു സമീപത്തായി കരിങ്കല്ലിൽ കൊത്തിയ ഒരു ആരാധനാ വിളക്ക്. കരിഞ്ഞു തീർന്ന ഒരു തിരി അതിൽ കാണാമായിരുന്നു. നാലഞ്ചു പഴയ സൈക്കിളുകൾ അതിനു മുമ്പിലായി നിർത്തിയിട്ടിട്ടുണ്ട്.

ഓ.. പറയാൻ മറന്നു. കടയുടെ മറുപാതിയിൽ ഇരിപ്പിടമുള്ള ഭാഗത്ത് മുള കൊണ്ടുണ്ടാക്കിയ ബെഞ്ചുകൾക്ക് നടുവിലായി നിലത്ത് വിരിച്ച പ്ലാസ്റ്റിക്ക് ഷീറ്റിൽ ഇരുന്നു കൊണ്ട് ഒരു ബാവുൾ ഗായകൻ പാടുന്നുണ്ടായിരുന്നു. ഓറഞ്ചു നിറത്തിലുള്ള നീളൻ കുപ്പായവും വെള്ള തുണിയും തലയിൽ കറുത്ത നിറത്തിൽ കമ്പിളി തൊപ്പിയുമാണ് വേഷം. നരച്ചു തുടങ്ങിയ താടി രോമങ്ങൾ ഷാളിനിടയിലൂടെ പുറത്തേക്കു തള്ളിനിൽക്കുന്നു. തുടിയും ഏക്താരയും ഉപയോഗിച്ചാണ് ബാവുൾ സംഗീതം പൊഴിക്കുന്നത്.

ഈ കടയിൽ അതീവ രുചികരമായ ഗ്രാമീണ ഭക്ഷണങ്ങൾ ആസ്വദിക്കാം. രാവിലെ ഞങ്ങൾ കഴിച്ചത് “ഗുഗ്നി” യാണ്. ഇതൊരു പ്രത്യേക വിഭവമാണ്. ഗ്രീൻപീസ് കടല പ്രത്യേക രൂപത്തിൽ പാകം ചെയ്ത് എരിവും പുളിയും സമം ചേർത്ത് നമ്മുടെ പൊരിയിലേക്ക് കൂട്ടിച്ചേർക്കും. എന്നിട്ട് പഴയ ഒരു അലൂമിനിയം പ്ലേറ്റിലേക്ക് തട്ടും. ഒരു പിടിയെടുത്ത് വായിലെക്കിട്ടാൽ ചെറിയൊരു കറുമുറെയോട് കൂടി കഴിക്കാവുന്ന ഇതിനു “മുഡി” എന്നും പറയുന്നു. ഇതിന്റെ കൂടെ നല്ല ഫ്രഷ് ഉരുളക്കിഴങ്ങ് പുഴുങ്ങിയെടുത്ത്, അതിന്റെ കൂടെ കല്ലുപ്പും ചെറിയ ഉള്ളിയും പച്ച മുളകും ചെറിയ ചെമ്പിലിട്ടു ഉടച്ച്, കടലറ്റ് രൂപത്തിൽ വട്ടത്തിൽ പരത്തിയെടുത്ത് തിളച്ച എണ്ണയിലിട്ട് പൊരിച്ചെടുക്കണം.

ആഹാ... എന്താ രുചി. അത് ആ ചൂടോടെ തന്നെ വായിലേക്കിടണം. ചെറിയ എരിവോടെ ആസ്വദിച്ചു കഴിക്കാം.

അതാണ് "ആലു ചോപ്പ്".

അതിന്റെ കൂടെ ചൂടോടെ ഒരു ഓംലെറ്റും കൂടിയുണ്ടെങ്കിൽ പറയുകയും വേണ്ട. ഈ മുഡിയും ആലു ചോപ്പും ഗ്രീൻ പീസും കൂടി വല്ലാത്തൊരു കോമ്പിനേഷൻ ആണ്. ഇന്നത്തെ ബ്രേക്ക് ഫാസ്റ്റ് ഈ ഒരു അന്തരീക്ഷത്തിൽ സജ്ജീകരിച്ചതിനു നന്ദി പറഞ്ഞു.

പറഞ്ഞറിയിക്കാനാവാത്ത രുചി കൊണ്ടാവും എല്ലാവരും രണ്ടും മൂന്നും പ്രാവശ്യം "ഘുഗ്നി" യെ വിടാതെ കഴിച്ചു കൊണ്ടിരിക്കുന്നത്.

അവസാനമാണ് ഈ കടയിലെ ചായ കിട്ടിയത്. പുതിയൊരു രുചി ചായയിൽ പരിചയപ്പെടുത്തുകയായിരുന്നു അവിടെ. കൃത്യമായ രുചിക്കൂട്ട് മനസ്സിലായില്ലെങ്കിലും കറുകപ്പട്ടയും കുരുമുളകും മിക്സ് ചെയ്ത കട്ടൻ ചായ ചെറിയ ഗ്ലാസിലേക്ക് ഒഴിച്ച് തന്നതും പല പ്രാവശ്യം.

ഈ കടയുടെ മുമ്പിലായി ഗ്രാമീണനായ, എന്നാൽ ആദിവാസിയെ പോലെ തോന്നിക്കുന്ന ഒരാൾ എണ്ണയും ശർക്കരയും വിൽക്കുന്നുണ്ട്. എണ്ണ എന്നാൽ തേൻ ആണ്. ഞാൻ ഒരു തുള്ളി കയ്യിലേക്ക് ഒഴിച്ചു. നല്ല മധുരമുണ്ട്.

ബംഗാളിൽ കാണുന്ന ഒരു പ്രത്യേക തരം പനയുണ്ട്. അധികം ഉയരത്തിൽ വളരാത്ത, വണ്ണം വെക്കാത്ത ഒരു തരം പന. അതിൽ നിന്നും വെട്ടിയെടുക്കുന്നതാണ് ഈ എണ്ണ. നാട്ടിൽ റബർ പാൽ വെട്ടിയെടുക്കുന്നത് പോലെ. ശുദ്ധമായ ഈ എണ്ണയിൽ നിന്നാണ് ശർക്കര കുറുക്കി എടുക്കുന്നത്. കാണാൻ ഭംഗി കുറവാണെങ്കിലും ഗുണമേന്മയിൽ മുമ്പിലാണ് ഇരുണ്ട നിറത്തിലുള്ള ഈ ശർക്കര. ചിരട്ടയുടെ വലിപ്പവും ആകൃതിയുമാണ് ഇതിന്.

തൊട്ടു മുമ്പിലുള്ള ഈ പാലം കടന്നാൽ മറ്റൊരു ചെറിയ കുടിലുണ്ട്. അതിൽ മറ്റൊരു ബാവുൾ ഗായകൻ ഒറ്റക്ക് ഇരുന്നു പാടുന്നു. കേൾക്കാൻ ആരുമുണ്ടായിരുന്നില്ല. ആ കുടിലിനു പുറകിൽ വിശാലമായ കൃഷിപ്പാടങ്ങളാണ്. കണ്ണെത്താദൂരത്തോളം.

"ഉണക്കാൻ കഴിയാത്ത ഒരുപാട് മുറിവുകളുണ്ടാവും ഓരോ മനുഷ്യനുമുള്ളിൽ..

നഷ്ട്ടപ്പെട്ട വിശ്വാസത്തിന്റെ മുറിവുകൾ..

വലിച്ചെറിയപ്പെട്ട പ്രതീക്ഷയുടെ മുറിവുകൾ..

വീണുടഞ്ഞ വാക്കുകളുടെ മുറിവുകൾ...

കനലെരിയുന്ന അനുഭവങ്ങളുടെ പൊള്ളലുകൾ..

നീറിപ്പുകയുന്ന ഓർമ്മകളുടെ വേദനകൾ..

തകർന്നു പോയ സ്വപ്നങ്ങൾ..!!

അങ്ങനെയെത്രയെത്ര മുറിവുകൾ..

ഇത്തരം മുറിവുകൾക്ക് യാത്രയാണ് മരുന്ന്..

എന്റെ യാത്രകൾ അങ്ങിനെയാണ്.. അതിനു വേണ്ടിയാണ്.. അതിൽ ഞാൻ ആനന്ദം കണ്ടെത്തുന്നു.."

"എൽദോ" എന്ന് ഞങ്ങൾ വിളിച്ചിരുന്ന സിന്ധുചേച്ചി താത്വികമായ അവലോകനത്തിലാണ്. ലണ്ടനിൽ ആരോഗ്യപ്രവർത്തകയായ ഇവർ ഹിമാലയത്തിലും നോർത്ത് ഈസ്റ്റ് ഗ്രാമങ്ങളിലുമൊക്കെ കറങ്ങിയാണ് ഈ യാത്രയിലേക്ക് എത്തിയിരിക്കുന്നത്. സദാ പുഞ്ചിരിച്ചുകൊണ്ട് ഞങ്ങൾക്കെല്ലാം പോസിറ്റീവ് എനർജി പകർന്നിരുന്ന എൽദോക്ക് എന്ത് പറ്റി എന്നായി പിന്നെ നാഫിസിന്റെ സംശയം.

"നീ അതൊക്കെ വിട്.!! ചിയർ അപ്പ്." എന്ന് പറഞ്ഞു ബെഞ്ചിൽ നിന്നും എഴുന്നേൽപ്പിച്ചു നടക്കാനരംഭിച്ചു.

കടുക് പൂക്കുന്ന സീസൺ ആയതിനാൽ പച്ചവിരിച്ച കടുക് ചെടികൾക്ക് മുകളിൽ മഞ്ഞ നിറത്തിൽ പൂക്കൾ വിരിഞ്ഞിരിക്കുന്നു. ഉദയസൂര്യന്റെ ചുടുകിരണങ്ങൾ അതിനു മുകളിൽ നിന്നും കോടമഞ്ഞിന്റെ മേലാവരണം എടുത്തുമാറ്റി. മഞ്ഞയും പച്ചയും നിറത്തിൽ അതി സുന്ദരമായി കടുക് പാടങ്ങൾ കൺ കുളിർമയേകി. രാവിലെ തന്നെ ഇവിടെയെത്തിയ വിനോദ സഞ്ചാരികൾ ഈ പാടങ്ങളിലൂടെ ദൂരത്തേക്ക് നടന്നു പോകുന്നുണ്ട്.

ഈ പ്രഭാതം അതീവ സുന്ദരമാകുന്നത് ഈ ചാരുതയാർന്ന കാഴ്ചകളും സംഗീതവും രുചികളും കാലവസ്ഥയും സമത്തിൽ സമന്വയിക്കുന്നത് കൊണ്ടാണ്.

ഈ നദിക്കരയിൽ ഇരുന്നായിരുന്നു രവീന്ദ്രനാഥ ടാഗോർ അദ്ദേഹത്തിന്റെ പല കഥകളും കവിതകളും രചിച്ചിട്ടുണ്ടായിരുന്നത്.

ആദിവാസി ഊരിലെ കാഴ്ചകൾ

കോപായ് നദിക്കരയിലെ പ്രഭാതം പ്രഭാതം ആസ്വദിച്ച ശേഷം ഞങ്ങൾ പോയത് ഒരു ആദിവാസി ഗ്രാമത്തിലേക്കായിരുന്നു. കോൾപാഡ് എന്നാണ് ഈ വില്ലേജിന്റെ പേര്. ഇവിടേക്ക് ചെറു സംഘങ്ങളായി നടന്നാണ് പോയത്. വീതി കുറഞ്ഞ ചെമ്മൺപാതയുടെ ഇരുവശങ്ങളും പാടങ്ങളാണ്. ചില പാടങ്ങളിൽ കൊയ്ത്ത് കഴിഞ്ഞതേയുള്ളൂ. ചിലത് വിളവെടുപ്പിനു പാകമായി നിൽക്കുന്നു.

ഇതുവരെ കണ്ടത് പോലെയുള്ള ഒരു ഗ്രാമീണ ജീവിതമല്ല ഈ ആദിവാസി ഊരിൽ. വളരെ വ്യത്യസ്ഥമായതും പുരാതനമായതുമായ ജീവിതരീതികളാണ് ഇന്നും ഇവിടെ പിന്തുടരുന്നത്. മിക്ക വീടുകളും ഓലമേഞ്ഞതാണ്. നല്ല കട്ടിയിലും കനത്തിലും വൈക്കോൽ പാകിയ മേൽക്കൂരകൾ. വലിയ വിസ്താരവും സൗകര്യങ്ങളും ഒന്നും കാണാനില്ല. എല്ലാ വീടുകൾക്കും സമീപത്തായി ധാരാളം പശുക്കളും ആടുകളും കാണാം. ഇവകളെ നന്നായി കുളിപ്പിച്ച് നല്ല വൃത്തിയിലും വെടിപ്പിലും പരിപാലിക്കുന്നത് ഹൃദ്യമായ കാഴ്ചയായിരുന്നു. തണുപ്പിൽ നിന്നും രക്ഷ നേടുന്നതിന് വേണ്ടി കോട്ടൻ ഷർട്ടുകളും ടീ ഷർട്ടുകളും കൊണ്ട് സുരക്ഷാകവചം ഒരുക്കിയിട്ടുമുണ്ട്.

മറ്റു ഗ്രാമങ്ങളിൽ അതിഥികളെ കാണുമ്പോൾ ഉള്ള കൌതുകവും ഒളിഞ്ഞു നോട്ടവും അമ്പരപ്പും ഒക്കെ ഉണ്ടായിരുന്നു. എന്നാൽ ഇവിടെ ആരും നമ്മളെ ഗൌനിക്കുന്നു പോലുമില്ല.

വീടുകൾക്ക് പൊതുവേ ഒരു പ്രത്യേകത കളർ ടോൺ ആണ്. കാപ്പി കലർന്ന ചുവപ്പും മണ്ണിന്റെ വിവിധ കളറുകളിലുമാണ് കാണാൻ

കഴിഞ്ഞത്. ചില വീടുകൾക്ക് ഇളം നീലയും കടും നീലയും നിറത്തിൽ കുമ്മായം പൂശിയിരിക്കുന്നു. ജലസേചനത്തിനു തുരുമ്പെടുത്ത ഹാന്റ് പമ്പുകൾ തന്നെ. പണ്ടെങ്ങോ ഉപേക്ഷിച്ചു പോയ കാളവണ്ടിയുടെ വലിയ മരച്ചക്രങ്ങൾ വഴിയരികിൽ അലസമായി കിടക്കുന്നു.

വീടുകളിക്കിടയിലുള്ള ഇടവഴിയിൽ കുട്ടികൾ കളിക്കുന്നുണ്ട്.

ഈ ആദിവാസി ഗ്രാമത്തിലൂടെ നടക്കുന്നതിനിടയിൽ പാതി പൊളിഞ്ഞ ഒരു വീടിന്റെ അകത്തേക്ക് കയറാൻ പറ്റി. ഈ ഗ്രാമത്തിലെ ഏതൊരു വീടിന്റെയും പരിച്ഛേദം തന്നെയായിരുന്നു ഇത്. സ്ഥിതി അതി ദയനീയം. ഒരു സൗകര്യവും ഇല്ല. ഒന്ന് രണ്ടു മൺപാത്രങ്ങൾ. കട്ടിലു കളോ മേശകളോ ഒന്നും തന്നെയില്ല. അങ്ങിങ്ങായി കുറെ വൈക്കോ ലുകൾ, മരപ്പലകകൾ. ചെളിമണ്ണ് കൊണ്ടുണ്ടാക്കിയ ഒന്നോ രണ്ടോ അടുപ്പുകൾ. സാരിത്തലപ്പ് കൊണ്ട് തലയും മുഖവും മൂടിയ സ്ത്രീകൾ.

ചണത്തിന്റെ കമ്പുകളും നാരുകളും ഉപയോഗിച്ചാണ് അകത്ത് പലയിടത്തും ചുമരുകളും വീടിന്റെ അതിർത്തികളും കെട്ടിയിയുണ്ടാക്കി യിരിക്കുന്നത്.

ആ വീടിനു പുറത്തെത്തിയപ്പോൾ ഗ്രാമമുഖ്യൻ അവിടെ പ്രത്യക്ഷപ്പെ ട്ടു. പുഞ്ചിരി കൊണ്ട് അഭിവാദ്യം ചെയ്തു. കൂടെ നിന്ന് ഫോട്ടോ എടുത്തു.

ഗ്രാമത്തിനകത്ത് കുറെ നടന്നപ്പോൾ മറ്റൊരു സ്ഥലത്തെത്തി.

സാന്താൾ ഗായകരുടെ ഒരു സെറ്റിൽമെന്റ്.!

"ഗ്രാമീണർ നമ്മുടെ കയ്യിൽനിന്നും പിടിച്ചുപറിക്കുകയോ മറ്റോ ചെയ്യില്ല. പക്ഷേ വിലപിടിപ്പുള്ള എന്തെങ്കിലും നഷ്ടപ്പെട്ടാൽ തിരിച്ചു കിട്ടാനുള്ള സാദ്ധ്യതകൾ കുറവാണ്» ബന്ധു പറഞ്ഞതാണ്.

ബാവുലുകളെ പോലെ ഇവരും പാട്ട് പാടി നടക്കുന്നവരാണ്. സാന്താൾ സിംഗേഴ് സിനെകുറിച്ച് പല എഴുത്തുകാരും പുസ്തകങ്ങളി ലും വായിച്ചിട്ടുണ്ട്. ഈ സമയത്ത് ഈ ഗ്രാമത്തിൽ നിലവിൽ ആരും താമസിക്കുന്നില്ല എന്നാണു ബന്ധു പറഞ്ഞത്.

ചക്ലയിലെക്കുള്ള ദുരിത യാത്ര

വൈകീട്ട് അഞ്ചരയോടു കൂടി ബോൾപൂർ സ്റ്റേഷനിൽ നിന്നും ചക്ലയിലേക്കുള്ള മടക്കയാത്ര ആരംഭിക്കും. മൂന്നു മണിയോട് കൂടിത്തന്നെ ഞങ്ങൾ റെയിൽവേ സ്റ്റേഷനിൽ എത്തി. പുറത്ത് ചെറിയ ചാറ്റൽ മഴ പെയ്യുന്നുണ്ടായിരുന്നു. ബംഗാളിന്റെ മഴക്കാഴ്ചകൾ വ്യത്യസ്തമായ അനുഭവം നൽകി.

5.40 ന് ട്രെയിൻ വന്നു.

ബോൽപുർ സ്റ്റേഷനിൽ നിന്നും ഹൗറയിലേക്കുള്ള 12348 എന്ന നമ്പറിലുള്ള ട്രെയിൻ പ്ലാറ്റ്ഫോം നാലിലേക്ക് പതുക്കെ ഇഴഞ്ഞെത്തി. D3 കമ്പാർട്ട്മെന്റിലേക്ക് ഞങ്ങളെല്ലാവരും കയറി. എല്ലാവർക്കും സീറ്റ് ഈ ബോഗിയിൽ തന്നെയായിരുന്നു.

എന്റെ തൊട്ടടുത്ത സീറ്റിൽ പാരഗൺ ചെരുപ്പ് കമ്പനിയിലെ ചാർട്ടേഡ് അക്കൗണ്ടന്റ് ആയ അന്നു ആയിരുന്നു. ഇരുപത്തൊന്നു വർഷമായി അന്നു ഈ കമ്പനിയിൽ ജോലി ചെയ്യുന്നു. ഇളം നീല കുർത്തയും ജീൻസുമാണ് വേഷം. മുഖത്ത് ഫ്രെയിം ഇല്ലാത്ത കണ്ണടയുണ്ട്. ചെവിയുടെ താഴെ പെട്ടെന്നവസാനിക്കുന്ന വിധത്തിൽ മുടി മുറിച്ച് ഭംഗിയിൽ ഒതുക്കി വെച്ചിട്ടുണ്ട്. യാത്രയുടെ വിവരണങ്ങളും അനുഭവങ്ങളും അന്നു തന്നെ മൊബൈലിൽ കുറിച്ചു വെക്കുന്നുണ്ട്. ഞങ്ങൾ കുറെ നേരം സംസാരിച്ചിരുന്നു. പുറത്ത് അപ്പോഴും മഴ പെയ്യുന്നുണ്ടായിരുന്നു.

തൊട്ടപ്പുറത്തെ സീറ്റിൽ പടപ്പറമ്പ് ശിഹാബ്ക്കാ, മുഹമ്മദാലിക്കാ, ഷംസു ഡോക്ടർ എന്നിവരായിരുന്നു. എഴുത്തുകാരനും മൊബൈൽ

കമ്പനിയിൽ മാനേജറുമായ സിജു ഭായ് മഴ കാഴ്ചകൾ ആസ്വദിച്ച് കൊണ്ട് പുറത്തേക്ക് നോക്കിയിരിക്കുകയാണ്.

ഇടക്കിടക്ക് ട്രെയിൻ നിർത്തുന്നുണ്ട്. റെയിൽ പാലത്തിനു സമീപത്തായി ഏതോ ചേരി പ്രദേശങ്ങൾ കടന്നു പോയിക്കൊണ്ടിരുന്നു. ഒരു നിമിഷം പുറത്തേക്ക് നോക്കി. ഷീറ്റ് വെച്ച് കെട്ടിയുണ്ടാക്കിയ കൂരകൾ. ഉടുതുണിയില്ലാത്ത പിഞ്ചു കുഞ്ഞുങ്ങൾ. ഒട്ടി മെലിഞ്ഞ യുവാക്കൾ. നിസ്സംഗരായി കാഴ്ചകൾ കാണുന്ന സ്ത്രീകൾ. എങ്ങും സമാനമായ കാഴ്ചകൾ മാത്രം.!

തീവണ്ടികളിൽ നിന്ന് കൽക്കരി ഒളിച്ച് കടത്തുന്നത് ഈ കോളനിയിലെ സ്ത്രീകളുടെ നിത്യജീവിതത്തിന്റെ ഭാഗമാണത്രേ. അവരത് പൊടിച്ച് ചാണകവുമായി ചേർത്ത് വറളികളും ഉരുളകളുമുണ്ടാക്കും. പാചകത്തിന് അത് ഉപയോഗിക്കും. പഴങ്ങൾ പറിക്കാൻ ഉപയോഗിക്കുന്ന ഒരു പ്രത്യേകതരം തോട്ടിയുണ്ട്. വളഞ്ഞ ഒരു ബ്ലേഡ് അതിന്റെ അറ്റത്ത് ഉണ്ടാകും. അതുകൊണ്ട് തീവണ്ടികളിൽ നിന്ന് കൽക്കരി വലിച്ചിടും.

കടല വിൽക്കുന്നവർ, വളയും മാലയും വിൽക്കുന്നവർ, മസാല വിൽക്കുന്നവർ, എള്ളും അണ്ടിപ്പരിപ്പും നെയിൽ കട്ടറും വിൽക്കുന്നവർ. അങ്ങനെ എല്ലാ തരത്തിലുമുള്ള കച്ചവടക്കാരും വന്നും പോയും കൊണ്ടിരിക്കുന്നു. പുറത്ത് മഴ പെയ്യുന്നത് കൊണ്ട് ആളുകൾ നനഞ്ഞിട്ടുണ്ട്.

രാത്രി ഒമ്പതരയോടു കൂടി ഞങ്ങൾ ഹൗറസ്റ്റേഷനിൽ എത്തി.

ഹൗറ ഇപ്പോഴും ജനബാഹുല്യം കൊണ്ട് ശ്വാസം മുട്ടുകയാണ്. തിരക്കുപിടിച്ച ഹൗറക്ക് പുറത്ത് മഴ കൂടുതൽ ശക്തിയായി പെയ്യുന്നുണ്ട്. കച്ചവടക്കാരിൽ കുറേ ആളുകളൊക്കെ തട്ട് കച്ചവട സാധനങ്ങൾക്ക് മുകളിൽ പ്ലാസ്റ്റിക് ഷീറ്റ് വെച്ച് കച്ചവടം നിർത്തിയിരിക്കുന്നു. പഴ വർഗങ്ങൾ വിൽക്കുന്നവർ ഒന്നും ചെയ്തിട്ടില്ല. മഴനനഞ്ഞ ആപ്പിളും പേരക്കയും ഒക്കെ നന്നായി കഴുകി വൃത്തിയാക്കിയത് പോലെ തോന്നി. നനയാതിരിക്കാൻ തലയിൽ മുണ്ടിട്ടു കച്ചവടക്കാർ അപ്പോഴും യാത്രക്കാരെ മാടി വിളിച്ചു കൊണ്ടിരുന്നു.

ടാക്സി കാർ വിളിച്ച് സിയാൽദയിലേക്ക് പോകാനാണ് തീരുമാനം. ഞങ്ങൾ വരിവരിയായി റോഡ് മുറിച്ചു കടന്ന് ടാക്സി സ്റ്റാൻഡിലേക്ക് നീങ്ങി. മഞ്ഞനിറത്തിലുള്ള അംബാസഡർ കാറുകൾ കൊൽക്കത്തയുടെ മുഖമുദ്രയാണ്. ഇനി അതിലാണ് യാത്ര. മഞ്ഞ ടാക്സി കാറിൽ യാത്ര ചെയ്യുക എന്നുള്ളത് എന്റെ ഒരു അഭിലാഷമായിരുന്നു. മഴ നനഞ്ഞു കൊണ്ടാണ് നടക്കുന്നത്. ലഗേജ് തലക്ക് മുകളിൽ വെച്ച് തൽക്കാലം മഴയിൽ നിന്നും രക്ഷ നേടിയിട്ടുണ്ട്.

ടാക്സിക്കാരോട് ബന്ധു പോയി സംസാരിച്ച കൊണ്ടിരിക്കുന്നുണ്ട്. പക്ഷേ മുടിഞ്ഞ കൂലി ആണ് അവർ പറഞ്ഞത്. അത് താങ്ങാനാവത്തത് കൊണ്ട് ടാക്സി കാർ യാത്ര ഒഴിവാക്കി ബസ്സിൽ തന്നെ പോവാം എന്ന് തീരുമാനിച്ചു. ലഗേജുമായി വീണ്ടും നടക്കുകയാണ്. ബസ് സ്റ്റാന്റിലേക്ക്.

കൽക്കട്ടയിൽ ഇറങ്ങിയ ഞാൻ ആദ്യം യാത്ര തുടങ്ങിയ അതേ ബസ് സ്റ്റാന്റ്.

വീണ്ടും ഒരു പൊട്ടിപ്പൊളിഞ്ഞ ബസ് തന്നെ. ആദ്യം ചാടിക്കയറിയത് കൊണ്ട് എങ്ങനെയോ ഒരു സീറ്റ് ഒപ്പിച്ചു. ഹൗറയിൽ നിന്നും സിയാൽദയിലേക്കുള്ള ബസിൽ കയറുമ്പോൾ നല്ല വിശപ്പുണ്ടായിരുന്നു. വെള്ളത്തിൽ മുങ്ങിയ കൽക്കട്ട സിറ്റി വിടാൻതന്നെ നല്ല സമയം എടുത്തു. പുറത്ത് ചന്നം പിന്നം പെയ്യുന്ന മഴ വിശപ്പിന്റെ ആഴം കൂട്ടിക്കൊണ്ടിരുന്നു. ഇടയ്ക്കെപ്പോഴോ ശക്തി പ്രാപിച്ച മഴ. ബസ്സിൽ കാലുകുത്താൻ ഇടമില്ലാത്തത്രയും തിരക്ക്. മടിയിലാണെങ്കിൽ രണ്ടു മൂന്നാളുകളുടെ ലഗേജുകൾ. പുറത്ത് നിന്നും വീശിയടിക്കുന്ന തണുത്ത കാറ്റ്. ആർത്തു പെയ്യുന്ന മഴയിലേക്ക്, കൊൽക്കത്തയുടെ തിരക്കുകളിലേക്ക് ഞാനും അലിഞ്ഞു ചേർന്നു. ഇടക്കെപ്പോഴോ ഉറക്കത്തിലേക്ക് വഴുതി വീണു.

ബസ് സിയാൽദ എത്തിയപ്പോഴാണ് കണ്ണ് തുറന്നത്. ഇവിടെ നിന്നും കുറച്ചകലെയാണ് റെയിൽവേ സ്റ്റേഷൻ. അങ്ങോട്ടേക്ക് വണ്ടിയൊന്നും വിളിച്ചില്ല. ഉറക്കച്ചടവും യാത്രാക്ഷീണവും മഴ നനഞ്ഞതിന്റെ അസ്വസ്ഥതയും വിശപ്പും ഒക്കെയുണ്ട്.

ബസ് ഇറങ്ങി വീണ്ടും നടക്കുകയാണ്. ഊടുവഴികളിലൂടെ. വീതിയില്ലാത്ത ഗലികളിലൂടെ. ആളുകളെ വകഞ്ഞു മാറ്റി. ഒഴുകി വരുന്ന മലിന ജലത്തിൽ കാലു കുത്താതെ ചാടി ചാടി വരിവരിയായി നടക്കുകയാണ്. എത്രയും പെട്ടെന്ന് ചക്ലയിലെ റൂമിൽ എത്തിയാൽ മതിയെന്നായി.

സിയാൽദ സ്റ്റേഷനിൽ എത്തിയപ്പോഴേക്കും ഏറെക്കുറെ മുഴുവനായി നനഞ്ഞിരുന്നു.

പ്ലാറ്റ്ഫോം നമ്പർ 5.

അവിടെയാണ് ഞങ്ങൾക്കുള്ള ലോക്കൽ ട്രെയിൻ വരുന്നത്. രാത്രി ആയിട്ടുപോലും നൂറുകണക്കിന് ആളുകൾ റെയിൽവേ സ്റ്റേഷനിൽ തിങ്ങിനിറഞ്ഞിരിക്കുന്നു. 10 മണി യോട് കൂടി ട്രെയിൻവന്നു. അതിൽ കയറി ഞങ്ങൾ യാത്ര ആരംഭിച്ചു.

“ബോൺഗാവ് പോകുന്ന ലോക്കൽ ട്രെയിനിൽ കയറി ഗുമയിൽ ഇറങ്ങണം”. ബന്ധുവിന്റെ നിർദ്ദേശം. തിരക്ക് കാരണം പലരും പല

ബോഗിയിലാണ് കയറുന്നത്. ഉറക്കക്ഷീണവും ഉണ്ട്. എന്തായാലും ഗ്ഗമ സ്റ്റേഷനിൽ ഇറങ്ങുക എന്നുള്ളത് ഓരോരുത്തരുടെയും ഉത്തരവാദിത്തമാണ്.

ഒരു മണിക്കൂർ യാത്ര. ഗ്ഗമ സ്റ്റേഷനിൽ എത്തി. അപ്പോഴും മഴ പെയ്യുന്നുണ്ടായിരുന്നു ഞങ്ങൾ ട്രെയിൻ ഇറങ്ങി റെയിൽവേ സ്റ്റേഷൻ ക്രോസ് ചെയ്ത് പുറത്തെത്തി. ഇവിടെ ചക്ലയിലേക്ക് പോകുന്നതിനു വേണ്ടി ഓട്ടോറിക്ഷയിലാണ് അടുത്ത യാത്ര. അപ്പോഴേക്കും മഴ പിന്നെയും ശക്തിയാർജിച്ചു.

ഓട്ടോയിൽ ഉള്ള ആ രാത്രി യാത്ര രസമായിരുന്നു. വിജനമായ റോഡിലൂടെ കുതിച്ചുപായുന്ന ഓട്ടോകൾ. ഞാൻ ഏറ്റവും പുറകിലെ സീറ്റിൽ ആയിരുന്നു. എന്റെ കൂടെ അജയഘോഷ്. ഏറ്റവും മുൻപിൽ ഡ്രൈവറുടെ തൊട്ടടുത്തായി നാഫിസ്. നടുവിലെ സീറ്റിൽ അഭിലാഷും ഫിദയും.

വിജനമായ റോഡിലൂടെ ഓട്ടോകൾ കുതിച്ചുപാഞ്ഞു. ഓട്ടോ മത്സരം പോലെ ആയിരുന്നു. മുൻപിൽ എത്തുന്നതിന് വേണ്ടി പരസ്പരം മത്സരിച്ചു. ചക്ലയിൽ പാർത്ഥോയും പത്നി പിങ്കിയും നല്ല ചൂടുള്ള ചോറും കറിയും ബെയ്ഗുണും റെഡിയാക്കി വെച്ചിരുന്നു.

മീൻ പോലെ, ബംഗാളി ജീവിതത്തിൽ ചോറിനൊപ്പം ഏറ്റവും പ്രധാനപ്പെട്ട ഒന്നാണ് ബെയ്ഗുൺ!.

വഴുതന തന്നെ!!

ഇതൊക്കെയെന്ത് !

വഴുതനയൊക്കെയങ്ങ് ബംഗാളിലല്ലയോ എന്നറിയാതെ പറഞ്ഞ് പോകും നമ്മുടെതൊക്കെ കാണുമ്പോൾ!!. ജനിതക മാറ്റം നടത്തിയത് തന്നെയാവും, ഓരോ തവണയും വിത്ത് വാങ്ങേണ്ടതായും വരും കൃഷിയിറക്കാൻ...

എന്നാലും എട്ട് മാസം മികച്ച തോതിൽ വിളവെടുക്കാവുന്ന നല്ല വിളയാണ് ബംഗാളി കർഷകർക്ക്..

ജൈവമാണോ എന്നൊന്നും ചോദിച്ചേക്കരുത്. അവർക്കന്യമാവുമത്!

ജനസാന്ദ്രമായ പ്രദേശത്ത് സാമ്പത്തികമായി പിന്നോക്കം നിക്കുന്നിടത്ത് ജൈവ കൃഷിയെന്നത് ആർഭാടമല്ലാതെന്ത്!!

പ്രിവിലേജ്ഡ് സൊസൈറ്റികളിൽ മാത്രമേ അത്തരത്തിൽ ജൈവ കൃഷിയിറക്കാനും വിപണിയിൽ നിന്ന് വാങ്ങാനും സാധിക്കുകയുള്ളൂ എന്നതാണ് വസ്തുത.

ഇന്ത്യൻ ഗ്രാമങ്ങൾ നമ്മുടെ യാഥാർത്ഥ്യങ്ങളെക്കാൾ ഒത്തിരിയൊത്തിരി അകലെയാണ്..!

ശാസ്ത്രീയ കൃഷിയെന്നത് തന്നെ ഞാണിൽ മേൽ കളിയാവുമ്പോൾ ജൈവ കൃഷിയൊക്കെ പ്രഹസനങ്ങളാവുന്നിടങ്ങളാണവ.

ബംഗാളിൽ കണ്ട ഏറ്റവും സിമ്പിൾ റസിപ്പി ബെയ്ഗ്ഗുൺ ഫ്രൈ തന്നെയാണ്. നാലായോ ആറായോ കീറിയ വഴുതന രണ്ടിഞ്ച് നീളത്തിൽ മുറിച്ചെടുത്തു ഉപ്പും മഞ്ഞളും പുരട്ടി എണ്ണയിലിട്ട് കുഴഞ്ഞ് പോകുന്നതിന്റെ തൊട്ടു മുമ്പായി കോരിയെടുത്തത്..

ചോറിനൊപ്പം ഗംഭീരം !!!

പതിനഞ്ചു മിനിറ്റ് നേരത്തെ മൽപ്പിടുത്തത്തിനൊടുവിൽ വിശപ്പൊന്നടങ്ങി. നിഷാദിക്കയുടെ കൂടെ ബാഗും ചുമന്നു റൂമിലേക്ക് നടന്നു.

അപ്പോഴേക്കും ക്ഷീണമൊക്കെ മാറിയിരുന്നു. കഥകൾ പറയാനായി ഞങ്ങൾ വീണ്ടും പുറത്തിറങ്ങി.

അമ്പലത്തിനു പുറകിലായി പടർന്നു പന്തലിച്ച ആ ആൽമരത്തിനു താഴെ ഇരുന്നു പ്രേതകഥകളാൽ സമ്പുഷ്ടമായ ഒരു രാത്രി. ചക്ലാ ദേവി നിറഞ്ഞാടിയ ആ പാതിരാവ്. ഉദ്വേഗജനകമായ ആ രാത്രി ഉറങ്ങാൻ കിടക്കുമ്പോൾ ഏറെ വൈകിയിരുന്നു.

ചക്ല മന്ദിർ

27/12/2019

യാത്രയുടെ എട്ടാം ദിവസം.

ഉറക്കം രാവിലെ അഞ്ചുമണിയോടുകൂടി അവസാനിച്ചു. കുറേ ആളുകൾക്ക് അലക്കാനും കുളിക്കാനും ഉള്ള സമയമായിരുന്നു. എട്ടുമണിയോടെ ഞാൻ എഴുന്നേറ്റു പ്രഭാതകർമ്മങ്ങൾ ഏതെല്ലാം ചെയ്തു കഴിഞ്ഞിരുന്നു. അവിടുന്ന് രാവിലെ ഞങ്ങളെ നടക്കാൻ ആരംഭിച്ചു.

ചക്ല മറ്റേതൊരു ഇന്ത്യൻ ഗ്രാമം പോലെയും അവികസിതവും അടിസ്ഥാന സൗകര്യങ്ങളിൽ ഒരു പാട് പിറകിലുമായ ഒരു ഗ്രാമമാണ്. അടുത്തുള്ള നഗരത്തിലേക്ക് തന്നെ കൃത്യമായി ബസ് സർവീസ് പോലുമില്ലാത്ത, എന്നാൽ മുപ്പത്തയ്യായിരത്തിനടുത്ത് ജനസംഖ്യയുള്ള ഒരു ഗ്രാമപഞ്ചായത്ത്...

അവധൂത ജീവിതം നയിച്ച, ബംഗാളികളുടെ പ്രിയപ്പെട്ടവരിലൊരാളായ ആത്മീയാചാര്യൻ ബാബാ ലോക് നാഥിന്റെ ജന്മഗ്രാമം!.

ഒന്നര നൂറ്റാണ്ട് മുമ്പ് സമാധി പൂണ്ട അദ്ദേഹത്തിന്റെ പേരിലെ അമ്പലമാണ് മുഖ്യ ആകർഷണം. പുറം ലോകമായി ചക്ല ബന്ധം സ്ഥാപിക്കുന്നതും ബാബയുടെ അമ്പലത്തിലേക്കുള്ള തീർത്ഥാടനം വഴി. പിന്നെ വിളകളുടെ വിപണി തേടിയുള്ള ഗ്രാമീണരുടെ നഗരയാത്രയും.

ചക്ല മന്ദിർ എന്നാണു അതിന്റെ പേര്.

നവംബർ ഡിസംബർ ജനവരി മാസങ്ങളിലാണ് ഇവിടെ സീസൺ. രാജ്യത്തിന്റെ പലദിക്കുകളിൽ നിന്നും ആ ദിവസങ്ങളിൽ ഭക്തർ

ഇവിടേക്ക് ഒഴുകിയെത്തും. ബസാറുകളും മാർക്കറ്റുകളും ചന്തകളും സജീവമാകും.

വലിയ മാർബിൾ കൊണ്ട് മോടിപിടിപ്പിച്ച ധാരാളം തൂണുകളുള്ള ഒരു അമ്പലമാണിത്. പരമശിവന്റെ വിവിധ ഭാവങ്ങൾ തൂണുകളിൽ കൊത്തിയെടുത്തിട്ടുണ്ട്.

അമ്പലഗോപുരത്തിന് മുകളിലായി പ്രതിഷ്ഠകളുണ്ട്. ഒന്നല്ല. മൂന്നെണ്ണം.

നടുവിൽ പരമശിവൻ.. വലതു വശത്തായി ബ്രഹ്മാവ്.. ഇടത് വശത്തായി മഹാവിഷ്ണു. പുറത്ത് ഗേറ്റിൽ ഗണപതിയുടെ പ്രതിമയാണുള്ളത്.

പൊതുവേ ഈ പ്രതിമകളും ഒരുമിച്ചുള്ള അമ്പലങ്ങൾ ഉണ്ടാവാറുണ്ടോ എന്നറിയില്ല. അത് കൊണ്ട് തന്നെ ഒരുപാട് വ്യത്യസ്തമായ ആചാരങ്ങളും ഈ മന്ദിരത്തിൽ നടക്കുന്നു.

ആഭരണങ്ങളും വളകളും കളിപ്പാട്ടങ്ങളും പച്ചക്കറികളും പഴവർഗങ്ങളും അമ്പലത്തിലേക്ക് ആവശ്യമായ പ്രസാദങ്ങളും നൂലുകളും ഒക്കെ വിൽക്കുന്ന ഒരു മാർക്കറ്റാണ് ഇതിനു ചുറ്റും. പകൽ സമയത്ത് ധാരാളം ഭക്തർ ഇവിടെയെത്തും. അങ്ങാടിയും തെരുവു കച്ചവടക്കാരും സജീവമാകും.

ആ അമ്പലത്തിനോട് ചേർന്ന സത്രമാണ് ഞങ്ങൾക്കായി താമസിക്കാനൊരുക്കിയയിടം... മുപ്പത്തൊന്നു പേരും അതിനൊത്ത ഭാരമുള്ള ലഗേജുകളും തൂക്കി തളർന്ന് കിതച്ചെത്തുമ്പോൾ വീട്ടിലേക്കാണല്ലോ എന്നായിരുന്നു ആശ്വസിച്ചിരുന്നത് !!

ഇതിനു തൊട്ടു പുറകിലായി ഒരു ബി എസ് എൻ എൽ ടെലിഫോൺ എക്സ്ചേഞ്ച് ഉണ്ട്. അതിന്റെ സൈഡിലാണ് പാർത്ഥോയും പിങ്കിയും താമസിക്കുന്നത്.

പാർത്ഥോവിന്റെ കടയിലായിരുന്നു ഈ ദിവസമത്രെയും ഞങ്ങളുടെ അന്നം.

നൂറ്റമ്പത് സ്ക്വയർ ഫീറ്റിൽ താഴെ അഞ്ചാറ് കുഞ്ഞ് ഡൈനിംഗ് ടേബിളുകളും ബെഞ്ചുമൊരുക്കിയ വളരെ ചെറിയൊരു കട.

മുൻവശത്തായി കിച്ചനും ചായയുണ്ടാക്കാൻ ഇടവുമൊരുക്കിയ ചെറിയൊരു ഹോട്ടലെന്നോ ചായക്കടയെന്നോ പറയാവുന്നതൊന്ന്. ചക്ലളയിലെ ഏതൊരു സ്ഥലത്തെ പോലെയും അകത്ത് കൈ കഴുകാനും പാത്രം കഴുകാനും ആഴം കുറഞ്ഞ കുഴൽ കിണറും ഹാന്റ് പമ്പും കാണാം.

കോച്ചി വിറക്കുന്ന തണുപ്പിൽ കാലത്ത് ആറ് മുതൽ പാർത്ഥോയും ഭാര്യ പിങ്കിയും കടയിൽ ബ്രേക്ക് ഫാസ്റ്റായി പൂരിയും ബജിയുമായി തയ്യാർ... ഉച്ചക്ക്, വൈകിട്ട്, രാത്രിയിൽ വിവിധ വിഭവങ്ങളൊരുക്കി അവർ ഞങ്ങളെ വിരുന്നൂട്ടി....

ചെറുതെങ്കിലും മറക്കാനാവാത്ത സുന്ദരമായ ഒരവധിക്കാലം സമ്മാനിച്ച ആ ദിവസങ്ങളിൽ സ്വന്തം നാടെന്നപോൽ ഞങ്ങളോട് ചേർന്ന് നിന്ന് ചക്ളയും ബന്ധുക്കളെ പോലെ പാർത്ഥോയും പിങ്കിയും..

പുഞ്ചിരിയോട് കൂടി മാത്രമേ പിങ്കിയെ ഞങ്ങൾ കണ്ടിട്ടുള്ളൂ. പ്രിയങ്ക എന്നാണത്രേ യഥാർത്ഥ പേര്. ഈ യാത്രയിലെ ഒരു പ്രധാന കഥാപാത്രമാണ് പിങ്കി. നിഷ്കളങ്കമായ ആ മുഖത്ത് സുന്ദരമായ പുഞ്ചിരി വിരിയുമ്പോൾ കവിളുകളിൽ നുണക്കുഴി തെളിഞ്ഞു വരും. ഇരുനിറമാണെങ്കിലും വിടർന്ന കണ്ണുകളിൽ എപ്പോഴും തിളക്കം കാണാം. നെറ്റിയിൽ മിക്കവാറും കുങ്കുമ കുറി വരച്ചിരിക്കും. ഒതുക്കിക്കെട്ടിയ കാർകൂന്തൽ. മധുരമുള്ള ശബ്ദം. എങ്കിലും മിതമായി മാത്രം സംസാരിക്കുന്ന ഒതുക്കമുള്ള സ്ത്രീ. വലത് കയ്യിൽ വെള്ള കുപ്പിവളയും പ്ലാസ്റ്റിക് വളയും. ഒരു തരി സ്വർണം കൊണ്ട് മൂക്ക് കുത്തിയിട്ടുണ്ട്. തലയിൽ ഒരു സ്കാർഫ് ചുറ്റിയിട്ടുണ്ടാവും. അതിന് മുകളിൽ ഒരു ഷാളും.

ദീദീ എന്ന് നീട്ടി വിളിച്ചു കഴിഞ്ഞാൽ അടുത്തെത്തും. ഭാഷ അറിയില്ലെങ്കിലും ഇവിടെ വരുന്നവർക്കൊക്കെ മനസ്സ് നിറയെ സ്നേഹവും ഭക്ഷണവും തരുന്ന പെൺകുട്ടിയാണ്. പെൺകുട്ടിയല്ല. യുവതി.!

ബംഗാളി സ്ത്രീ-ഗ്രാമീണ വിവാഹവും ആചാരങ്ങളും

ഇതിനെല്ലാം ഉപരി, ഒരു ബംഗാളീ ഗ്രാമീണവനിതക്ക് ഉത്തമ ഉദാഹരണവും കൂടിയാണ് പിങ്കി.

പതിനാലാം വയസിൽ കല്യാണം കഴിച്ചു.

ബാപേർ ബാടിയിൽ - അച്ഛന്റെ വീട്ടിൽ - നിന്ന് ശ്ശുശ്റു ബാടി - അമ്മായി അച്ഛന്റെ വീട്ടിലേക്ക് കുടിയേറുന്ന ജീവിതം.

കുട്ടിയുടുപ്പുകളിൽ നിന്ന് സാരിയിലേക്ക് മാറുന്ന, സിന്ദൂരം തൊടുന്ന ശാഖയും പോലയും (ശംഖ് കൊണ്ടുള്ള വളയാണ് ശാഖ. ചുവന്ന കുപ്പി വളയാണ് പോല) കൈയിൽ ധരിക്കുന്ന വിവാഹിതയായ ബംഗാളി വനിത.

ഭക്ഷണം കഴിക്കാൻ ഇരിക്കുന്ന ഭർത്താവിന് കൈ കഴുകാൻ വെള്ളം കൊണ്ടുവന്ന് കൈ കഴുകിച്ച് ചോറ്, ദാൽ, ആലു , മീൻ മുതലായവ യഥാക്രമം വിളമ്പി കൊടുക്കും. ചൂടുകാലമാണെങ്കിൽ അടുത്തിരുന്ന് വിശറിയെടുത്ത് വീശി കൊടുക്കും.

ഭക്ഷണ ശേഷം സിലിപ്പി (കൈ കഴുകി വെള്ളം ഒഴിക്കുന്ന ഒരു തരം പാത്രം) മുന്നിൽ കൊണ്ടുവന്ന് വെള്ളം ഒഴിച്ചു കൊടുക്കും. പിന്നെ കൈ തുടക്കാൻ തുണിയും പല്ലു കുത്താൻ ചെറിയ കമ്പും കൊടുക്കണം.

ഇങ്ങനെ എല്ലാ കാര്യത്തിലും ഭർത്താവിനെ ചാരി ഇരിക്കുന്ന, അനുസരിക്കുന്ന "പതിവ്രത"യായ ഭാരതീയ ഭാര്യ.

സ്വപ്നങ്ങളിൽ പോലും സ്വാതന്ത്ര്യം കിട്ടാത്ത പെണ്ണുങ്ങളിലൊരുവൾ.

അകത്തളങ്ങളിലെ പല വീടുകളിലെയും ഒട്ടുമിക്ക പെണ്ണുങ്ങളുടെയും അവസ്ഥ ഏതാണ്ട് ഇതേപോലെ ഒക്കെ തന്നെയാണ്.

അന്നൊരിക്കൽ ഗുജറാത്തിലെ ബുജോടി എന്ന ഗ്രാമം സന്ദർശിച്ച് വരുമ്പോൾ സുഹൃത്ത് ഹാമിദലി മാഷിനോടും പിന്നീടൊരിക്കൽ രാജസ്ഥാനിലെ പാലടി ഗ്രാമക്കാഴ്ചകൾ കണ്ടു മടങ്ങുന്ന സമയത്ത് പ്രിയ വിദ്യാർഥി സുഹൃത്തായ ജൌഹറിനോടും ഈ പെൺ ജീവിതങ്ങളെക്കുറിച്ച് സംസാരിച്ചിരുന്നു.

വീടിനു പുറത്ത് കളിമണ്ണിൽ കെട്ടിയുണ്ടാക്കിയ ചെറിയ അടുപ്പുകളിൽ പുലർച്ചെ മുതൽ രാത്രി വരെ പാത്രം കഴുകിയും കാലികൾക്ക് ഇലവെട്ടിയും ചപ്പാത്തി ചുട്ടും പുകപിടിച്ചു പോയ ഒരുപാട് ജീവിതങ്ങൾ. മറ്റൊന്നിനെകുറിച്ചും ആലോചിക്കാൻ പോലുമില്ലാത്ത, സ്വപ്നങ്ങൾ പോലുമില്ലാത്ത പെൺ ജീവിതങ്ങൾ.

അഞ്ചാം ക്ലാസിലും ആറാം ക്ലാസിലേക്കും ഭർതൃ ഗൃഹത്തിലെ ജോലിയൊക്കെ തീർത്തതിനു ശേഷം പഠിക്കാൻ വരുന്ന പെൺകുട്ടികളുടെ ജീവിത കഥ ഞെട്ടലോടെയാണ് അന്ന് ഞങ്ങൾ കേട്ടത്.

ഇതൊക്കെ ചില സാമ്പിളുകൾ മാത്രം.

രാവിലെ പാർത്ഥോയുടെ കയ്യിൽ നിന്നും ചൂടുള്ള ചായ വാങ്ങി അകത്താക്കി. ലക്ഷ്യമില്ലാതെ വെറുതെ നടക്കാനിറങ്ങി.

അമ്പലത്തിൽ വന്ന ആളുകളുടെ തിരക്കും, നിറയെ കച്ചവടക്കാരും കാരണം ക്ഷേത്രവഴി ഒരു ഗ്രാമച്ചന്ത പോലെ തോന്നി. ക്ഷേത്രത്തിലേയ്ക്ക് വേണ്ട സാധനങ്ങളും, പച്ചക്കറികളും എല്ലാം വില്പനയ്ക്കായി വച്ചിരിക്കുന്നു. ഇതുവരെ കണ്ടിട്ടില്ലാത്ത പലതരം പച്ചക്കറികൾ. തോട്ടങ്ങളിൽ നിന്നും വിളവു കഴിഞ്ഞിട്ട് മണിക്കൂറുകൾ പോലുമായിട്ടില്ല. അത്രയും പുതിയത്. ക്ഷേത്രത്തിനു സമീപത്തായി ഒരു മരത്തിൽ നിറയെ ചെറിയ കരിങ്കല്ലുകൾ കെട്ടിത്തൂക്കിയിട്ടിരിക്കുന്നു. കടും ചുവപ്പ് ചരടിൽ ഇങ്ങനെ കല്ലുകൾ കെട്ടിത്തൂക്കിയാൽ ആഗ്രഹിച്ച കാര്യങ്ങൾ നടക്കുമെന്നാണ് ഗ്രാമത്തിലുള്ളവരുടെ വിശ്വാസം. ഭക്തിയോടെയാണ് പലരും ഇങ്ങനെ ഓരോ ആചാരങ്ങളിൽ മുഴുകുന്നത്. സമീപത്തായി പ്രായമായ ഒരു സ്ത്രീ ഇത്തരത്തിൽ ചരടിൽ കോർത്ത കല്ലുകൾ വിൽക്കുന്നുമുണ്ട്. ആ സ്ത്രീ തന്നെ വർഷങ്ങൾക്ക് മുൻപ് തുടങ്ങിവച്ച ആചാരമാണത്രെ ഇത്.

ഭക്തിയിൽ യുക്തി തിരയരുത് എന്ന് എവിടെയോ വായിച്ചിട്ടുണ്ട്.

ഗ്രാമീണ സഞ്ചാരത്തിൽ മിക്കവാറും വീടുകളുടെ മുൻവശങ്ങളിൽ ചില ഭാഗങ്ങളിൽ മാത്രം ചാണകം മെഴുകിയിരിക്കുന്നത് ബന്ധു

കാണിച്ചുതന്നു. ഭൂതം വരാതിരിക്കാനത്രേ ഇങ്ങനെ ചെയ്യുന്നത്!. ഡോക്ടർമാരേക്കാൾ ഗ്രാമീണ ജനങ്ങൾക്ക് വിശ്വാസം മന്ത്രവാദികളെയാണ്.

തൊട്ടടുത്ത കവലയിൽ നാസർ ബന്ധുവിന് ഒരു ചായക്കടയുണ്ട്. ഇപ്പോഴും തൊട്ടുകൂടായ്മയൊക്കെ നിലനിൽക്കുന്ന ഈ ഗ്രാമത്തിൽ ആർക്കും ഇപ്പോഴും കയറിവരാവുന്ന ഒരു താവളമാണ് ഈ ചായക്കട. ഒരു മത സൗഹാർദ്ദ കേന്ദ്രം മാത്രമല്ല സാംസാരിക കേന്ദ്രം കൂടിയാണ്.

ബന്ധു ടീ സ്റ്റാൾ

'ബന്ധു'. പേരിനു താഴെയൊരു ക്യാപ്ഷനും. 'ബിയോണ്ട് ടീ'. ബംഗാളിയിലും ഹിന്ദിയിലും മലയാളത്തിലും എഴുതി വെച്ചിട്ടുണ്ട്.

ചായ സൗജന്യമാണിവിടെ.!

ഒരുപാട് പ്രത്യേകതകൾ ഉള്ളൊരു സ്ഥലമാണെന്ന് തോന്നി. ഒറ്റ നിലയിൽ രണ്ടു മുറികളിലായി വളരെ ചെറിയൊരു ചായക്കട. ചുമരുകൾ വെള്ളനിറത്തിൽ കുമ്മായം പൂശിയ ഇഷ്ടികകൾ കൊണ്ടുണ്ടാക്കിയതാണ്. മുമ്പെങ്ങോ വന്നു പോയവർ വരച്ചു വെച്ച പെയിന്റിങ്ങുകളും കാർട്ടൂണുകളും ചുമരിലുണ്ട്. പൂമ്പാറ്റകളും മാനുകളും ചെഗ്വേരയും മോഡേൺ ആർട്ടും ഒക്കെ അതിലുണ്ട്. അതിന്റെ മുൻവശത്ത് മനോഹരമായി മുള കൊണ്ടുള്ള വേലി. ചിലഭാഗങ്ങളിൽ കേടുപാടുകൾ വന്നിട്ടുണ്ട്.

കടയിൽ നിറയെ കരകൗശല വസ്തുക്കളാണ്. ചുമരിൽ ഒരു ക്ലോക്കുണ്ട്. വെള്ള പ്രതലത്തിൽ തേക്ക് മരത്തിന്റെ പാളിയിൽ ആണ് അതിന്റെ സൂചികൾ ഉള്ളത്. പക്ഷേ ഒന്ന് മുതൽ പന്ത്രണ്ട് വരെ സംഖ്യകൾ ഇല്ല. പകരം എപ്പോൾ നോക്കിയാലും Now (ഇപ്പോൾ) എന്ന് സമയം കാണിക്കുന്നു. കഴിഞ്ഞതും വരാനുള്ളതുമല്ല, 'ഇപ്പോൾ നിങ്ങൾ ജീവിക്കുക' എന്ന് ചിത്രകാരൻ ഹസ്സനിക്ക താത്വികമായി അവലോകനം ചെയ്തു. നിഴലുകളിൽ നോക്കുമ്പോൾ യഥാർഥ രൂപം കാണുന്ന ചില ഇൻസ്റ്റലേഷനുകൾ, തെങ്ങിൻകുല കൊണ്ട് മുടി നിർമിച്ചിട്ടുള്ള ബോബ് മാർലി, കുട്ടികൾ വരച്ച ചിത്രങ്ങൾ, ചൂരൽ കമ്പുകൾ കൊണ്ടുണ്ടാക്കിയ കുട്ടകൾ, മുറങ്ങൾ, ഈറ്റ കൊണ്ട് വേലി കെട്ടിയതു

പോലുള്ള ഒരു കിളിക്കൂട്ടം. ആ കൂട്ടിനകത്തൊരു കണ്ണാടിയുണ്ട്. കണ്ണാടിയിൽ നോക്കിയാൽ ബന്ധനസ്ഥരായ നമ്മളെ കാണാം. പക്ഷേ അത് മിഥ്യ പ്രതിബിംബം ആണെന്നുള്ള തിരിച്ചറിവ് പിന്നീടാണുണ്ടായത്.

അപ്പോഴാണ് മേശക്ക് മുകളിലായി ഒരു വലിയൊരു ഗ്രാമഫോൺ ശ്രദ്ധയിൽ പെട്ടത്. പണ്ടെങ്ങോ ഉപയോഗിച്ചിരുന്നത്. ഇപ്പോഴും സംഗീതം പൊഴിക്കാൻ തയ്യാറാണ് എന്ന് ബന്ധു പറഞ്ഞു. ഞങ്ങളിലെ ഗായകർ സടകുടഞ്ഞെഴുന്നേറ്റു. ഇതാ ഷംസു ഡോക്ടറും നബീൽ ഡോക്ടറും അഭിലാഷ് ഡോക്ടറും പാട്ടു കച്ചേരി ആരംഭിക്കുകയാണ്. പാട്ടുകൾ ചെറുതായി തുടങ്ങി. ഒന്നിനു പുറകെ ഒന്നായി പാടാൻ തുടങ്ങി. ഞങ്ങൾ എല്ലാവരും ഡസ്കിൽ മുട്ടി താളം പിടിച്ചു. ഒരുമിച്ച് പാടാൻ തുടങ്ങി. ഹസ്സനിക്ക ഒരു ഭാഗത്ത് നിന്ന് താളം മുറുക്കുന്നുണ്ട്. ഷംസു ഡോക്ടർ ഏതോ സൂഫി ഗാനങ്ങളുടെ ഉന്മാദത്തിൽ പാടിക്കൊണ്ടേയിരിക്കുന്നു. ഒരുപാട് നേരം അങ്ങനെ പാട്ടും താളവുമായി അവിടെയിരുന്നു.

ഹിന്ദുവും മുസൽമാനുമെല്ലാം ഈ കടയിൽ വരാറുണ്ട്. ജാതി മറന്നു മനുഷ്യരാവാറുണ്ട്. ഇവിടെ ഒന്നിച്ചിരുന്നു ചിത്രങ്ങൾ വരയ്ക്കുകയും കുസൃതി കാണിക്കുകയും ചെയ്യുന്ന ഹബീബയും ലക്ഷ്മിയും പക്ഷേ അന്യോന്യം വീടുകളിലൊന്നും പോകാറില്ലത്രേ. എന്തോ, ഈ ചായക്കടയുടെ മേൽക്കൂരയുടെ ചുവട്ടിൽ നിന്നു മാറിയാൽ അവരെല്ലാം വീണ്ടും ഹിന്ദുവും മുസൽമാനുമാവുന്നു.

ഉച്ചക്ക് മുമ്പായി റൂമിൽ തിരിച്ചെത്തി. അലക്കാനും അടുത്ത യാത്രക്കുള്ള ഒരുക്കങ്ങളും ഒക്കെയായി എല്ലാവരും തിരക്കിലാണ്. എന്റെ ഒരുക്കങ്ങൾ പെട്ടെന്ന് കഴിഞ്ഞു.

റൂമിൽ ഇരിക്കുന്ന സമയത്താണ് ആരോ പറഞ്ഞത് ഇന്ന് വെള്ളിയാഴ്ചയാണ് എന്ന്. രണ്ടുമൂന്നു കാര്യങ്ങളുണ്ട്. യാത്ര തുടങ്ങിയതിൽ പിന്നെ ദിവസങ്ങളും സമയവും ഒന്നും അത്ര ഓർമയിൽ വരാറില്ല. അതിന്റെ ആവശ്യവും വരാറില്ല.

ചക്ലയിലെ ജുമുഅ നമസ്കാരവും ജിന്ന് പള്ളിയും

ജുമുഅ നമസ്കാരത്തിന്റെ നേരമായിട്ടുണ്ട്. കുളിച്ചു വന്നപോഴേക്കും കൂട്ടുകാരെല്ലാം പള്ളിയിലേക്ക് പോയിരുന്നു. ഞാൻ തനിച്ചായിപ്പോയി. അങ്ങാടിയിലേക്ക് ഓടിയെത്തിയപ്പോഴേക്കും അവരെല്ലാം അവിടുന്നും പോയിരുന്നു. പാർത്ഥോയുടെ കടയിലേക്ക് കയറി. പള്ളി എവിടെയെന്നു ചോദിച്ചു. അവർ പറഞ്ഞ വഴി അനുസരിച്ച് വലത് ഭാഗത്തേക്ക് നടക്കാൻ തുടങ്ങി.

ഒറ്റക്കാണ്. എന്റെ കയ്യിൽ ഫോൺ ഇല്ല. പേഴ്സും ഇല്ല. തിരക്കിനിടയിൽ എടുക്കാൻ മറന്നു പോയിരുന്നു. പെട്ടെന്നൊരാവശ്യം വന്നാൽ മറ്റുള്ളവരെ അറിയിക്കാൻ വഴികളൊന്നുമില്ല. വരുന്ന വഴിയിൽ സുനിതിനെ കണ്ടു. അവന്റെ കയ്യീന്ന് മൊബൈൽ ഫോണും 50 രൂപയും വാങ്ങി. പള്ളിയിലേക്കുള്ള നടത്തം ആരംഭിച്ചു. രാവിലെ നടക്കാൻ പോയ വഴികളിലൂടെത്തന്നെയാണ് പോകുന്നത്. ഒരു കിലോമീറ്റർ നടന്നപ്പോൾ മൂന്ന് റോഡുകൾ കൂടിയ കവലയുണ്ട്. ബന്ധുവിന്റെ ചായക്കടയും അവിടെയാണ്. അതിനടുത്താണ് പള്ളി. വുളു എടുത്ത് വേഗം പള്ളിയിലേക്ക് കയറി. ജുമാ നമസ്കാരം കുറച്ചു നേരത്തെ തുടങ്ങിയിട്ടുണ്ട്.

ചക്ലയിൽ തന്നെ തൊട്ടടുത്തുള്ള ഗ്രാമത്തിൽ പ്രസിദ്ധമായ മറ്റൊരു പള്ളിയുണ്ട്. ഒരുപാട് പ്രത്യേകതകൾ ഉള്ള പള്ളി.

ബാബരി മസ്ജിദ് പോലെ വലിയ താഴികക്കുടങ്ങളോട് കൂടിയ വളരെ പുരാതനമായ ഒരു പള്ളിയാണിത്. ഏകദേശം 400 വർഷങ്ങൾക്ക്

മുമ്പ് നിർമ്മിച്ചിട്ടുള്ളതാണെന്ന് പറയപ്പെടുന്നു. ഇതിനെ ജിന്ന് പള്ളി എന്നാണ് നാട്ടുകാർ വിളിക്കുന്നത്. ജിന്നുകൾ ആണത്രേ ഈ പള്ളി കെട്ടിയുണ്ടാക്കിയത്. അതും ഒരൊറ്റ രാത്രി കൊണ്ട്. പള്ളിക്ക് തൊട്ടു മുന്നിലായി വലിയ ഒരു മരമുണ്ട്. ഇത് ജിന്നുകൾ സ്വൈര്യ വിഹാരം നടത്തുന്ന മരമാണെന്ന് നാട്ടുകാർ വിശ്വസിക്കുന്നു. അതുകൊണ്ടുതന്നെ രാത്രികാലങ്ങളിൽ ഒറ്റക്ക് ഈ പരിസരത്തേക്ക് വരാൻ അധികമാരും ധൈര്യപ്പെടാറില്ല.

എന്റെ എല്ലാ സുഹൃത്തുക്കളും ആ പള്ളിയിലേക്കാണ് പ്രാർത്ഥനക്ക് പോയിരിക്കുന്നത്.

ഇവിടെ ഈ പള്ളിയിൽ ഞാൻ മാത്രം. അകത്ത് ആകെ 3 വരികളിൽ മാത്രമേ ആളുകൾ ഉള്ളൂ. വൃത്തിയിൽ വസ്ത്രം ധരിച്ചിരിക്കുന്നു ഇമാം. ഇമാം മാത്രം.

ഖുറാൻ ഓതുവാൻ തുടങ്ങി. നല്ല ശബ്ദം..നല്ല ഖിറാഅത്ത്..

പുറത്തെവിടെയോ പഠിച്ചു വന്നയാളാണ്.

നാട്ടുകാരിൽ മിക്കവരും പരമ്പരാഗതമായ ജുബ്ബയും കള്ളിമുണ്ടുമാണ് ധരിച്ചിരിക്കുന്നത്. മുഷിഞ്ഞ വെള്ള ജുബ്ബയും അതിനടിയിൽ നീലനിറത്തിലുള്ള കള്ളിത്തുണിയും. തലയിൽ താൽക്കാലിക തൊപ്പി ധരിച്ചിട്ടുണ്ട്. ചിലയാളുകൾക്ക് തലപ്പാവുണ്ട്. തൊപ്പിയിടാത്ത ഒരേ ഒരാൾ ഞാൻ മാത്രം. വാതിലിനടുത്ത് വലിയ പ്ലാസ്റ്റിക്ക് കുട്ടയിൽ ഈഞ്ഞി മുഷിഞ്ഞ തൊപ്പികൾ ധാരാളമുണ്ടായിരുന്നെങ്കിലും തലയിലേക്ക് വെക്കാൻ തോന്നിയില്ല.

ഒന്നാമത്തെ വരിയിൽ തുണിയുടെ പായ വിരിച്ചിട്ടുണ്ട്. ചുവന്ന കളറിൽ. രണ്ടാമത്തെ സ്വഫിൽ പ്ലാസ്റ്റിക് ചാക്കുകളാണ് വിരിച്ചിരിക്കുന്നത്. മൂന്നാമത്തെ വരിയിൽ കീറിതുടങ്ങിയ പുൽപ്പായയും.

വയോധികരും കുട്ടികളും മാത്രമാണ് പ്രാർത്ഥനക്ക് എത്തിയിട്ടുള്ളത്. യുവാക്കൾ വളരെ കുറവാണ്. നമസ്കാരം തുടങ്ങിയപ്പോൾ കുട്ടികളെ ഏറ്റവും പുറകിലേക്ക് മാറ്റി.

നമസ്കാരം കഴിഞ്ഞയുടനെ അവിടെ നിന്നും ഇറങ്ങി. ജീൻസും ഷർട്ടും ധരിച്ച തലപ്പാവ് ധരിക്കാതെ എന്നെ ചിലയാളുകൾ തുറിച്ചു നോക്കാൻ തുടങ്ങിയിട്ടുണ്ടായിരുന്നു. വല്ലതും ചോദിച്ചാൽ മറുപടി പറയാൻ അറിയാത്തത് കൊണ്ട് സ്ഥലം കാലിയാക്കുന്നതാണ് ബുദ്ധി.

പുറത്തിറങ്ങി അടുത്ത് കണ്ട വണ്ടിയിലേക്ക് കയറി.

വണ്ടിയല്ല, എഞ്ചിൻ വാൻ.

ഇനി ആ 'വണ്ടി'യെക്കുറിച്ച് പറയാം. അതിപ്രാചീനമായ ഒരു രൂപമാണ് ഈ വാഹനത്തിന്. വാഹനമാണോ എന്ന് ചോദിച്ചാൽ അല്ല. അല്ലേ എന്ന് ചോദിച്ചാൽ ആണ്. അതാണിതിന്റെ പ്രത്യേകത. അന്നാട്ടുകാർ അതിനെ എൻജിൻ വാൻ എന്നാണ് വിളിക്കുന്നത്. കരുത്തും ദൃഢതയും സംഗമിക്കുന്ന ഇരുമ്പ് കമ്പികളിൽ ഉരുക്കിയുണ്ടാക്കിയ ഒരു മുച്ചക്ര വണ്ടി. ബുള്ളറ്റിന്റെയോ യെസ്ഡിയുടെയോ എൻജിനും അതിന്റെ പുറകിലായതിനാൽ വലിയ രണ്ടു ചക്രങ്ങളും അതിനു മുകളിലായി സമചതുരത്തിൽ ഒരു വലിയ പലകയും മൊത്തത്തിൽ മൂടാൻ ഒരു പ്ലാസ്റ്റിക് ഷീറ്റും ഉണ്ടെങ്കിൽ എഞ്ചിൻ വാൻ ആയി.. സീറ്റുകൾ ഇല്ല. സൈഡിലൂടെ സുരക്ഷാ കമ്പികളോ മറയോ ഇല്ല. തടികൊണ്ടുള്ള പ്ലാറ്റഫോമിലാണ് യാത്രക്കാർ ഇരിക്കേണ്ടത്. മുന്നിൽ ഡ്രൈവറോട് ചേർന്ന് ഇരു വശത്തുമായി രണ്ടു പേർക്ക് ഇരിക്കാം. ബാക്കി ആറോ എട്ടോ പേർക്ക് ചതുരപലകയിലും ഇരിക്കാം. നടുവിൽ അരിച്ചാക്കുകളോ, പച്ചക്കറി കൊട്ടകളോ, ലഗേജുകളോ വെക്കാം. കാലുകൾ പുറത്തേക്ക് തൂക്കിയിട്ടിരുന്നു നഗരക്കാഴ്ചകൾ ഒക്കെ കണ്ടു വിപ്ലവപോരാട്ടങ്ങളുടെ ചൂരും ചൂടുമുള്ള കാറ്റ് കൊണ്ട് പതുക്കെ യാത്ര ചെയ്യാം.

സൗന്ദര്യം ഒഴുകുന്ന സുന്ദർബൻസിലേക്ക്

28/12/2019

"പത്തു രൂപ കൊടുത്താൽ നൂറു ഗ്രാം പൊറോട്ട കിട്ടും. ഇവിടെ ഇരുന്നു കഴിക്കുകയാണെങ്കിൽ കറി ഫ്രീ..!!"

സുന്ദർബൻസ് ജലയാത്ര കഴിഞ്ഞു റോഡിലൂടെ നടക്കുമ്പോഴാണ് ഈ കട ചൂണ്ടിക്കാട്ടി ബന്ധു പറഞ്ഞത്. നല്ല തിരക്കുള്ള റോഡിലൂടെ, നൂറു കണക്കിന് ആളുകൾക്കിടയിലൂടെ കാഴ്ചകൾ കണ്ടു നടക്കുകയായിരുന്നു ഞങ്ങൾ.

പൊറോട്ട തൂക്കി വിൽക്കുകയോ..?

വിചിത്രമായിരുന്നു ആ തട്ടുകടയിലെ കച്ചവടം. നമ്മുടെ നാട്ടിലെ പൊറോട്ട ഒന്നിന് 7 രൂപ ആണെങ്കിൽ ഇവിടെ ചുട്ടു ചൂടോടെ പൊറോട്ട തൂക്കി വിൽക്കുകയാണ്.. കിലോ വില നൂറു രൂപ.

"എന്നാ പിന്നെ നമുക്കൊന്ന് രുചിച്ചു നോക്കിക്കളയാം.."

സാധനം തൂക്കുന്നതിനിടയിലാണ് ഈ കടയിലെ ഗ്ലാസ് അലമാരയിലേക്ക് കണ്ണുകൾ പോയത്. മധുര പലഹാരങ്ങളുടെ കലവറയാണ്. ഒട്ടു മിക്ക ബംഗാളി സ്വീറ്റ്സും ഇവിടെയുണ്ട്. പല നിറങ്ങളിൽ പല ആകൃതിയിൽ.

അഞ്ചും ആറും രൂപയാണ് ഓരോന്നിനും. ബംഗാളി മധുരപലഹാരങ്ങൾ വൈവിധ്യമാർന്ന രുചിക്കും സ്വാദിനും പേരുകേട്ടതാണ്. പാചകരീതിയിൽ എന്നും വ്യത്യസ്തത പുലർത്തുന്നവർ. രുചിമുകുളങ്ങളെ

ഉദ്ദീപിപ്പിക്കാൻ പ്രത്യേകം കഴിവ് തന്നെ ഇവർക്കുണ്ട്. പാൽ, തൈര് എന്നിവയിൽ നിന്ന് ഉണ്ടാക്കുന്ന മധുരപലഹാരങ്ങൾ, അതായത് രസഗുള, സൊന്ദേശ്, മലായ് സോംസം, മിശ്ടി ദോയ് എന്നിവ ഇന്ത്യയിലുടനീളം പ്രസിദ്ധമാണ്.

പ്ലാസ്റ്റിക്ക് കുപ്പിയിൽ പെട്രോളും ഡീസലും വിൽപ്പനക്ക് വെച്ചിരിക്കുന്നു. പണ്ടൊക്കെ നമ്മുടെ നാട്ടിലും ഇങ്ങനെ പെട്രോളും ഡീസലും ഒക്കെ "ബ്ലാക്കിൽ" വിറ്റിരുന്നു. ഇവിടെ പല ഗ്രാമങ്ങളിലും ഇപ്പോഴും ഇതേ സ്ഥിതി തന്നെയാണ്.

മറ്റൊരു രസകരമായ കാര്യമാണ് പത്തു രൂപ ഉണ്ടെങ്കിൽ ഇവിടെ സുഖമായി ബ്രേക്ക്ഫാസ്റ്റ് കഴിക്കാം എന്നത്. 10 രൂപക്ക് മൂന്നു പൂരിയും അതിനുള്ള കറിയും കിട്ടും. കൊൽക്കത്ത നഗരത്തിലും മിക്ക ഗ്രാമങ്ങളിലും ചെറിയ കടകളിൽ ഈ "ബഡ്-ജറ്റ് ഫുഡ്" ലഭ്യമാണ്. സാധാരണക്കാരുടെ പ്രധാന ഭക്ഷണങ്ങളിലൊന്ന് "മൂഡി" ആണ്. നമ്മുടെ "പൊരി", അതിൽ നിലക്കടല വിതറിയ ഒരു പ്രത്യേക ഭക്ഷണമാണ്. അതുപോലെ 30 രൂപ ഉണ്ടെങ്കിൽ നമുക്ക് ഉച്ചയൂണ് സുഖമായി കിട്ടും. ബംഗാളികൾ പൊതുവേ ചോറ് ധാരാളമായി കഴിക്കുന്നവരാണ്. ഒരുപക്ഷേ ഇന്ത്യയിൽ തന്നെ ഏറ്റവും വിലക്കുറവിൽ ജീവിക്കാൻ പറ്റുന്ന ഒരു പ്രദേശമാണ് ബംഗാൾ. തനി ഗ്രാമീണരായ ഇവരുടെ കച്ചവടങ്ങൾ നിസ്സാര ലാഭത്തിനാണ് നടത്തുന്നത് എന്നതാണ് ഈ വിലക്കുറവിനു കാരണം..

സുന്ദർബൻസ് കാഴ്ചകളിൽ മുഴുകി അങ്ങാടിയിലൂടെ നടക്കുകയാണ്. പ്രസിദ്ധമായ ടൂറിസ്റ്റ് ലൊക്കേഷൻ ആയത് കൊണ്ടാവാം നിരത്തുകളിൽ നല്ല തിരക്കുണ്ട്. സ്വദേശികളും വിദേശികളും ഇവിടെ കാഴ്ചകൾ കാണാനെത്തിയിട്ടുമുണ്ട്.

ഏകദേശം 10,000 ചതുരശ്ര കിലോമീറ്റർ വിസ്തൃതിയുള്ള ലോകത്തിലെ ഏറ്റവും വലിയ തീരദേശ കണ്ടൽ വനമാണ് സുന്ദർബൻസ്. ഇതിൽ ഏകദേശം 6,000 ചതുരശ്ര കിലോമീറ്റർ ബംഗ്ലാദേശിലും ബാക്കി ഇന്ത്യയിലും സ്ഥിതിചെയ്യുന്നു. പ്രകൃതിയിലെ അത്ഭുതങ്ങളിൽ ഒന്നായി കണക്കാക്കപ്പെടുന്ന ഇത് 1997 ൽ ബംഗ്ലാദേശിലെ യുനെസ്കോയുടെ ലോക പൈതൃക സൈറ്റായി അംഗീകരിക്കപ്പെട്ടു. മൂന്നു ദിവസം മുതൽ ആഴ്ചകളോളം നീളുന്നതാണ് സുന്ദർബൻസ് ടൂറിസം. ദിവസങ്ങളോളം വലിയ ബോട്ടുകളിൽ യാത്രചെയ്താൽ മാത്രമേ ഈ കണ്ടൽകാടുകളും പ്രകൃതിയുടെ ദൃശ്യവിസ്മയങ്ങളും ഒപ്പിയെടുക്കാൻ സാധിക്കുകയുള്ളൂ. ബംഗാൾ കടുവകൾ ലോകപ്രശസ്തമാണല്ലോ..

സക്ക്ദ എന്ന ഗ്രാമത്തിലാണ് ഞങ്ങൾക്കിവിടെ താമസമൊരുക്കിയിരിക്കുന്നത്. ബംഗാളിന്റെ ഏറ്റവും അകത്തളങ്ങളിൽ കുടികൊള്ളുന്ന ഒരു തനി ഗ്രാമമാണിത്. ആധുനിക സൌകര്യങ്ങൾ ഒന്നും തന്നെ ഈ ഭാഗത്തേക്ക് എത്തിയിട്ടില്ല. മെയിൻ റോഡിൽ നിന്നും മൂന്നു കിലോമീറ്റർ നടന്നിട്ട് വേണം ഇവിടെയെത്താൻ. ആകെയുള്ളത് ഏതാനും സൈക്കിളുകളും ബൈക്കുകളും മാത്രം. വല്ലപ്പോഴും വന്നു പോകുന്ന ഓട്ടോറിക്ഷകളും. ടാറിട്ട റോഡുകളില്ല. വൈദ്യുതി മിക്ക വീടുകളിലേക്കും എത്തിയിട്ടില്ല. പുറം നാട്ടിലെ കാര്യങ്ങൾ പലതും മാസങ്ങൾ കഴിഞ്ഞിട്ടാണ് ഇവിടെയുള്ളവർ അറിയുന്നത് തന്നെ.

സൂര്യൻ അസ്തമിക്കാനൊരുങ്ങുകയാണ്. ഞങ്ങൾ താമസ സ്ഥലത്തേക്ക് എത്തിക്കൊണ്ടിരുന്നു. ഗ്രാമീണ ഭംഗി ഒന്ന് വേറെ തന്നെയാണ്.

എങ്ങും വെള്ളക്കെട്ടുകൾ..

കുഞ്ഞു കുഞ്ഞു തോണികൾ. അതിരില്ലാതെ പരന്നു കിടക്കുമായിരുന്ന ഇതിനെ വരമ്പ് കെട്ടി വേർതിരിച്ചിരിക്കുന്നു.

മനോഹരമായ കാഴ്ചയാണിത്.

വെള്ളം നിറഞ്ഞ വയലുകൾ..

അതിനു നടുവിൽ ധാരാളം ചെറു കുടിലുകൾ.

കുങ്കുമനിറം പൂകിയ ചക്രവാളത്തിൽ അസ്തമയ സൂര്യൻ..

സുവർണ കിരണങ്ങൾ തീർക്കുന്ന പ്രതിബിംബങ്ങൾ..

വെള്ളക്കെട്ടിൽ നീന്തിത്തുടിക്കുന്ന താറാവിൻ കൂട്ടങ്ങൾ.

അതിരുകളിൽ നിന്നും വയലിലേക്ക് ചാഞ്ഞു നിൽക്കുന്ന തെങ്ങിൻ തോപ്പുകൾ.

നിർത്താതെ ബെൽ മുഴക്കി ചവിട്ടി നീങ്ങുന്ന സൈക്കിൾ കൂട്ടങ്ങൾ.

അതിസുന്ദരമായിരുന്നു.!!

ഞങ്ങൾ താമസസ്ഥലത്തേക്ക് എത്തി.

ചെറിയൊരു സ്കൂൾ കെട്ടിടം. അതിനു മുമ്പിലായി വീണ്ടും വെള്ളക്കെട്ടുകൾ. അതിനു പുറകിലായി വെള്ളത്തിൽ ഉയർത്തികെട്ടിയുണ്ടാക്കിയ സാമാന്യം വലിപ്പമുള്ള ഒരു ഹട്ട്. മുളയും മരപ്പലകകളും കൊണ്ട് നിർമിച്ചതാണത്. മുളയുടെ തനത് പച്ച നിറം പൂശിയ ആ വീട് ആരെയും മനം മയക്കാൻ മാത്രം സൗന്ദര്യം ആവാഹിച്ചിരുന്നു.

യാത്രയുടെ സമാപനത്തിലേക്ക് നീങ്ങിക്കൊണ്ടിരിക്കുകയാണ്. വിശകലന യോഗങ്ങൾ നടക്കുന്നതിന്റെ ഒരുക്കങ്ങൾ ആരംഭിച്ചു.

താൽക്കാലികമായി കെട്ടിയുണ്ടാക്കിയ കൂരയുടെ മുമ്പിൽ താർപായ വിരിച്ച് ഞങ്ങൾ അതിൽ ഇരുന്നു. അവലോകന യോഗങ്ങൾ ആരംഭിച്ചു.

എട്ടരയോടെ കൂടി മീറ്റിംഗ് അവസാനിച്ചു. നല്ല തണുപ്പുണ്ടായിരുന്നു. കൂരാകൂരിരുട്ടും.

ഞങ്ങൾ നമസ്കരിക്കുന്നതിന് വേണ്ടി പള്ളി അന്വേഷിച്ചു പുറത്തിറങ്ങി. വഴിയൊന്നും അറിയില്ല. ദൂരെ വലതുദിശയിലെവിടെ നിന്നോ ഒരു ബാങ്കിന്റെ ശബ്ദം കേട്ടിരുന്നു. ആ പള്ളി അന്വേഷിച്ചുള്ള യാത്രയാണ്. പാതിരാ യാത്ര.!.

സമയം ഒൻപതു മണി ആയിട്ടേ ഉള്ളൂവെങ്കിലും വഴിയിൽ ഒന്നും വെളിച്ചമില്ല. തെരുവുവിളക്കുകൾ ഒന്നുമില്ലാത്ത ഒരു ഗ്രാമമാണിത്. വീടുകളിലാണെങ്കിൽ പുറത്തേക്കെത്തുന്ന രൂപത്തിൽ ഒരു വെളിച്ചവുമില്ല. വൈദ്യുതി തന്നെ ഉണ്ടോ എന്നറിയില്ല. വിജനമായ റോഡുകൾ. പള്ളി അന്വേഷിച്ച് ഞാനും ശിമിലും നാഫീസും ശിഹാബിക്കയും ഷംസു ഡോക്ടറും മുഹമ്മദലിക്കയും നടത്തം ആരംഭിച്ചു. ഇഷ്ടിക പാകിയ റോഡിന്റെ വലതുവശത്ത് വെള്ളക്കെട്ടുകൾ ആണ്. ഇടതുവശത്ത് കുറച്ചു വീടുകൾ ഒക്കെയുണ്ട്.

മൊബൈൽ ഫ്ലാഷ് ലൈറ്റ് ഓൺ ആക്കിയാണ് നടക്കുന്നത്. തിരിച്ചു വരുന്നതിനു വേണ്ടി വഴി ഒക്കെ നോട്ട് ചെയ്യുന്നുണ്ട് ഷംസു ഡോക്ടർ. ദൈവവും ദൈവവിശ്വാസവും സൂഫിസവും എന്ന വിശാലമായ വിഷയത്തിലെ ഫിലോസഫിയാണ് സംസാരവിഷയം. ഡോക്ടറും ശിമിലും കടിച്ചാൽ പൊട്ടാത്ത വലിയ സിദ്ധാന്തങ്ങൾ ഒക്കെ പറയുന്നുണ്ട്. ഞാനും നാഫിസും വേറെ കുറെ കഥകൾ പറഞ്ഞു കുറച്ചു മുമ്പിലായി നടക്കുകയാണ്.

ഒരു ഏകദേശം ഒരു നൂറടി നടന്നപ്പോൾ ഒരു ചെറിയ ജംഗ്ഷൻ കണ്ടു. അവിടെ നിന്നും ഇടത്തോട്ട് തിരിഞ്ഞു. വഴി ചോദിക്കാനോ അന്വേഷിക്കാനോ ആരുമുണ്ടായിരുന്നില്ല. ഒരു ഊഹത്തിന്റെ ബലത്തിൽ നടക്കുകയാണ്. ഓരോ കഥകൾ പറഞ്ഞു കൊണ്ട്. ഇരുട്ടും തണുപ്പും ചേർന്നു ആ രാത്രിയെ കൂടുതൽ സുന്ദരമാക്കി.

നടക്കുന്നതിനിടയിൽ അകലെയായി ഒരു ചെറിയ വെളിച്ചം കണ്ടു. ഒരു ചെറിയ തട്ടുകട ആണെന്ന് തോന്നുന്നു. ചുവടുകൾക്ക് വേഗം കൂടി. അഞ്ചു മിനിറ്റ് കൊണ്ട് അവിടെ എത്തി. ആളുകൾ ആശ്ചര്യത്തോടെ നോക്കുന്നുണ്ടായിരുന്നു. നാട്ടുകാർ അല്ലാത്ത കുറെ ആളുകൾ ഈ രാത്രിയിൽ എങ്ങോട്ട് പോകുന്നു. എന്തിനു പോകുന്നു എന്ന ഒരു ആശങ്ക അവരുടെ മുഖത്ത് പ്രകടമായിരുന്നു.

ചെറിയ ഒരു തട്ടുകടയാണിത്. ഓംലറ്റ്, കട്ടൻ കാപ്പി, ചെറുതും വലുതുമായ മിടായി പാക്കറ്റുകൾ, കടല പൊടി ഐറ്റംസ് ഒക്കെ ഉള്ള ചെറിയ ഒരു കട.

"ഹാം ഫാറൂക്ക് ഡോക്ടർ കാ മേഹ്മാനിയോം ഹേ..". മുഹമ്മദാലിക്കാ കേറി പറഞ്ഞു.

ആ കടയിൽ കുറച്ച് ആളുകൾ ക്യാരംസ് കളിക്കുകയിരുന്നു. രണ്ടുമൂന്ന് ആളുകൾ പുറത്തേക്ക് നോക്കി കൊണ്ട് എന്തൊക്കെയോ പറഞ്ഞു

ഫാറൂക്ക് ഡോക്ടർ ഇവിടെ വളരെ പ്രസിദ്ധൻ ആണ്. ഒരു ഗ്രാമത്തിനു വേണ്ടി സ്വയം സമർപ്പിച്ച ഭിഷഗ്വരൻ. അദ്ദേഹത്തിന്റെ അതിഥികൾക്ക് കിട്ടേണ്ട എല്ലാ പരിഗണനയും അവർ തന്നു. പള്ളി കുറച്ചു കൂടി മുൻപോട്ടു നടന്നാൽ മതി എന്ന് പറഞ്ഞു. ഞങ്ങൾ നേരെ മുന്നോട്ടു നടന്നു. ഏകദേശം ഒരു 200 മീറ്റർ മുന്നോട്ട് നടന്നപ്പോൾ ഇടതു വശത്തായി ഒരു പഴയ കെട്ടിടം. പള്ളിയാണ്. ഇവിടെയും വെളിച്ചം ഒന്നുമുണ്ടായിരുന്നില്ല. ആളുകളെയും കണ്ടില്ല.

ഞങ്ങൾ പതുക്കെ ഗേറ്റ് തുറന്നു. പള്ളിയോട് ചേർന്ന് വലതുഭാഗത്ത് ചെറിയ കുട്ടികൾ താമസിക്കുന്ന ഒരു സ്ഥലമുണ്ട്. ഇതൊരു ദർസ് ആണെന്ന് തോന്നുന്നു. ഞങ്ങളെ കണ്ടപ്പോൾ കുട്ടികൾ ഓടി വന്നു. പേടിയും ആശങ്കയും അവരുടെ മുഖത്ത് കാണാമായിരുന്നു.

പിന്നീട് ഞങ്ങളെ പരിചയപ്പെടുത്തി. കേരളത്തിൽ നിന്നും വന്നവരാണ്. ഡോക്ടറുടെ അതിഥികളാണ് എന്നൊക്കെ. കേട്ടപ്പോൾ കുട്ടികൾക്ക് വളരെ സന്തോഷമായി. നല്ല അനുസരണയുള്ള സ്നേഹമുള്ള സഹായമനസ്കരായ കുട്ടികൾ. ഞങ്ങൾക്ക് അംഗശുദ്ധി വരുത്താനുള്ള സ്ഥലം കാണിച്ചു തന്നു. അവരുടെ ചെരുപ്പുകൾ ഞങ്ങൾക്ക് തന്നു. നിസ്കരിക്കുന്നത് വരെ പുറത്ത് കാത്തുനിന്നു. ഞങ്ങളോട് എന്തൊക്കെയോ സംസാരിക്കാനുണ്ടായിരുന്നു അവർക്ക്.

ആശങ്കകൾ ആകാംക്ഷകൾക്ക് വഴിമാറി.

നമ്മുടെ നാടിനെ കുറിച്ച്, കേരളത്തെക്കുറിച്ച് അവർ കേട്ടിട്ടുപോലുമില്ല. അവരോട് കേരളത്തെക്കുറിച്ച് ഞങ്ങൾ പറഞ്ഞു കൊടുത്തു. നന്നായി പഠിക്കണം എന്ന് പറഞ്ഞു. കുറച്ചപ്പുറത്ത് രണ്ടു കുട്ടികൾ അടുപ്പിൽ എന്തോ കത്തിക്കുന്നുണ്ടായിരുന്നു. ആദ്യം ഞാൻ വിചാരിച്ചു അവരെ ചൂട് കായുന്നതിനുവേണ്ടി കത്തിക്കുകയാണെന്ന്. അവിടെ പോയി നോക്കിയപ്പോൾ, ചോറ് വേണോ എന്ന് ചോദിക്കുന്നു. പതിമൂന്നു വയസ്സുള്ള കുട്ടികൾ. വലിയൊരു ചെമ്പിലാണ് പാചകം ചെയ്യുന്നത്. കിഴക്ക് ഭാഗത്ത് നിന്നും ശക്തമായ കാറ്റ് വീശുന്നുണ്ടായിരുന്നു. നല്ല

തണുപ്പുമുണ്ട്. തീ അണഞ്ഞു പോകാതിരിക്കാൻ മരംകൊണ്ട് മറ ഉണ്ടാക്കി മുമ്പിൽ വെച്ചിട്ടാണ് പാചകം.

അവിടുന്നു മടങ്ങുന്ന നേരം വേറെയും കുറെ കുട്ടികൾ എത്തിയിരിക്കുന്നു. വളരെ സ്നേഹത്തോടുകൂടി കുറെ നേരം സംസാരിച്ചു. എല്ലാവരെയും കൂട്ടി ഒരു സെൽഫി എടുത്തിട്ട് ആണ് ഞങ്ങൾ മടങ്ങിയത്. തിരിച്ച് റൂമിൽ എത്തുന്നതിനു ബുദ്ധിമുട്ടുണ്ടായില്ല. നേരത്തെ മനസ്സിൽ കുറിച്ച് വെച്ച വഴിയിലൂടെ തിരിച്ചെത്തി. സംഘങ്ങൾ എല്ലാവരും അപ്പോഴേക്കും ഭക്ഷണം കഴിച്ചിരുന്നു. ഞങ്ങൾക്കുള്ള ഭക്ഷണം ഡോക്ടറുടെ വീട്ടിലായിരുന്നു സജ്ജീകരിച്ചിരുന്നത്. സ്വാദിഷ്ടമായ നെയ്ച്ചോറും കോഴിക്കറിയും.

ഭക്ഷണം കഴിച്ച് മടങ്ങുമ്പോഴേക്കും തണുപ്പ് കൂടിയിട്ടുണ്ട്. ലഭ്യമായ കമ്പിളിപ്പുതപ്പ് ഒക്കെ പുതച്ചു ഞങ്ങൾ വേഗം ഉറങ്ങി.

സുന്ദർബൻസ്: വിദ്യാഭ്യാസം | ആരോഗ്യം | സാമൂഹിക ചുറ്റുപാടുകൾ

അതിമനോഹരമായ ഈ ഗ്രാമത്തിൽ നിന്നു കിട്ടിയ കണ്ണു നിറയ്ക്കുന്ന ചില കാഴ്ചകൾ ഇപ്പോഴും മനസ്സിനെ അലോസരപ്പെടുത്തുന്നു. ഗ്രാമീണർ നേരിടുന്ന ഏറ്റവും വലിയ ശാപമാണ് ഇവിടുത്തെ ഡോക്ടർമാർ. ആരോഗ്യ രംഗത്തെ സ്ഥിതിഗതിയാണെങ്കിൽ അത്യധികം പിന്നോക്കം തന്നെ. ഇവിടെ ഗ്രാമീണരെ ചികിൽസിക്കുന്നതിൽ ഏറ്റവും വിദ്യാഭ്യാസമുള്ള ഡോക്ടർ പഠിച്ചത് ആറാം ക്ലാസ്സ് വരെയാണെന്ന് പറഞ്ഞാൽ ആരെങ്കിലും വിശ്വസിക്കുമോ..? സത്യമാണ്..

ആറിലും നാലിലും പഠിത്തം മുടങ്ങിയ ഡോക്ടർമാർ ആരുടെയോ പേരിലുള്ള മെഡിക്കൽ സ്റ്റോറുകളിൽ ഇരുന്നു രോഗികളെ പരിശോധിക്കുന്നു. കാലാവധി കഴിഞ്ഞ മരുന്നുകൾ രോഗികൾക്ക് കൊടുക്കുന്നു. ഇവിടെ അസ്ഥി പൊട്ടിയാൽ പ്ലാസ്റ്റർ ഇടുന്നതിനോടൊപ്പം ഒരു മീനിനെക്കൂടി അതിനുള്ളിൽ വച്ചുകെട്ടാറുണ്ട്.. ഇതിനു പിന്നിലുള്ള കാരണം കേട്ടപ്പോൾ ഞെട്ടിപ്പോയി..

ഡോക്ടർ പറഞ്ഞത് അസ്ഥി പൂർവ്വസ്ഥിതി പ്രാപിക്കാൻ കാൽസ്യം ആവശ്യമുണ്ട്. ഈ മീനിലും ഉള്ളത് കാൽസ്യം ആയതുകൊണ്ട് ആ കുറവ് ഈ മീൻ നികത്തുമത്രേ..!! അതിപ്രാചീനമായ ചികിത്സാരീതികൾ. കൂടെ ദുർമന്ത്രവാദവും മറ്റ് ആഭിചാരക്രിയകളും. ഇതിനിടയിൽ എത്ര ജീവൻ

പൊലിഞ്ഞു പോവുന്നുണ്ടാവും.?? ആർക്കറിയാം.. വിശ്വാസത്തിന്റെ മറവിലാകുമ്പോൾ അതൊന്നും ഒരു ചോദ്യമായി വരില്ല.

സ്ത്രീകളുടെ ജീവിതം അതിലും കഷ്ടമാണ്. പലരും അടുക്കളയിലെ പുകപാളിയ ജീവിതത്തിൽ തളച്ചിടപ്പെട്ടത് പോലെയാണ്. പുറം ലോകവുമായി ഒരു ബന്ധവുമില്ല. ഗ്രാമത്തിലെ മിക്കവാറും സ്ത്രീകൾ ആർത്തവ സമയങ്ങളിൽ പാഡ് പോലും ഉപയോഗിക്കാറില്ല.

ഇപ്പോഴും ഏറിയപങ്കും ഉപയോഗിക്കുന്നത് തെങ്ങിൻ കൊതുമ്പും പനയുടെ കൊതുമ്പുമാണ്. മറ്റൊരുകൂട്ടർ ഇതിനു പകരം പുഴയുടെ തീരത്ത് കണ്ടുവരുന്ന ഒരു പ്രത്യേകതരം മണ്ണ് കുഴച്ച രണ്ടു തുണികൾക്കുള്ളിലായി വച്ചും ഉപയോഗിക്കുന്നുണ്ടത്രേ.

ഇതും ഇന്ത്യയാണ്.. ഇതും സത്യമാണ്..!!!

ഇനിയും അതിൽ നിന്നും മോചിതരായിട്ടില്ല. ദുരിതപർവമായ ജീവിതത്തിൽ നിത്യാവശ്യങ്ങൾപോലും നിറവേറ്റാനാകാത്ത ഒരു സമൂഹത്തിന്റെ നിസ്സഹായാവസ്ഥയുടെ നേർചിത്രങ്ങളായിരുന്നു പഴയ കാലത്തെ കലയും സാഹിത്യങ്ങളുമെല്ലാം. എല്ലു മുറിയെ പണിയെടുക്കുകയല്ലാതെ കയറിക്കിടക്കാൻ ഒരു കൂരപോലുമില്ലാത്ത മനുഷ്യന്റെ ദയനീയത. മനുഷ്യന്റെ ആവശ്യങ്ങളുടെ മുൻഗണനാക്രമമായ ഭക്ഷണവും വസ്ത്രവും പോലും അവർക്ക് അന്യമായിരുന്നു. സ്വതന്ത്രമായി മേഞ്ഞു നടന്നിരുന്ന കന്നുകാലികൾക്കുണ്ടായിരുന്ന സൗകര്യങ്ങൾ പോലുമില്ലാത്തവരായിരുന്നു ഭൂരിഭാഗം ജനങ്ങളും.

ഇവിടെ കുട്ടികൾ വിദ്യാഭ്യാസം എന്ന പ്രക്രിയയിലേക്ക് എത്തിച്ചേരാൻ തുടങ്ങിയിട്ട് ഒരുപാടൊന്നും ആയിട്ടില്ല. സ്കൂളുകൾ ഉണ്ട്. പക്ഷേ അത് ഇവരിൽ ഭൂരിഭാഗത്തിനും ഒരുനേരത്തെ പട്ടിണി മാറ്റാനുള്ള ഒരു സ്ഥലം മാത്രമാണ്.

ഗ്രാമങ്ങളിൽ രാവിലെ പഠിക്കാൻ പോകുമ്പോൾ കുട്ടികളുടെ കൈയിൽ സ്ലെയിറ്റിനും പുസ്തകങ്ങൾക്കും ഒപ്പം ഒരു ചാക്കും ഭക്ഷണപാത്രവും ഉണ്ടാകും.

കെട്ടിടമില്ലാത്ത ഇരിപ്പിടങ്ങളില്ലാത്ത അംഗനവാടികളാണ് ഗ്രാമങ്ങളിൽ ഉണ്ടാവുക. പഠന ഉപകരണങ്ങളും പരിമിതം.

മരച്ചുവട്ടിലോ മറ്റോ ചാക്ക് വിരിച്ച് കുട്ടികളിരിക്കും. അടുത്ത് തന്നെ ഭക്ഷണപാത്രവും ഉണ്ടാകും. ടീച്ചർ വന്നാലും ഇല്ലെങ്കിലും പഠിപ്പിച്ചാലും ഇല്ലെങ്കിലും കുഴപ്പമില്ല. ഉച്ചക്കുള്ള ഭക്ഷണം കിട്ടിയാൽ മതി.

മിക്കവാറും സ്കൂളുകളിൽ കുട്ടികൾ എത്തുന്നത് പതിനൊന്നുമണി കഴിയുമ്പോൾ ആണ്. ഉച്ചഭക്ഷണം കഴിക്കുന്നതോടുകൂടി അന്നത്തെ

വിദ്യാഭ്യാസം അവസാനിക്കുന്നു. ഒരു നേരത്തെ ഭക്ഷണത്തിന് മാത്രമായി സ്കൂളിന്റെ പടി ചവിട്ടുന്നവരാണ് അധികവും. എങ്കിലും ഈ ഗ്രാമത്തിൽ നിന്നും ഏതാനും ചില ബിരുദധാരികൾ ഉണ്ടായിട്ടുണ്ട് എന്നത് വളരെ ആശാവഹമായ വാർത്തയായിരുന്നു.

മീനുകളെ വളർത്തുന്ന കുളത്തിലാണ് കുട്ടികളടക്കമുള്ള ഗ്രാമീണർ കുളിക്കുന്നതും അലക്കുന്നതും. മീനിനുള്ള ഭക്ഷണ സാധനങ്ങളായ രാസ വസ്തുക്കൾ കലങ്ങിയ വെള്ളം ഇവർക്കുണ്ടാക്കുന്ന ത്വക്ക് രോഗങ്ങൾ ചില്ലറയല്ല.

ഈ ഒരു സാമൂഹിക സാഹചര്യത്തിലാണ് നാസർ ബന്ധുവിനെപ്പോലുള്ള സന്നദ്ധ സേവകർ വിദ്യാഭ്യാസത്തിലും ആരോഗ്യരംഗത്തും വിപ്ലവകരമായ മുന്നേറ്റങ്ങൾ നടത്തുന്നത്. പ്രായമായിട്ടും സ്കൂളിലേക്ക് വരാത്തവരെയും പലകാരണങ്ങളാൽ പാതിവഴിയിൽ പഠനം മുടങ്ങിപ്പോയ കുട്ടികളെയും മുതിർന്നവരെയും വീണ്ടും സ്കൂളിലേക്ക് കൊണ്ട് വരികയും ഒരു ബദൽ വിദ്യാഭ്യാസം കൊടുക്കുകയുമാണിവിടെ ചെയ്യുന്നത്. അത് കൊണ്ട് തന്നെ ഒരേ ക്ലാസിൽ ഒരേ പ്രായക്കാർ തന്നെ ആയിക്കൊള്ളണമെന്നില്ല. അത്തരം ഒരു സ്കൂളിലാണ് ഈ ദിവസങ്ങളിൽ ഞങ്ങളുടെ ക്യാമ്പ് നടക്കുന്നത്. സീറോ ഫൌണ്ടേഷനും സമാനമായ സംഘടനകളും നടത്തുന്ന പുരോഗമന പ്രവർത്തനങ്ങൾ മൂലം സാവധാനമെങ്കിലും മാറ്റങ്ങൾ വരുന്നുണ്ട്. നന്മയിലേക്കുള്ള മാറ്റങ്ങൾ.!!

മറ്റൊരു കോണിലൂടെ നോക്കുകയാണെങ്കിൽ വിദ്യാഭ്യാസ - സാമൂഹ്യ - സാംസ്കാരിക രാഷ്ട്രീയ ഘടകങ്ങളേക്കാൾ സുന്ദർബൻസ് ഗ്രാമീണരെ ബാധിക്കുന്നത് ആ ഗ്രാമത്തിന്റെ ഭൂമിശാസ്ത്രഘടകങ്ങൾ തന്നെയാണ്.

ഒട്ടുമിക്ക കുട്ടികൾക്കും സൈക്കിൾ സ്വന്തമായുണ്ടാവും. നല്ല നാടൻ സൈക്കിൾ. എന്റെ കുട്ടിക്കാലവും അങ്ങനെ ഒക്കെ തന്നെയായിരുന്നു. വാടകക്ക് സൈക്കിൾ എടുത്തിട്ട് ഊര് ചുറ്റൽ ആയിരുന്നു അന്നത്തെ മുഖ്യ വിനോദം. ഒരു മണിക്കൂറിനു അഞ്ചു രൂപ. ഏത് വലിയ കയറ്റവും നിന്ന് ചവിട്ടുന്നവരെയും ഡബിളും ത്രിബിളും ഒക്കെ വെച്ച് സൈക്കിൾ ഓടിക്കുന്നവരെയും ഒക്കെ ആശ്ചര്യത്തോടെ അതിലേറെ ആരാധനയോടെ നോക്കി കണ്ടിരുന്ന കാലം. അവരായിരുന്നു അന്നത്തെ ഹീറോസ്.!!

സ്വന്തമായി സൈക്കിൾ ഉള്ളവർ പറയുന്നത് എന്തും കേൾക്കാൻ അന്നൊക്കെ ഞങ്ങൾ റെഡിയായിരുന്നു.

ഫാറൂഖ് ഡോക്ടറുടെ വീട്ടിൽ രണ്ടു സൈക്കിൾ ഞങ്ങൾ കണ്ടു വെച്ചിട്ടുണ്ടായിരുന്നു. ഒരു സൈക്കിൾ കൂടി സംഘടിപ്പിച്ചു. നാഫിസും സുനിത്തും ഞാനും അവിടുത്തെ രണ്ടു ചെറിയ കുട്ടികളും അടങ്ങുന്ന അഞ്ചംഗ സംഘം സൈക്കിൾ യാത്ര ആരംഭിച്ചു. വെള്ളക്കെട്ടുകൾക്ക് ഇടയിലൂടെ ഉയർത്തിക്കെട്ടിയുണ്ടാക്കിയ ചെമ്മൺപാതകളിലൂടെ ഈ ഗ്രാമത്തെ വലയം വെക്കുക എന്നതായിരുന്നു ലക്ഷ്യം.

അതിസുന്ദരമായിരുന്ന ഗ്രാമീണകാഴ്ചകൾ. ഗ്രാമം മുഴുവൻ വെള്ളക്കെട്ടുകളായിരുന്നു. അതിനിടയിലെ കുഞ്ഞു വീടുകൾ കായലോരത്തെ വേനൽക്കാല റിസോട്ടുകൾ പോലെ തോന്നിച്ചു. കുടിലുകളുടെ പ്രതിബിംബം വെള്ളത്തിൽ തെളിഞ്ഞു കാണാമായിരുന്നു. പനോരമിക് ചിത്രങ്ങളിൽ ഒക്കെ കാണുന്ന പോലെ അതിസുന്ദരമായിരുന്നു ആ ഗ്രാമീണ ഭംഗി. എങ്കിലും വെള്ളം കുടിക്കാനോ മറ്റു വീട്ടാവശ്യത്തിനോ ഉപയോഗിക്കാൻ പറ്റില്ലെന്ന് സ്ഥലവാസികളിൽ നിന്നറിഞ്ഞു.

ഗ്രാമത്തെ കറങ്ങിക്കൊണ്ടിരിക്കുകയാണ്. സൈക്കിളോട്ടം ഒരു മത്സരം പോലെയായിരുന്നു. ആദ്യത്തെ അഞ്ചു മിനിറ്റ് ചവിട്ടിയപ്പോഴേക്കും ഞങ്ങളുടെ കാറ്റ് തീർന്നു. വായിൽ നിന്നും നുരയും പതയും ഒക്കെ വരുന്ന പോലെ. തൊണ്ടയിൽ ഒരു തുള്ളി വെള്ളമില്ല. ഹൃദയം പട പടാന്ന് അടിക്കുന്നു. ചെറിയ കുട്ടികളാണെങ്കിൽ മിസൈൽ വിട്ട പോലെ പറക്കുകയാണ്. ഒരു നിലക്കും അവരുടെ ഏഴയലത്ത് പോലും എത്താനാവുന്നില്ല. ഇടക്ക് നിർത്തിയും വെള്ളം കുടിച്ചും ഒരു വിധം ഞങ്ങളും സൈക്കിൾ സഞ്ചാരം തുടർന്നു.

പല രൂപത്തിലും വലിപ്പത്തിലും എങ്ങും സുന്ദരമായ വെള്ളക്കെട്ടുകൾ തന്നെ. ഇടക്ക് അരുവികളും ചെറിയ തോടുകളും ഉണ്ട്. അതിൽ അരയന്നങ്ങൾ നീന്തിത്തുടിക്കുന്നു. പൊന്മാനുകൾ ഇരയെ തേടി കുറ്റിക്കോലുകളിലും മരക്കൊമ്പുകളിലും ഇരിപ്പുറപ്പിച്ചിട്ടുണ്ട്. വഴിയോരത്തെ ചെടികളിൽ പല വർണ്ണങ്ങളിൽ പൂക്കൾ വിരിഞ്ഞിരിക്കുന്നു.

എല്ലാം നയനമനോഹരമായ കാഴ്ചകൾ.!

എങ്കിലും എല്ലാക്കാലത്തും വെള്ളക്കെട്ടുകളിൽ ഈ സൌന്ദര്യം കാണാൻ കഴിയില്ല. ഇതിനു മറ്റൊരു മുഖം കൂടിയുണ്ടത്രേ. മഴക്കാലത്ത് വെള്ളം കരകവിഞ്ഞൊഴുകും, വീടുകൾ വെള്ളത്തിലാകും. വെള്ളം പൊങ്ങിയാൽ ബണ്ടുകൾ പൊട്ടി സകല പ്രദേശങ്ങളും വെള്ളത്തിൽ മുങ്ങും. കൃഷി നശിക്കും. ആളുകളെ മാറ്റിപ്പാർപ്പിക്കേണ്ടിവരും. ഉള്ള ഗതാഗത മാർഗം കൂടി ഇല്ലാതാവും. മറ്റുള്ള പ്രദേശങ്ങളിൽ നിന്നും ഒറ്റപ്പെടും.

ചുരുക്കിപ്പറഞ്ഞാൽ ദുരിതകാലം.

സോനാഗച്ചിയെന്ന ചുവന്നതെരുവ്

ബംഗാൾ യാത്രയുടെ അവസാന ദിവസങ്ങളിലേക്ക് എത്തിയിരിക്കുന്നു. പലകാരണങ്ങളാൽ നടക്കാതെ പോയ, എന്നാൽ തീർച്ചയായും പോയിരിക്കേണ്ട കൽക്കട്ടയിലെ ഒരു സ്ഥലമാണ് സോനാഗച്ചി. പോയിരിക്കണം എന്ന് പറഞ്ഞത് പോവാൻ വേണ്ടിയല്ല. അങ്ങനെ കയറിച്ചെല്ലാൻ പറ്റിയ ഒരിടവുമല്ല. ഇനി അഥവാ കയറിചെന്നാൽ തന്നെ കൺകുളിർമ്മയുള്ള കാഴ്ചകൾ ഒരുക്കിവെച്ച ഒരു സ്ഥലവുമല്ല. അല്പം സാഹസികതയും മനസ്സുറപ്പും ഉണ്ടെങ്കിൽ, വ്യത്യസ്തമായ ജീവിതങ്ങൾ കാണണമെന്നുണ്ടെങ്കിൽ ഒന്ന് പോയി കാണണം എന്ന് മാത്രം.

കൽക്കട്ടാ സന്ദർശനത്തിന്റെ ആദ്യദിവസം കാളിഘട്ട് തെരുവിനു തൊട്ടടുത്തുള്ള ഒരു ചുവന്ന തെരുവിനെക്കുറിച്ച് ബന്ധു പറഞ്ഞപ്പോൾ തന്നെ സുനിത്തിനോട് ഞാൻ സോനാഗച്ചിയെക്കുറിച്ച് പറഞ്ഞിരുന്നു. അവനും ഇതേകാര്യം മനസ്സിലിട്ട് നടക്കുകയായിരുന്നുവത്രേ. എങ്ങനെ യെങ്കിലും അതൊന്നു കണ്ടു മനസ്സിലാക്കണം എന്ന്.

സമയം വരട്ടെ. നമുക്ക് പോവാം എന്ന് അന്ന് തന്നെ ഉറപ്പിച്ചതാണ്.

കോയമ്പത്തൂരിൽ പോസ്റ്റ് ഗ്രാജ്വേഷനു പഠിക്കുന്ന സമയത്താണ് സോനാഗച്ചിയെന്ന തെരുവിനെക്കുറിച്ച് ആദ്യമായി കേൾക്കുന്നത്. അന്നൊക്കെ മാസത്തിലൊരിക്കൽ ഒരു ബാംഗ്ലൂർ യാത്ര പതിവാ യിരുന്നു. ബാംഗ്ലൂർ സിറ്റിയിലെ തിരക്ക് പിടിച്ച മെജസ്റ്റിക് അണ്ടർ ഗ്രൌണ്ടിലൂടെ നടക്കുമ്പോൾ അവിടെയും ഇവിടെയും ഇത്തരം

ഇടപാടുകാരെ കാണാമായിരുന്നു. ഇരുട്ടും നിഗൂഢതകൾ നിറഞ്ഞ തുമായിരുന്നു സിറ്റിക്ക് താഴെ ഭൂമിക്കടിയിലൂടെയുള്ള ഈ നടവഴി. ചുണ്ടിൽ കടും ചുവപ്പും ഓറഞ്ചും ചായം തേച്ച് കുറുകിയതും ഇറുകിയ തുമിട്ട് അല്പവസ്ത്ര ധാരികളായ സ്ത്രീകൾ ആളുകളെ മാടിവിളിക്കുന്നതും പിന്നാലെ പോകുന്നതും കണ്ടിട്ടുണ്ട്. ആ സമയത്താണ് ഇത്തരം ചുവന്ന തെരുവുകളെപ്പറ്റി കൂടുതലായി കേൾക്കുന്നത്. പിന്നീട് അതിനെപ്പറ്റി വായിച്ചും, യൂട്യൂബിൽ പരതിയുമൊക്കെ ഒരുപാട് അറിഞ്ഞിട്ടുണ്ട്. കാമം മാത്രം പൂക്കുന്ന ഇത്തരം തെരുവുകളെപ്പറ്റി. കാമാത്തിപുരയെ പറ്റി. സോനാഗച്ചിയെപ്പറ്റി.

ബോംബെയിൽ പലവട്ടം പോയെങ്കിലും ഒരിക്കൽ പോലും കാമാത്തിപുരയുടെ അകത്തേക്ക് പോകാൻ കഴിഞ്ഞിട്ടില്ല. അതുകൊണ്ടു തന്നെ ഈ യാത്രയിലെ ഏറ്റവും പ്രധാന ആകർഷണങ്ങളിൽ ഒന്ന് സോനാഗച്ചിയെന്ന ഈ ചുവന്ന തെരുവു തന്നെയായിരുന്നു.

കൊൽക്കത്തയിലെത്തിയ ആദ്യ ദിവസം തൊട്ട് ഭയപ്പാടോടെയല്ലാതെ ആ തെരുവിനെപ്പറ്റി ആർക്കും പറയാനുണ്ടായിരുന്നില്ല. കൊൽക്കത്തയുടെ മുക്കു മൂലകൾ മനപ്പാഠമായ നാസർ ബന്ധു പോലും പറഞ്ഞത് അതിന്റെ നിഗൂഢതയും അപകടസാധ്യതയുമായിരുന്നു. പലകുറി യാത്ര ഒഴിവാക്കാൻ മനസ്സു പറഞ്ഞെങ്കിലും, ഇത്രയധികം ദൂരം വന്നിട്ട് ഇവിടം കാണാതെ പോവുകയെന്നു പറഞ്ഞാൽ, വേണ്ട,

എന്തു വന്നാലും പോവുക തന്നെ എന്ന് ഞങ്ങൾ തീരുമാനിച്ചു. നാസർ ബന്ധുവിനോട് വഴിയൊക്കെ ചോദിച്ച്, ഘോഷിനും, സുനിത്തിനുമൊപ്പം സോനാഗിച്ചിയിലേക്ക് യാത്ര തിരിച്ചു.

സമയം അഞ്ചുമണി കഴിഞ്ഞിരുന്നു. സോനാഗാച്ചി 24 മണിക്കൂറും സജീവമാണെങ്കിലും വൈകിട്ട് ആറു മണിയോടെയാണ് തിരക്കേറുകയെന്ന് ബന്ധു പറഞ്ഞിട്ടുണ്ട്. വഴികളും ഇടനാഴികളും ലാന്റ്മാർക്കുകളും കൃത്യമായി ചോദിച്ചു മനസ്സിലാക്കിയിട്ടായിരുന്നു യാത്ര.

മെട്രോയിൽ കയറി ഗിരീഷ് പാർക്ക് സ്റ്റേഷനിലിറങ്ങി. സമയം അഞ്ചരയായതുകൊണ്ടു തന്നെ തെരുവുകളെല്ലാം വിജനമായി തുടങ്ങിയിരുന്നു. ഗിരീഷ് പാർക്കിൽ നിന്ന് നടന്നെത്താവുന്ന ദൂരമേയുള്ളൂ എന്നാണറിവ്. ആദ്യം ഒരു റൂമെടുത്ത് ലഗ്ഗേജൊക്കെ ഭദ്രമാക്കി വെച്ച ശേഷം യാത്ര തുടരാമെന്ന് കരുതി. പക്ഷേ അവിടെ ആദ്യം തെറ്റി. കിലോമീറ്ററുകളോളം അതുവഴി നടന്നിട്ടും ഒരു ഹോട്ടൽ പോലും കാണാനായില്ല. അതുവരെ കണ്ട കൊൽക്കത്തയുടെ വേറൊരു വകഭേദമായിരുന്നു കൺമുന്നിൽ കണ്ട തെരുവുകളെല്ലാം.

പഴക്കം ചെന്ന വലിയ കെട്ടിടങ്ങൾ മാത്രം. എപ്പോൾ വേണമെങ്കിലും ഇടിഞ്ഞു വീഴുമെന്ന നിലയിൽ ബലഹീനത അതിന്റെ പഴക്കം വിളിച്ചോതുന്നു. നിറം മങ്ങിയ ചുവരുകളും അതിനിടയിലൂടെ തലങ്ങും വിലങ്ങും ഉണങ്ങാനിട്ടിരിക്കുന്ന വസ്ത്രങ്ങളും കാണാം. കൊൽക്കത്തയുടെ ആ മുഖം എന്നെ മടുപ്പിച്ചതേ ഇല്ലെങ്കിലും, സഹയാത്രികർ നന്നേ മടുത്തതുകൊണ്ട് നടത്തം തൽക്കാലം അവസാനിപ്പിക്കാം എന്നു വെച്ചു.

എത്ര ദൂരം നടന്നുവെന്ന് അറിയില്ല. ഒടുവിൽ ആദ്യം വന്ന ഒരു ഓട്ടോയ്ക്ക് കൈകാണിച്ച് അവിടെ നിന്ന് വീണ്ടും തിരികെ ഗിരീഷ് പാർക്കിലെത്തി നേരെ തിരിച്ചു നടന്നു. ഭാഗ്യം കൊണ്ട് ആ വഴിയിലൊരു ഹോട്ടൽ കിട്ടി. അധികം സൗകര്യങ്ങളൊന്നുമുണ്ടായിരുന്നില്ല, നമ്മുടെ നാടൻ ഭാഷയിൽ പറഞ്ഞാൽ ഒരു തുക്കടാ ലോഡ്ജ്. റൂം വാടക വെറും 500 രൂപ എന്ന് പറയുമ്പോൾ തന്നെ ഊഹിക്കാമല്ലോ അവിടുത്തെ സൗകര്യങ്ങൾ. എന്തായാലും വളരെപ്പെട്ടെന്നു ലഗേജൊക്കെ അടുക്കിവെച്ച് സോനാഗച്ചി ലക്ഷ്യമാക്കി വീണ്ടും നടത്തമാരംഭിച്ചു. ഘോഷ് ഗൂഗ്ൾ മാപ്പൊക്കെ നോക്കി തെരുവിന്റെ ഭൂമിശാസ്ത്രം ഒന്നുകൂടി അരക്കിട്ടുറപ്പിക്കുകയാണ്.

"കുടുങ്ങിയാൽ തിരിച്ചു ഓടാനുള്ള വഴി നോക്കുകയാണോ..?" എന്ന സുനിത്തിന്റെ ചോദ്യത്തിന് നിഗൂഢമായൊരു ചിരി മാത്രം മറുപടി നൽകി.

സോനാഗാച്ചി അടുക്കും തോറും എന്തെന്നില്ലാത്ത ഒരു ഭീതി മനസ്സിനെ ഗ്രസിച്ചു തുടങ്ങി. കുറച്ചു മുമ്പ് ആസ്വദിച്ച കൊൽക്കത്ത നഗരത്തിന്റെ ആ പഴഞ്ചൻ മുഖം ഭീതിപ്പെടുത്തുന്ന രൂപത്തിലേക്ക് മാറിയത് വളരെപ്പെട്ടെന്നായിരുന്നു. നാസർ ബന്ധു പറഞ്ഞ ആദ്യത്തെ പെട്രോൾ പമ്പു ദൂരെ നിന്നു തന്നെ കണ്ണിലുടക്കി. അതാണ് ആദ്യ ലാൻഡ്മാർക്ക്. അതിന് അപ്പുറവും ഇപ്പുറവുമുള്ള രണ്ട് ഗല്ലികളിലൂടെ സോനാഗിച്ചിയുടെ ഉള്ളിലേക്ക് കടക്കാം. നടത്തം തുടരുക തന്നെയാണ്. പതിയെ പതിയെ ചുവന്ന തെരുവിന്റെ മുഖം തെളിഞ്ഞു തുടങ്ങി. വഴിയരികിലെ വീടുകളും കെട്ടിടങ്ങളുടെ മുകളിലുമെല്ലാം ധാരാളം മുഖങ്ങൾ ഞങ്ങളെ സ്കാൻ ചെയ്യാൻ ആരംഭിച്ചുകഴിഞ്ഞു. ആർക്കും മുഖം കൊടുക്കാതെ പോകണം എന്ന ബന്ധുവിന്റെ ഉപദേശം മനസ്സിലേക്ക് ഓടിയെത്തി.

ഇന്ത്യാ മഹാരാജ്യത്തെ വിവിധ പ്രദേശങ്ങളിൽ സ്ത്രീകൾക്ക് ശരീരം വിറ്റ് ജീവിക്കേണ്ടിവരുന്ന ചുവന്ന തെരുവുകൾ ധാരാളമുണ്ട്. മുംബൈയിലെ കാമാത്തിപുരയും അലഹബാദിലെ മീർഗഞ്ചും ദൽഹിയിലെ ജി.ബി. റോഡും ചെന്നൈയിലെ കോടമ്പക്കവുമെല്ലാം അവയിൽ ചില ഉദാഹരണങ്ങൾ മാത്രമാണ്. ഇത്തരത്തിൽ ഇന്ത്യയിൽ

നിലനിൽക്കുന്ന ഏഷ്യയിലെ തന്നെ ഏറ്റവും വലിയ തെരുവുകളിലൊന്നാണീ സോനാഗച്ചി.

ഏതാണ്ട് രണ്ടു കിലോമീറ്റർ ചുറ്റളവിൽ റോഡിന്റെ ഇരുവശങ്ങളിലുമായി അറ്റകുറ്റപ്പണികൾക്ക് വിധേയമാവാത്ത ബഹുനില കെട്ടിടങ്ങളിലും വീടുകളിലും കടമുറികളിലും നിരവധി സ്ത്രീകളുടെ ജീവിതമാണ് എരിഞ്ഞടങ്ങുന്നത്. കൃത്യമായ ഒരു കണക്ക് ലഭ്യമല്ലെങ്കിലും ഏകദേശം പന്ത്രണ്ടായിരത്തിനും പതിനയ്യായിരത്തിനും ഇടയിലാണ് ഇവിടത്തെ ലൈംഗിക തൊഴിലാളികളുടെ എണ്ണം. ഏകദേശം ഇരുപത്തിയ്യായിരത്തിനും നാൽപതിനായിരത്തിനും ഇടയിൽ ആളുകൾ ഓരോദിവസവും ഇവിടെ സന്ദർശിക്കുന്നത്.

വടക്കൻ കൊൽക്കത്തയിലെ ചിത്തരഞ്ചൻ അവന്യൂവും ശോഭാബസാറും ബീദൻ സ്ട്രീറ്റും സംഗമിക്കുന്ന സ്ഥലത്താണ് പ്രസിദ്ധമായ സോനാഗച്ചി നിലനിൽക്കുന്നത്. ഒരു കാലത്ത് ഇതൊരു പുണ്യഭൂമിയായിരുന്നുവെന്നും പറയപ്പെടുന്നു.

പുതിയ പുതിയ കാഴ്ചകളിലേക്ക് കടക്കുകയാണ്. സുന്ദരമായൊരു അനുഭവവും ഇവിടെനിന്നും കിട്ടില്ലെന്ന് അറിഞ്ഞുകൊണ്ട് തന്നെ ഇത് വഴി പലതവണ വന്നവരെന്നെ വ്യാജേന അലസമായി മുന്നോട്ടു നീങ്ങി.

ഇടുങ്ങിയ വൃത്തിഹീനമായ തെരുവുകൾ..

ഓവുചാലുകളിൽ മനുഷ്യ വിസർജ്ജനത്തിന്റെ ദുർഗന്ധം..

വളരെ പഴക്കം ചെന്ന ജനവാതിലുകളിൽ സ്ത്രീകൾ എത്തിനോക്കുന്ന ബഹുനിലക്കെട്ടിടങ്ങൾ..

പൊട്ടിപ്പൊളിഞ്ഞ കടവരാന്തകളിൽ കൽക്കരി അടുപ്പുകൾ കൂട്ടി ചായയും പാനി പൂരിയും വിൽക്കുന്ന വൃദ്ധകളായ സ്ത്രീകൾ..

മാംസക്കഷ്ണവും തേടി വഴിവക്കിലൂടെ നടക്കുന്ന ഇടപാടുകാർ..

അവരുടെമേൽ തൊട്ടുതലോടി വീടുകളിലേക്ക് ക്ഷണിക്കുന്ന ലൈംഗികതൊഴിലാളികൾ..

പ്രായവും നിറവും രൂപവും വർണ്ണിച്ച് വരുന്നവരോട് വിലപേശുന്ന ബ്രോക്കർമാർ.

സോനാഗച്ചിയിലെ ലൈംഗിക തൊഴിലാളികളെ സാധാരണ മൂന്ന് കാറ്റഗറിയിട്ടാണ് തരംതിരിക്കുക. ഏറ്റവും ഉയർന്ന 'എ' കാറ്റഗറിയിൽപ്പെട്ടവർ അവരുടെ റൂമുകളിൽ ഇരിക്കുകയാണ് ചെയ്യുക. പുറത്തേക്ക് ഇറങ്ങി വന്ന് ക്ലയന്റ്സിനെ കണ്ടെത്തുകയില്ല. ദല്ലാളുമാരോ നടത്തിപ്പുകാരോ ഉള്ള ഇത്തരം കേന്ദ്രങ്ങളിൽ അവരാണ് ക്ലയന്റ്സിനെ കണ്ടെത്തുന്നത്. ഇവരാണ് ഏറ്റവും കൂടുതൽ പണം വാങ്ങുന്ന കൂട്ടർ.

'ബി' കാറ്റഗറിയിൽ പെട്ടവർ നിരത്തുകളിൽ ഇറങ്ങി ക്ലയന്റ്സിനെ കണ്ടെത്തുന്നവരാണ്. ക്ലയന്റിനെ ഇഷ്ടപ്പെടുകയും റേറ്റിന്റെ കാര്യത്തിൽ തീരുമാനം ആവുകയും ചെയ്താൽ അവരുടെ മുറികളിലേക്ക് ക്ലയന്റുമായി അവർ പോകും.

തെരുവിൽ ഇറങ്ങി നിന്ന് ക്ലയന്റ്സിനെ കണ്ടെത്തി അവർ പറയുന്നിടത്തേക്ക് കൂടെ പോകുന്നവരാണ് 'സി 'വിഭാഗം. ഫ്ളോട്ടിംഗ് ഗ്രൂപ്പ് എന്നാണ് പൊതുവെ ഇവരെ പറയുക. ഇവരിൽ തന്നെ സ്ഥിരമായി സോനാഗച്ചിയിൽ താമസിക്കുന്നവരും ദിവസവും വന്ന് പോയി തൊഴിലെടുക്കുന്നവരും ഉണ്ട്.

ഇടനിലക്കാരോ കൂട്ടിക്കൊടുപ്പുകാരോ വഴി തൊഴിൽ ചെയ്യുന്നവർ അവർക്ക് കമ്മീഷൻ കൊടുക്കേണ്ടി വരും. എന്നാൽ, ഇതിന് റിസ്ക് സാദ്ധ്യത കുറവാണ്. സുരക്ഷിതത്വം ഉണ്ടാവും. നേരിട്ട് ക്ലയന്റിനെ സ്വീകരിക്കുന്നവർക്ക് തുക മുഴുവനായി ലഭിക്കുമെങ്കിലും പറ്റിക്കപ്പെടാനോ മറ്റ് ഉപദ്രവം ഏൽക്കാനോ ഉള്ള സാധ്യത കൂടുതലാണ്.

സോനാഗച്ചിയിൽ എത്തുന്ന ഒരാൾക്ക് ഒരു 'ഷോട്ടി'ന് (ഒരു തവണ ലൈംഗിക ബന്ധത്തിൽ ഏർപ്പെടുന്നതിന് സാധാരണ പറയുന്ന പേരാണ് 'ഷോട്ട്' എന്ന്) എറ്റവും കുറഞ്ഞത് 250 രൂപ മുടക്കണം. കസ്റ്റമർ തീരെ കുറവുള്ള സമയങ്ങളിൽ ചിലപ്പോൾ റേറ്റിൽ ഇതിലും കുറവ് വന്നേക്കാം.

പ്രായം കുറഞ്ഞ പെൺകുട്ടികൾ ആണെങ്കിൽ തുക കൂടും. കൂടാതെ നൃത്തമറിയുന്നവർ, പാട്ട് പാടുന്നവർ ഇവർക്കെല്ലാം തുക കൂടുതലാണ്. മണിക്കൂറിന് പതിനായിരവും ഇരുപതിനായിരവും വാങ്ങുന്ന സ്ഥലങ്ങളും സോനാഗച്ചിയിൽ ഉണ്ട്. മദ്യമോ മറ്റ് ലഹരികളോ ആവശ്യമുള്ളവർക്ക് പണം ചിലവഴിച്ചാൽ ഇവിടെ അതും ലഭ്യമാണ്.

വർഷങ്ങളായി ഇവിടെ സന്നദ്ധസേവനം ചെയ്യുന്ന അനുഭവങ്ങളിൽ നിന്നും ബന്ധുവിന് കിട്ടിയ അറിവുകളായിരുന്നു ഇതെല്ലം.

തിരക്ക് പിടിച്ച ഒരു മാർക്കറ്റിലെന്നപോലെ ധാരാളം ആളുകൾ അങ്ങോട്ടും ഇങ്ങോട്ടും പോകുന്നുണ്ട്. ഞങ്ങളെ പോലെ വരുന്നവരും സന്ദർശനം കഴിഞ്ഞ് പോകുന്നതവരുമാവും. ആ വഴി അവസാനിക്കുമ്പോൾ ഒരു ടി റോഡ്. ഇടത്തേക്ക് പോയാൽ ദേശീയ പാതയാണ്. വലത്തേക്ക് പോയാൽ വീണ്ടും ഗലികൾ തന്നെ. തെരുവിന്റെ ആഴങ്ങളിലേക്ക് ഞങ്ങൾ നടന്നു കയറി. കെട്ടിടങ്ങളുടെയും വസ്ത്രങ്ങളുടെയും നിറങ്ങൾ ഇടയ്ക്കിടെ മഞ്ഞ നിറവും ഏറ്റവുമൊടുവിൽ ചുവന്ന നിറവുമായി മാറി വരുന്ന പോലെ തോന്നി. ആ തെരുവിലെ

നൂറുകണക്കിന് കണ്ണുകളിൽ കൂടി ഞങ്ങൾ കയറിയിറങ്ങി പോകുന്നത് അറിഞ്ഞപ്പോഴേക്കും കൈകൾ എപ്പോഴോ ഐസ് പോലെ തണുത്തു തുടങ്ങിയിരുന്നു.

24 മണിക്കൂറും ഉണർന്നിരിക്കുന്ന ഏഷ്യയിലെ ഏറ്റവും വലിയ ഈ ചുവന്ന തെരുവിൽ ദിവസവും കോടികളാണ് ലൈംഗിക കച്ചവടങ്ങളാൽ ക്രയവിക്രയം ചെയ്യപ്പെടുന്നത്. ബംഗ്ലാദേശിൽ നിന്നും നേപ്പാളിൽ നിന്നും ഇന്ത്യയുടെ തന്നെ വിവിധ സംസ്ഥാനങ്ങളിൽ നിന്നുമാണ് സോനാഗച്ചിയിലേക്ക് സ്ത്രീകൾ എത്തിച്ചേരുന്നത്. ദാരിദ്ര്യവും ചതിയും തട്ടിക്കൊണ്ടുപോകലും എല്ലാം ഈ തെരുവിനെ സ്ത്രീ സമ്പുഷ്ടമാക്കാൻ മാഫിയകൾ ഉപയോഗിക്കുന്നു എന്നത് ഒരു നഗ്ന സത്യമാണ്. മണിക്കൂറുകൾക്ക് പതിനായിരങ്ങൾ ചാർജ്ജ് ചെയ്യപ്പെടുന്ന വി ഐ പികൾക്കായി പ്രത്യേകമായി നിർമിച്ച ആഡംബര കേന്ദ്രങ്ങൾ മുതൽ നാന്നൂറും അതിൽ താഴെയും വരെ മാത്രം റേറ്റിടുന്ന കേന്ദ്രങ്ങളും ഇവിടെയുണ്ട്. ഇവർക്കെല്ലാം സുരക്ഷ ഒരുക്കാൻ അതികായന്മാരും ഭീകരന്മാരുമായ തെരുവിന്റെ സ്വന്തം ഗുണ്ടാ സംഘങ്ങളുമുണ്ട്. ഉദ്യോഗസ്ഥരുടെയും രാഷ്ട്രീയക്കാരുടെയും ഒത്താശയാണ് ഇവരുടെ മുഖ്യ പിൻബലം. ഇവരുടെയെല്ലാം രഹസ്യവും പരസ്യവുമായ ആവശ്യം കൂടിയാണ് സോനാഗച്ചി അങ്ങനെതന്നെ നിലനിൽക്കുക എന്നത്.

നമ്മൾ സദാ സമയവും ഈ ഗുണ്ടാ സംഘങ്ങളുടെ ശ്രദ്ധാകേന്ദ്രങ്ങളാണെന്ന് മറക്കാൻ പാടില്ല. പിടിച്ചുപറിയും തമ്മിൽതല്ലും ഗുണ്ടായിസവും ഇവിടെ ഒരു സംഭവമേ അല്ല. പുതുമുഖങ്ങളെ കണ്ടാൽ ഏജന്റ്മാർ ഓടിയെത്തും. വരുന്നവരുടെ ആവശ്യങ്ങൾ അറിയും. ഗലികൾക്കുള്ളിലേക്ക് ആനയിക്കും. അവരെ വകഞ്ഞു മാറ്റി വേണം മുമ്പോട്ട് നടക്കാൻ. അവർക്കെന്തെങ്കിലും സംശയം തോന്നിയാൽ, ഇവരും ഗുണ്ടകളും കൂടി നമ്മളെ വളയും. നല്ല ബംഗാളി ഇടികൊള്ളും. ഉള്ളതെല്ലാം പിടിച്ചു പറിക്കും. ചിലപ്പോൾ ജീവനും പോകും. ആ പേടിയെല്ലാം കൂടി ഉള്ളിൽ കിടന്നു തിളച്ചു മറിഞ്ഞു പുറത്തു വന്നു.

തെരുവിനുള്ളിലേയ്ക്ക് കയറാൻ ടാക്സിക്കാർക്കും ഓട്ടോറിക്ഷക്കാർക്കും വരെ ഭയമാണ്. പുറത്തേക്ക് വന്നു നിർത്തിയിട്ട് അവർ അവരുടെ വഴിക്ക് പോകും.

കൂട്ടമായി നിൽക്കുന്ന നാലഞ്ചു സ്ത്രീകൾ ഞങ്ങളെ നോക്കി എന്തൊക്കെയോ പറഞ്ഞുകൊണ്ടിരുന്നു. ഉള്ളിൽ ചെറിയൊരു പേടി ചിറകടിച്ചു തുടങ്ങിയെങ്കിലും തമ്മിൽ സംസാരിച്ചും ഇത് ഞങ്ങൾക്ക് പരിചിതമായ ഇടവുമെന്ന മട്ടിൽ ഞങ്ങൾ മുൻപോട്ടു തന്നെ നടന്നു. പക്ഷേ നടക്കുന്തോറും തെരുവിന് ആഴവും വ്യാപ്തിയും കൂടി വരുന്നുണ്ടായിരുന്നു.

കേട്ടത് പോലെയല്ല ഇതിലൂടെ നടക്കുമ്പോൾ. വല്ലാത്തൊരു അരക്ഷിതാവസ്ഥയാണ്. അത്ര രൂക്ഷമായാണ് നോട്ടങ്ങൾ. അടക്കം പറച്ചിലുകൾ. കൂർത്ത നോട്ടങ്ങൾ. കാറ്റിനു പോലും ഒരുതരം ഭീകരത യുള്ള പോലെ. കണ്ണുകൾ കൊണ്ട് ആക്രമിക്കുകയും വശീകരിക്കുക യും ചെയ്യുന്നു. ഒരിക്കൽ സന്നദ്ധപ്രവർത്തനങ്ങളുമായി ബന്ധപ്പെട്ട് എത്തിയ നാസർ ബന്ധുവിനു വരെ ഇവിടെ നിന്ന് മർദ്ദനമേറ്റിരുന്നു. പേടിച്ചുകൊണ്ടാണെങ്കിലും രണ്ടാമത്തെ കവാടവും 'സുരക്ഷിതമായി' ഞങ്ങൾ പിന്നിട്ടു. ഓരോ ചുവടുകളും അപകടത്തിലേക്കാവും എന്നറി ഞ്ഞു കൊണ്ട് തന്നെ.

കൊച്ചു കുട്ടികൾ മുതൽ പ്രായമായവർ വരെ ഇവിടെ ലൈംഗികവൃ ത്തി ഒരു തൊഴിലായി ഏറ്റെടുത്തു ജീവിതം മുമ്പോട്ട് കൊണ്ട് പോകുന്നു. വീട്ടമ്മമാരും കോളേജ് വിദ്യാർഥിനികളും നഴ്സുമാരും സീരിയൽ നടികളും എന്നു വേണ്ട സമൂഹത്തിന്റെ നാനാ തുറകളിലുള്ള സ്ത്രീകളും സോനാഗ ച്ചിയിലൂടെ വരുമാനം കണ്ടെത്തുന്നു. ചിലർക്ക് ജീവിതപ്രാരാബ്ദങ്ങൾ കൊണ്ടാണെങ്കിൽ മറ്റു ചിലർക്ക് ഉന്മാദത്തിനും ആഡംബരത്തിനുമാ ണെന്ന് മാത്രം.

ഇതിനിടയിൽ ഘോഷും, സുനിത്തും കൂടി അടുത്തു കണ്ട കടയിൽ നിന്ന് ഒരു പാക്കറ്റ് സിഗരറ്റ് വാങ്ങി വലിച്ചു തുടങ്ങി.

"വലിച്ചു കൊണ്ടു നടന്നാൽ ഇത്തിരി കോൺഫിഡൻസ് കിട്ടുമെന്ന്" ഘോഷിനോട് സുനിത്ത് ഉപദേശിക്കുകയാണ്.

ആകെയുള്ളത് 100 ൽ താഴെ രൂപ മാത്രം. മൊബൈലോ, പേഴ്സോ ഒന്നും എടുത്തിട്ടില്ല. മനപ്പൂർവം എടുക്കാതിരുന്നതാണ്. കൊണ്ടുപോയ ഒന്നും തിരിച്ചു കൊണ്ടുവരാൻ പറ്റിക്കൊള്ളണം എന്നില്ല എന്ന് ബന്ധു പറഞ്ഞിരുന്നു.

സോനാഗച്ചിയുടെ കൂടുതൽ ആഴങ്ങളിലേക്ക് കടക്കുകയായിരുന്നു. വീതി കുറഞ്ഞ ഇടവഴികൾ. വരുന്നത് വരുന്നിടത്തു വെച്ചു കാണുക എന്ന് പറഞ്ഞു കൊണ്ട് ധൈര്യം സംഭരിച്ച് മൂന്നു പേരും കൂടി ഉള്ളിലേക്ക് കടന്നു. വല്ലാത്തൊരു തിരക്കു പിടിച്ച സ്ഥലമാണിത്. പരസ്പരം ഉരു മ്മികൊണ്ടാണ് ആളുകൾ നടക്കുന്നത്. വഴിക്കിരുവശത്തുമുള്ള പഴക്കം ചെന്ന കെട്ടിടങ്ങളുടെ മട്ടുപ്പാവിലും, വാതിൽക്കലും, ജനാലകളിലും, തെരുവോരത്തുമെല്ലാം സ്ത്രീകൾ മാത്രം. ഏങ്ങോട്ടും നോക്കാൻ ഭയമാണ്. എങ്ങോട്ടു നോക്കിയാലും അവിടെ നിന്ന് മാടി മാടി വിളിക്കുകയാണ്. ഇതു പോരാഞ്ഞിട്ട് പെൺകുട്ടികളേ വേണോ എന്ന നിലയ്ക്കാത്ത ചോദ്യ വുമായി എത്തുന്ന നൂറുകണക്കിന് ബ്രോക്കർമാരും. ഓരോ ഗലികൾക്കും

കെട്ടിടങ്ങൾക്കും സമീപത്തായി ചെറുതും വലുതുമായ ഗുണ്ടാ സംഘങ്ങളുമുണ്ട്. അനുഭവങ്ങളുടെ ഭീകരത സംഭരിച്ചു വെച്ചിരുന്ന ധൈര്യത്തെയെല്ലാം ചോർത്തിക്കളഞ്ഞു. ഉള്ളിലെ ഭയമെല്ലാം ക്ഷണനേരം കൊണ്ട് പുറത്തു ചാടി. കയ്യും കാലുമെല്ലാം വിറച്ചു. വിയർപ്പു കണങ്ങൾ പൊടിഞ്ഞു തുടങ്ങി. ആരെങ്കിലും വന്നു കൈവെച്ചാൽ തീർന്നു. അതി സങ്കീർണ്ണമായ ഇടവഴികൾ. വീടുകളിൽ നിന്ന് മാടി വിളിക്കുന്നതിനു പുറമേ സ്ത്രീകൾ പുറത്ത് വന്നു നിന്ന് സന്ദർശകരെ അകത്തേക്ക് ആനയിക്കുന്നുമുണ്ട്. ബലം പ്രയോഗിച്ച് കൊണ്ട് പോകുന്നുമുണ്ട്. അകത്തളങ്ങളിൽ കൂടുതൽ സങ്കീർണ്ണമായ വഴികളും ദുരൂഹതകളും കാത്തിരിക്കുന്നു.

ചിലന്തി വല കെട്ടിയ പോലെ ഊടുവഴികളുള്ള ഗലിയുടെ അകത്തളങ്ങളിലേക്ക് ഇനിയും പോയാൽ വഴി തെറ്റുമെന്ന് ഉറപ്പുള്ളതുകൊണ്ട് ആദ്യം കണ്ട പുറത്തേക്കുള്ള വഴിയിലേക്ക് തിരിഞ്ഞു. എല്ലായിടത്തും ഇതു തന്നെ അവസ്ഥ. വിവരിക്കാവുന്നതിലും അപ്പുറമാണ് ഭയം. അപ്പോഴേക്കും ഇവിടെനിന്നും എങ്ങിനെയും പുറത്തു കടന്നാൽ മതിയെന്നായി. ഗലിയിലേക്ക് കടന്നിട്ട് പത്ത് മിനിട്ടു പോലും ആയിട്ടില്ലെന്ന് ഓർക്കണം.

തിടുക്കപ്പെട്ട് നടക്കുന്നതിനിടയിൽ ഞങ്ങളെ കുറേ ആളുകൾ വളഞ്ഞു. പറയുന്നത് മുഴുവൻ മനസ്സിലായില്ലെങ്കിലും, ഞങ്ങൾ ആദ്യം മെയിൻ റോഡിലൂടെ കടന്നു പോയപ്പോൾ ഞങ്ങളെ ശ്രദ്ധിച്ചിരുന്ന ഒരു കൂട്ടം ആളുകളാണ് അതെന്ന് വ്യക്തമായി. ഒന്നും മറുപടി പറയാൻ പറ്റിയില്ല, അതിനു മുമ്പേ തന്നെ ഘോഷിനെ, അവന്റെ ഇരട്ടി വലിപ്പമുള്ള ഒരാൾ കുത്തിനു പിടിച്ച് മേലോട്ട് ഉയർത്തുന്നത് കണ്ടു. എന്തിനാണ് ഇവിടേക്ക് വന്നത് എന്നാണ് ചോദ്യം എന്ന് ഏകദേശം മനസ്സിലായി. ഭയം കൊണ്ട് അറിയാവുന്ന ഹിന്ദി വാക്കു പോലും പുറത്തേക്ക് വരുന്നില്ല. തൊണ്ടയിൽ ഉമിനീര് പോലും വറ്റിപ്പോയി. കണ്ണുകളിൽ ഇരുട്ട് കയറി. എന്തു ചെയ്യണമെന്നറിയാതെ പകച്ച് നിൽക്കുന്ന നിമിഷങ്ങൾ.

നൂറു കിലോയിൽ അധികം ഭാരവും ആറടിയിലധികം ഉയരമുള്ള അവനെത്തന്നെ ഒരാൾ കുത്തിന് പിടിച്ച് ഭൂമിയിൽ നിന്ന് ഉയർത്തുക എന്ന് പറയുമ്പോൾ തന്നെ ഊഹിക്കുക ഞങ്ങളെ വളഞ്ഞ ആളുകളുടെ ആകാരം. സുനിത്ത് ധൈര്യം സംഭരിച്ച് എന്തൊക്കെയോ പറയാൻ ശ്രമിക്കുന്നുണ്ട്. എനിക്കാണെങ്കിൽ ഒന്നും പറയാനും പറ്റുന്നില്ല. ബലമായി അവർ ഞങ്ങളെയെല്ലാം പരിശോധിക്കാൻ തുടങ്ങി. പണമോ, മൊബൈലോ വല്ലതും ഉണ്ടോയെന്നാണ് നോക്കുന്നത്.

ഇത് ഇവരുടെ ലോകമാണ്. ഒരാളും ഇവരെ ചോദ്യം ചെയ്യാൻ വരില്ല. വെറുതെ കാണാൻ വരുന്നവരെ ഇവന്മാർ വെറുതെ വിടാറില്ല. കയ്യിലുള്ളതെല്ലാം കൊള്ളയടിക്കും. തിരിച്ചെന്തെങ്കിലും പറഞ്ഞാൽ ദേഹോപദ്രവം ചെയ്യാനും മടിക്കില്ല. ഗുണ്ടകളും മാഫിയകളും വിലസുന്ന ഇത്തരം തെരുവുകളിൽ എന്തെങ്കിലും സംഭവിച്ചാൽ പുറം ലോകത്തെ ഒരീച്ച പോലും പോലും അറിയില്ല.

സുനിത്ത് പോക്കറ്റിൽ നിന്ന് സിഗരറ്റ് വാങ്ങിയതിന്റെ ബാക്കി കുറച്ച് പത്തു രൂപ നോട്ടുകൾ ഉണ്ടായിരുന്നത് അവർക്ക് നേരെ നീട്ടി. ഇതു മാത്രമാണ് കൈയ്യിലുള്ളത്, ബാക്കി പണത്തിന് സിഗരറ്റ് മേടിച്ചു എന്ന് അവരോട് എങ്ങിനെയൊക്കെയോ പറഞ്ഞൊപ്പിച്ചു. അതോടെ അവർ സുനിത്തിനെ വിട്ടു. അവന്റെ കയ്യിൽ നിന്ന് സിഗരറ്റ് പാക്കറ്റ് വാങ്ങി രണ്ട് സിഗരറ്റ് എടുത്തു. അതോടെ അവനെ വളഞ്ഞിരുന്നവർ തെല്ലൊന്ന് ശാന്തരായി. എന്നിട്ട് എന്തിനാണ് വന്നതെന്ന് ചോദിച്ചു.

ഘോഷിനെ അപ്പോഴും അവർ വിട്ടിട്ടില്ല. ഭൂമിയിൽ കാലു കുത്തി യിട്ടുണ്ട്. ഭാഗ്യം. അവൻ "കേരൾ സേ ആയാ, ദേഘ്നാ കേലിയേ ആയാ, മലയാളം മലയാളം" എന്നൊക്കെ പറയുന്നുണ്ട്. പക്ഷേ അവർ ബലമായി അവനെ പിടിച്ചു വെച്ചിരിക്കുകയാണ്. അവൻ തീർത്തും നിസ്സാഹയനാണെന്ന് മനസ്സിലായി. ഈ സമയം കൊണ്ട് സുനിത്ത് അവരെ എന്തൊക്കെയോ പറഞ്ഞ് മനസ്സിലാക്കാൻ ശ്രമിക്കുന്നത് കണ്ടു. അവർ അവനെയും കൂട്ടി തൊട്ടടുത്തുള്ള ഒരു ചെറിയ അമ്പലം പോലുള്ള സ്ഥലത്തേക്ക് മാറുന്നതു കണ്ടു. എന്തായാലും അടി കിട്ടുമെന്ന് ഉറപ്പായി. അതിനുള്ള തയ്യാറെടുപ്പാവണം.

എന്തായാലും സുനിത്തിന്റെ സംസാരം കേട്ടപ്പോൾ അവർ അൽപ്പം അയഞ്ഞു എന്ന് തോന്നി. എന്തൊക്കെയോ പറഞ്ഞു താണുകേണ പേക്ഷിച്ചു. തൊട്ടടുത്താണ് മുറി എടുത്തതെന്നും ഇനി ഈ വഴിക്ക് വരില്ലെന്നും മുറി ഹിന്ദിയിലും ബാക്കി ആംഗ്യത്തിലും പറഞ്ഞൊപ്പിച്ചു. അക്കാര്യം ഉറപ്പു വരുത്താൻ ഹോട്ടൽ മുറിയുടെ താക്കോൽ തപ്പി യെടുത്തു കൊടുത്തു. താക്കോൽ കിട്ടിയതോടെ അവർക്ക് ഞങ്ങളെ വിശ്വാസമായി. എന്തായാലും പെട്ടന്ന് സ്ഥലം കാലിയാക്കാൻ പറഞ്ഞു. ആ പ്രദേശത്തെങ്ങും കണ്ടു പോകരുതെന്നും. പിന്നെ അവിടെയുള്ള അമ്പലത്തിലെ ദേവിയ്ക്ക് കാണിയ്ക്ക ഇട്ടിട്ട് പുറത്ത് കടന്നാൽ മതിയെന്നു പറഞ്ഞത് കേട്ടപാതി കേൾക്കാത്ത പാതി കയ്യിലുണ്ടായിരുന്ന പത്തു രൂപാ നോട്ടുകളെല്ലാം കൂടി അവിടെ കൊണ്ടു പോയിട്ട് ഭക്തിപുരസ്സരം പ്രാർത്ഥിക്കുന്നതു കണ്ടു. അതോടെ സ്ഥിതിഗതികൾ ശാന്തമായി.

തിരിഞ്ഞു നോക്കാതെ വിട്ടോളാനാണ് അവന്മാർ പറഞ്ഞതെന്ന് മനസ്സിലായി.

കിട്ടിയ സമയം കൊണ്ട്, ഒന്നും നോക്കാതെ പുറത്തേക്ക് ഓടുകയായിരുന്നു. തിരികെ നടക്കേണ്ട കിലോമീറ്ററുകൾ, എത്ര വേഗത്തിലാണ് പിന്നിട്ടതെന്ന് അറിയില്ല. ആരും പരസ്പരം മിണ്ടുന്നുണ്ടായിരുന്നില്ല. എല്ലാവരുടെയും മുഖത്ത് ഭീതി മാത്രം. സോനാഗാച്ചിയുടെ മേഖലയും കഴിഞ്ഞ് ഒരുപാട് ദൂരം പിന്നിട്ടാണ് ഞങ്ങൾ പരസ്പരം നോക്കിയത് പോലും.

വലിയൊരു മരത്തിനു താഴെ കെട്ടിയുണ്ടാക്കിയ ചെറിയൊരു ചായക്കടക്ക് സമീപത്ത് വെച്ച് ഞങ്ങൾ ഓട്ടം നിർത്തി. നന്നായി കിതക്കുന്നുണ്ടായിരുന്നു. പരസ്പരം മുഖത്തേക്ക് നോക്കി. മൗനം സംസാരമായി. സംസാരം ചിരിയായി. പിന്നീടത് പൊട്ടിച്ചിരിയായി മാറി. ബാക്കിയുണ്ടായിരുന്ന സിഗരറ്റ് ഘോഷും, സുനിത്തു കൂടി പുകച്ചു. പിന്നീട് വലിയ വലിയ നെടുവീർപ്പുകളായിരുന്നു പുറത്തേക്കു വന്നിരുന്നത്. പുകയെടുക്കുന്നതിനിടയിൽ ഘോഷ് ചുമക്കുന്നുണ്ടായിരുന്നു.

വല്ലാത്തൊരു അനുഭവമായി സോനാഗച്ചി.

പിറ്റേന്ന് കൊൽക്കത്തയിൽ നിന്നും യാത്ര അവസാനിപ്പിച്ചു നാട്ടിലേക്ക് മടങ്ങുകയാണ്. സുഭാഷ്ചന്ദ്രബോസ് ഇന്റർനാഷണൽ ടെർമിനൽ എന്ന പ്രസിദ്ധമായ വിമാനത്താവളം ഡംഡം എന്ന സ്ഥലത്താണ്. വിമാനത്താവളത്തിലേക്ക് ടാക്സി കാറിൽ മടങ്ങുന്ന വഴിയിൽ കഴിഞ്ഞ ദിവസങ്ങളിൽ കണ്ട ചില കാഴ്ചകൾ മനസിലേക്ക് ഓടി വന്നു. പതുക്കെ കണ്ണുകൾ അടച്ചു.

കൽക്കട്ട ഒറ്റനോട്ടത്തിൽ

കൊൽക്കത്തയിലെ ഏത് മുക്കിൽ നോക്കിയാലും ഒരു റിക്ഷാക്കാരനെ കാണാം. ഉത്തരേന്ത്യയിൽ പലയിടത്തും ഇത്തരം റിക്ഷകൾ കാണാമെങ്കിലും മനുഷ്യനെ മനുഷ്യൻ വലിക്കുന്ന മനുഷ്യറിക്ഷകൾ ഞാൻ ആദ്യമായിട്ട് കാണുകയായിരുന്നു. സങ്കടകരമാണ് ഈ കാഴ്ച്ച. നാല് വർഷങ്ങൾക്ക് മുമ്പ്, അന്നൊരു വൈകുന്നേരം അലഹാബാദ് സന്ദർശനത്തിനിടെ ഒരങ്ങാടിയിൽ നിന്നും മനുഷ്യൻ ചവിട്ടുന്ന സൈക്കിൾ റിക്ഷയിൽ ഞങ്ങൾ, അയ്യൂബും ഹബീബും രാജെന്ദു മാഷും, നെഹ്റുവിന്റെ വീടായ ആനന്ദ്ഭവനിലേക്ക് യാത്ര ചെയ്തിരുന്നു. നൂറു കണക്കിന് സൈക്കിൾ റിക്ഷകൾ ഒരു മിനിറ്റ് പോലും ഒഴിവില്ലാതെ തെരുവുകളിൽ ഓടിക്കൊണ്ടേയിരിക്കുന്നു. ഒരു പാടാളുകൾക്ക് ഇതാണ് ആകെയുള്ള വരുമാന മാർഗ്ഗം. അന്ന് അഞ്ചു രൂപക്ക് വേണ്ടി കെഞ്ചുന്ന കാഴ്ച ഒരുപാട് നീറ്റൽ ഉണ്ടാക്കിയതാണ്.

എന്നാൽ ഇവിടെ കാണുന്ന മനുഷ്യ റിക്ഷ വ്യത്യസ്തമാണ്. വലിയ രണ്ടു ചക്രങ്ങൾ. അതിന്റെ ഇടയിൽ ഒരാൾക്ക് ഇരിക്കാനുള്ള ഇരിപ്പിടം. മരത്തിൽ നിർമ്മിച്ച് പഞ്ഞിയും ചകിരിയുമൊക്കെ വെച്ച് സീറ്റ് മൃദുലമായ രീതിയിൽ സജ്ജീകരിച്ചിട്ടുണ്ട്. അവിടെ നിന്നും ഇരുവശങ്ങളിലൂടെയും മുന്നിലേക്ക് നീണ്ടു നിൽക്കുന്ന രണ്ടു മരപ്പലകൾ. അതിനിടയിലാണ് ഈ വണ്ടി വലിക്കുന്ന മനുഷ്യൻ നിൽക്കുന്നത്. അല്ല ഓടുന്നത്. കൽക്കട്ടയിൽ റിക്ഷ വലിക്കുന്ന മിക്കവരും പ്രായമായവരാണ്. എല്ലാവരും മെലിഞ്ഞുണങ്ങിയ ശരീരമുള്ളവർ. പഴന്തുണി കൊണ്ട് തുന്നിയ

വസ്ത്രങ്ങൾ. കീറിയ കുപ്പായം. ദാരിദ്ര്യത്തിന്റെയോ ദാസ്യവൃത്തിയുടെയോ നേർചിത്രമായിരുന്ന അതൊക്കെ. നിസ്സഹായത നിറഞ്ഞു നിൽക്കുന്ന കണ്ണുകളിൽ നിസ്സംഗമായ ഭാവം. എന്നിട്ടും ആരും വെറുതെ നിൽക്കുന്നില്ല. അടുത്ത യാത്രക്കാരനെ തേടി നടന്ന ഓടുകയാണ്.

എന്റെ മനസ്സിൽ തോന്നിയ അതേ ചോദ്യം നഫീസ് എന്നോട് തന്നെ ചോദിച്ചു. "ഇതിൽ കയറി യാത്ര ചെയ്യാൻ എങ്ങനെയാവും മനുഷ്യർക്ക് മനസ്സ് വരുന്നത്..?".

ഈ റിക്ഷ ഒരു സമയത്തു നിരോധിച്ചിരുന്നു. അത് വലിയ പ്രതിഷേധത്തിനിടയാക്കി. കാരണം ഇവർക്കു വേറെ ഒരു ജോലിയും അറിയില്ല. റിക്ഷ നിരോധിച്ചാൽ കുടുംബം പട്ടിണിയാവും. ട്രാമിന്റെ അതേപോലെ തന്നെ. അത്കൊണ്ട് പിന്നീട് ആ നിരോധനം നീക്കി. പല പദ്ധതികളും പിന്നീട് ഇവർക്കായി കൊണ്ടുവന്നെങ്കിലും ഒന്നും നടന്നില്ല. അത്കൊണ്ട് ഇവർ ഇപ്പോഴും നടന്നു ഓടിക്കൊണ്ടേയിരിക്കുന്നു. ഒരുപക്ഷേ ട്രാം പോലെ ഇവരോട് കൂടി ഇതും അപ്രത്യക്ഷമായേക്കാം. ഇത്തരം ആയിരക്കണക്കിന് അനുഭവങ്ങൾ കൊണ്ടും കാഴ്ചകൾ കൊണ്ടുമാണ് കൊൽക്കത്ത എന്ന ഈ മഹാനഗരം ഒരേ സമയം ദരിദ്രവും സമ്പന്നവുമാണെന്ന് പറയപ്പെടുന്നത്.

ഈ നഗരത്തിലെ നിവാസികൾക്ക് കൽക്കട്ട എന്നത് വിലമതിക്കാനാവാത്തൊരു വികാരമാണ്. ഈ തെരുവിന്റെ കഥകൾ പറയാൻ വല്ലാത്തൊരു ആവേശമാണ്. അതവരുടെ ഒരു സ്വകാര്യ അഹങ്കാരവുമാണ്. ഇരുവശങ്ങളിലും പ്രൗഢിയോടെ തലയുയർത്തി നിൽക്കുന്ന കെട്ടിടസമുച്ചയങ്ങൾക്കും ശുദ്ധമായ വശ്യസൗന്ദര്യം വഹിക്കുന്ന ഗലികൾക്കും ചരിത്രമുറങ്ങിക്കിടക്കുന്ന ഇടനാഴികൾക്കും പറയാനുള്ളത് വാക്കുകൾക്കതീതമായ അതിജീവനത്തിന്റെ കഥകളാണ്. ഒരു നെടുവീർപ്പോടെയല്ലാതെ നമുക്കത് കേട്ട് നിൽക്കാനാവില്ല. ഒരു മെട്രോപൊളിറ്റൻ സിറ്റിയുടെ പതിവു രൂപഭാവങ്ങൾ ഒരുപക്ഷേ ഇവിടെ കാണാൻ കഴിഞ്ഞു കൊള്ളണമെന്നില്ല. ഇല്ലായ്മകളും വല്ലായ്മകളും നിറഞ്ഞ ഈ നഗരം മുൻവിധികൾക്കും സങ്കൽപങ്ങൾക്കും പുറത്ത് നിന്ന് കൊണ്ട് മാത്രമേ ആസ്വദിക്കാൻ കഴിയൂ.

ഒറ്റ നോട്ടത്തിൽ അറപ്പും വെറുപ്പും ഒക്കെ തോന്നുമെങ്കിലും കൂടുതൽ അടുത്ത് കഴിഞ്ഞാൽ വല്ലാത്തൊരു വശ്യതയോടെ നമ്മളീ നഗരത്തെ പ്രണയിക്കാൻ തുടങ്ങും.

പ്രതീക്ഷകളില്ലാതെ യാത്ര ചെയ്യുക. പ്രതീക്ഷിക്കാത്ത അനുഭവങ്ങൾ വന്നു ചേരും..!

ബംഗാൾ ഗ്രാമീണ ജീവിതത്തിന്റെ ആത്മാവറിഞ്ഞു കൊണ്ടുള്ള ഈ യാത്ര ഞങ്ങളിൽ പലരുടെയും യാത്രാസങ്കല്പത്തെ തന്നെയാണ് മാറ്റിമറിച്ചത്. നാടിനെയും നാട്ടുകാരെയും ആചാരങ്ങളെയും ഭക്ഷണത്തെയും കാലാവസ്ഥയെയും ജീവിത രീതികളെയും തൊട്ടറിയാൻ ഈ ദശദിന സഹവാസ യാത്ര സഹായിച്ചു. ബംഗാൾ യാത്രയിലെ എല്ലാ സഹയാത്രികരോടും പ്രത്യേകിച്ചും നാസർ ബന്ധുവിനോടും എഴുത്തിൽ ഒരുപാട് സഹായിച്ച വേങ്ങരക്കാരൻ മുഹമ്മദാലിക്കയോടും വി എച് നിഷാദിക്കയോടും സുനിത്തിനോടും സന്തോഷേട്ടനോടും നന്ദിയും കടപ്പാടും രേഖപ്പെടുത്തുന്നു..

തെരുവിന്റെ രുചിക്കൂട്ടുകൾ

മൺകോപ്പകളിൽ പകരുന്ന ചായയും ഉണങ്ങിയ തേക്കിലകൾ കൂട്ടിയോജിപ്പിച്ചുണ്ടാക്കിയ പാത്രങ്ങളിൽ വിളമ്പുന്ന വിവിധതരം സ്വാദുകളും ആവിപാറുന്ന മൊരിഞ്ഞ ജിലേബിയും എണ്ണമറ്റ മറ്റുപല തരം മധുരപലഹാരങ്ങളും ഇവിടുത്തെ ജനതയുടെ ജീവിതത്തിന്റെയും സ്നേഹത്തിന്റെയും കരുതലിന്റെയും പ്രതീകങ്ങളാണ്.

തെരുവുകളിലെ റോഡിനിരുവശവും തട്ടുകടകളിൽ ആവി പറത്തി ക്കൊണ്ട് ചൂടുള്ള വിഭവങ്ങൾ കാണാം. എരിവുള്ളതും ഇല്ലാത്തതും ഒക്കെ കിട്ടും. അലമാരകളിലെ തട്ടുകളിൽ പല നിറങ്ങളിലും വലിപ്പത്തിലും നിറഞ്ഞു നിൽക്കുന്നത് സ്വാദിഷ്ഠമായ ബംഗാളി സ്വീറ്റ്സ്. രസഗോളയും സൊന്ദേഷും ലുചിയും കചോരിയും പുച്ക്കയും പാവ്ബാജിയും പകോരയും പേരറിയാത്ത ഒരുപാട് വിഭവങ്ങളും.

ബംഗാളിലെ പാചകം അതിരുചികരമാണ്. അതിനി സ്ട്രീറ്റ് ഫുഡ് ആണെങ്കിലും വില്ലേജ് ഫുഡ് ആണെങ്കിലും. ചുരുക്കി പറഞ്ഞാൽ വിശ്വസിച്ചു കഴിക്കാം. മീട്ടാ അഥവാ മധുരം ആണ് ഇതിൽ പ്രധാനം. ഏതൊരു ചെറിയ കടയിലും രസഗുള പോലെ എന്തെങ്കിലും ഒരു സ്വീട്സ് കിട്ടാതിരിക്കില്ല. ഗ്രാമങ്ങളിലെ വീടുകളിൽ വിളമ്പുന്നത് അതിലേറെ സ്വാദിഷ്ഠമായ വിഭവങ്ങൾ തന്നെ.

ഇറച്ചിയും ആട്ടമാട്ടുകൾ കൊണ്ടുള്ള വിഭവങ്ങളെക്കാൾ പച്ചക്കറി കൾ കൊണ്ട് വിസ്മയം തീർക്കുന്ന ഇവിടുത്തെ അടുക്കളകളിൽ. കൃഷി പ്പാടങ്ങളിൽ വിളയുന്ന ജീവനുള്ള പച്ചക്കറികൾ നേരിട്ട് അടുക്കളയിലേ ക്ക് എത്തുന്നു എന്നുള്ളതാണ് ഈ സ്വാദിന്റെ രഹസ്യം. തക്കാളിയും

ബീൻസും മുള്ളങ്കിയും ബീറ്റ്റൂട്ടും കാപ്സിക്കവും വഴനങ്ങയും പപ്പായയും കോളിഫ്ലവറും മത്തനും കാരറ്റും കുമ്പളവും കടലയും പലജാതി ഇലക്കറികളും എന്നു വേണ്ട മണ്ണിനടിയിലും മുകളിലുമായി വളരുന്നതെല്ലാം ഇവിടെ കിട്ടും. മറ്റൊരു രഹസ്യം പാചകത്തിന് ഉപയോഗിക്കുന്നത് കടുകെണ്ണ ആണ് എന്നുള്ളതാണ്. സത്യം പറഞ്ഞാൽ എന്തിനാണ് നോൺവെജ് കഴിക്കുന്നത് എന്ന് പോലും ഞങ്ങൾക്ക് തോന്നിപ്പോയി. അത്രയും രുചികരമായാണ് ഇവർ വെജിറ്റബിൾസിൽ പാകം ചെയ്തെടുക്കുന്ന വിഭവങ്ങൾ.

പത്ത് ദിവസത്തെ അനുഭവങ്ങൾ നിറഞ്ഞ മനസ്സുമായി ഇന്ന് നാട്ടിലേക്ക് മടങ്ങുകയാണ്. എല്ലാവരോടും യാത്ര പറയുന്നതിന്റെ ഇടയിലാണ് നാട്ടിൽ നിന്നും സിറാജ് വിളിക്കുന്നത്. താമരശ്ശേരിയിൽ ഒരു ട്രാവൽ എജന്റ് ആയ അവനാണ് എനിക്ക് യാത്രക്കുള്ള ടിക്കറ്റ് ഒക്കെ ബുക്ക് ചെയ്ത് തന്നിരുന്നത്.

"മുനീർക്കാ, ഇന്നാണല്ലോ നിങ്ങൾടെ ഫ്ലൈറ്റ്. അത് ക്യാൻസൽ ആയിട്ടുണ്ട് ട്ടോ..".

www.ingramcontent.com/pod-product-compliance
Lightning Source LLC
LaVergne TN
LVHW040745051026
849519LV00007BA/2442